Phiếm 18

Phiếm 18

song thao

NHÂN ẢNH
2016

Phiếm 18

Song Thao

NHÂN ẢNH xuất bản
Bìa: Khánh Trường
Kỹ thuật: Tạ Quốc Quang
www.songthao.com

ISBN: 979-8-3492-4192-5

MỤC LỤC

PHỤ LỤC

BĂNG

Tháng 1 năm 2016, sau khi đọc bài diễn văn liên bang thường niên cuối cùng trong cương vị Tổng Thống, ông Obama mời ba *blogger* trẻ vào tòa Bạch Ốc để đàm luận với ông. Đây có lẽ là một cách tiếp cận riêng của *tonton* Obama. Chắc chúng ta chưa quên việc Tổng Thống mời ba nhà hoạt động nhân quyền, trong đó có anh Điếu Cầy của Việt Nam, vào tòa Bạch Ốc để trao đổi ý kiến trước đây. Một trong ba *blogger* này là cô Ingrid Nilsen, 26 tuổi, đã hỏi Tổng Thống về một vấn đề ông không ngờ tới. Đó là việc có tới 40 tiểu bang của Mỹ đánh thuế tiêu thụ trên băng vệ sinh. Ông Obama bối rối trước câu hỏi của *blogger* trẻ tuổi này. Ông thú nhận: "Tôi phải nói thẳng với cô là tôi không biết việc các tiểu bang đánh thuế chúng. Tôi phải thú nhận là tôi không biết chuyện này cho tới khi cô nói với tôi. Tôi ngờ rằng đó là vì luật thuế này được thông qua bởi các ông!". Cô Ingrid Nilsen hỏi dồn tại sao các nhà làm luật thuế lại coi băng vệ sinh của phụ nữ là một "xa xỉ phẩm" trong khi tất cả phụ nữ mà cô biết đều không coi kinh kỳ là một thứ xa xỉ phẩm? *Tonton* Obama hóm hỉnh: "Tôi nghĩ là Michelle cũng đồng ý với cô như vậy". Cô *blogger* trẻ tuổi nói thêm: "Đây là một phần trong cuộc sống thường nhật của chúng tôi, và là điều quan trọng cho sức khỏe của chúng tôi với thân phận là một phụ nữ".

Những tiểu bang nào của Mỹ đã đánh thuế...máu của các bà? Tôi nghĩ nên kể những tiểu bang không đánh thuế sẽ ngắn gọn hơn. Những tiểu bang không có tên trong danh sách gồm đúng một chục tiểu bang này là những tiểu bang cứ gõ thuế đều đều lên các bà. Trước hết là năm tiểu bang không thèm thu thuế băng vệ sinh: Minnesota, Pennsylvania, Massachusetts, Maryland và New Jersey. Năm tiểu bang khác tha thuế mua hàng cho tất cả mọi thứ nên dĩ nhiên băng vệ sinh cũng được tha bổng: Oregon, Montana, Delaware, New Hampshire và Alaska. Tôi nghĩ chúng ta nên ghi nhớ năm tiểu bang "không thuế" hết sức thú vị này mỗi khi qua Mỹ. Mua thứ chi cũng chỉ trả tiền hàng, tiền thuế là con số không. Đã điếu chi đâu! New Hampshire gần tỉnh bang Quebec chúng tôi nên mỗi khi muốn hưởng cái thú khỏi trả tiền thuế, chúng tôi lại lái xe qua hốt đồ. Quần áo, giầy dép, son phấn, nước hoa đều được tha tào trong khi tại Montreal, chúng tôi mua đồ cứ răm rắp chi thêm ra 15% thuế. Oregon có ông bạn Từ Công Phụng là cư dân từ lâu. Qua thăm ông bạn thế nào cũng có mục đi mua đồ. Bà Kim Ái, hiền thê của ông Phụng, dẫn các bà đi *shopping.* Tôi phóc lên xe của ông Phụng đi tới các cửa tiệm điện tử. Thường thì tôi rất rộng tay vứt vào chiếc xe đủ thứ đồ, kể cả *computer,* trước con mắt mở lớn của ông bạn. Làm như vét hết đồ của thành phố Portland của ông ấy không bằng! Ông bạn tôi sống không thuế quen rồi nên không thể hiểu được tâm lý vơ vét của những người sống trong vùng thuế nặng nề như chúng tôi.

Cứ răm rắp nộp thêm 15% trên giá mua có nghĩa là mua một 100 đô tiền hàng thì phải chi ra 115 đô. Đau hơn hoạn! Có lần một anh bạn đồng nghiệp làm báo tại Sài Gòn trước kia, nay định cư tại Luân Đôn bên Anh, qua Montreal chơi với tôi. Khi đi *shopping,* tôi phàn nàn về thuế tới 15% quá cao, ông bạn tôi cười khẩy: "Chắc phải cho ông qua Luân Đôn mới được. Thuế có 15% mà đã kêu. Thiên đàng rồi đó ông ơi. Bên tôi tới 30% lận!". Chúa ôi! Sao người ta có thể giết nhau một cách dã man như vậy.

Có lẽ vì vậy nên phong trào chống thuế băng vệ sinh ở Luân Đôn mới nổ bùng một cách dữ dội nhất. Thứ các bà tháng tháng phải chi tiền một cách tức tưởi, vì trời bắt riêng các bà phải dùng, không mua không được, vậy mà cũng bị đánh thuế 30%.

Tháng 8 năm 2015, cô Kiran Gandhi, tay trống trong ban nhạc M.I.A., đã làm nóng dư luận bằng cách tham gia cuộc chạy *marathon* ở Luân Đôn mà cứ để hạ thể ròng ròng máu chảy, không thèm băng biếc chi cả. Trả lời báo People, cô cho biết muốn để "tự do" như vậy hầu đánh thức dư luận về việc có những phụ nữ không đủ khả năng trả thuế khi mua băng vệ sinh và gửi một thông điệp cho các bà là việc có kinh kỳ không có chi mà phải mắc cỡ.

Tháng 11 năm 2015, hai thiếu nữ đứng biểu tình chống

đánh thuế băng vệ sinh như một xa xỉ phẩm ngay trước trụ sở Quốc Hội. Đó là cô Charlie Edge, 22 tuổi, cư dân Berkshire, và cô Ruth Howard, bạn của cô Edge. Điều quả cảm của hai nữ nhi này là các cô mặc quần trắng với máu thấm đỏ nơi chiến khu. Họ đứng suốt ba tiếng đồng hồ trước sự chứng kiến của nhiều người qua đường. Cô Edge viết trên *Facebook:* "Ngày hôm nay tôi không mang băng vệ sinh đứng trước cửa trụ sở Quốc Hội để chỉ ra băng vệ sinh xa xỉ tới mức nào. Có nhiều người nhìn chúng tôi với con mắt bẩn thỉu nhưng cũng có nhiều người như muốn nói 'Trời ơi, nếu tất cả mọi người ngưng dùng băng vệ sinh thì liệu có được cho *free* không?'. Vậy nên tôi cứ đi theo đường của tôi. Thuế là cần thiết nhưng băng vệ sinh cũng cần vậy!". Năm 1973, khi tham gia vào Thị Trường Chung Âu Châu, chính phủ Anh đã đánh 17.5% thuế trị giá gia tăng trên các vật dụng dùng khi phụ nữ hành kinh. Năm 2001, thuế này được trừ 5%. Giờ đây các phụ nữ Anh tranh đấu để miễn hẳn thuế đánh trên thứ các bà cần mỗi tháng. Đòi hỏi của các bà không phải là điều chi quá đáng bởi vì hiện nay quần áo trẻ em, thực phẩm, tạp chí, báo hàng ngày và sách được coi như những thứ cần thiết không bị đánh thuế. Vậy mà thứ các bà coi là tối cần thiết thì lại không có tên. Thiệt là bực cả mình! Vậy nên hồi tháng 10 năm 2015, 260 ngàn bà mới ký vào kháng thư gửi chính phủ yêu cầu tha cho các bà. Ngay lập tức vào cuối tháng, ngày 26/10, Quốc Hội Anh đã xổ toẹt kháng thư này bằng 305 trên 287 phiếu. Vậy có ức lòng không!

Chính phủ Anh cũng có thể hỏi câu hỏi này: thế có ức lòng không? Bởi vì tất cả các nước nằm trong Thị Trường

Chung Âu Châu muốn thay đổi bất cứ một thứ thuế hàng hóa nào đều phải có sự chấp thuận chung của 28 thành viên của Thị Trường. Anh xuống thuế băng vệ sinh tới 5% là hết mức, miễn hẳn thuế cần có sự chuẩn thuận chung. Anh đã mang chuyện băng biếc này ra trong kỳ họp của Thị Trường Chung Âu Châu vào giữa tháng 3 vừa rồi. Và Anh đã thắng. Bộ Trưởng Ngân Khố Anh George Osborne phát biểu tại trụ sở của Thị Trường tại Brussels, Bỉ: "Chúng tôi đã thành công điều mà chưa có chính phủ Anh nào làm được!". Các nhà lãnh đạo Thị Trường Chung Âu Châu đã phải ra một tuyên bố vào ngày 17 tháng 3 năm 2016, cho phép các nước thành viên áp dụng việc miễn hẳn thuế cho băng vệ sinh! Bỏ hẳn được thuế trên băng của các bà rắc rối chưa? Chuyện! Các bà bao giờ chẳng rắc rối!

Cách nước Anh một eo biển, phụ nữ Pháp cũng xuống đường tranh đấu bãi bỏ thuế cho chiếc băng cần thiết hàng tháng. Xuống đường bắt buộc phải có biểu ngữ nêu ra những đòi hỏi. Các bà Pháp trương lên những tấm bảng lớn: *"Laissez-nous saigner sans nous surtaxer"*. Hãy để chúng tôi chảy máu mà không đánh thuế chúng tôi. Phải công nhận các bà Phú-Lang-Sa có nhiều máu khôi hài hơn các bà Ăng-Lê được tiếng là phớt tỉnh. Các bà giăng những dây quần lót có bôi tí đỏ dưới đáy trên đường phố như những dây cờ ngũ sắc trong ngày hội. Nhưng vui nhất là các bà gửi hàng trăm chiếc quần này cho Tổng Thống Francois Hollande. Không biết ông *tonton* sẽ làm chi với thứ mà ông không dùng tới. Ông này chưa hề có vợ! Người đàn bà sống chung không hôn thú với ông trên ba chục năm là bà chính khách Ségolène Royal, có với ông bốn đứa con. Họ chia tay nhau vào tháng 6 năm 2007. Ông bồ tiếp với cô nhà báo Valérie Trierweiler của báo Paris Match. Tháng giêng năm 2014, ông nghỉ chơi với cô này. Chỉ chín tháng sau, ông bồ với nữ diễn viên Julie Gayet. Người không vợ nhưng có tới ba người đàn bà chắc phải biết thông cảm với giới phụ nữ. Tưởng vậy mà không phải vậy. Mặc biểu tình, mặc hàng trăm chiếc quần lót rướm máu ào ạt được gửi tới, mặc thỉnh nguyện thư hàng trăm ngàn chữ ký, thuế là thuế, dễ chi tha được. Nếu tha thứ thuế "máu" này, ngân quỹ sẽ thâm thủng tới 55 triệu *euro* mỗi năm. Kiếm đâu ra tiền để nhét vào cái lỗ thủng này.

Sức mấy mà các bà thúc thủ! Giới phụ nữ biểu tình gắt. Họ diễn hành ngay tại trung tâm thủ đô Paris. Các biểu ngữ gay gắt hơn. *Đừng đánh thuế vào tử cung chúng tôi!* Hoặc: *Mỗi lần tôi có kinh, chính phủ hưởng lợi!* Bà lãnh tụ Ophelie Latil tả oán: "Điều không chính đáng là trong thời buổi phụ nữ bị trả lương thấp hơn đàn ông, bị thất nghiệp dễ hơn, vậy mà mỗi tháng họ còn bị đánh thuế tử cung!". Nghe ra oan ức quá đáng. Chắc thấy lượm đồng tiền nơi chốn hang hùm này hơi hèn nên Quốc Hội Pháp đã nghĩ lại. Và các ông đại diện dân đã biểu quyết, vào tháng 12 năm 2015, hạ thuế băng vệ sinh từ 20% xuống còn 5,5%. Thủ Tướng Manuel Valls đổi giọng, khen biện pháp của Quốc Hội là "đi đúng hướng"! Báo chí thắc mắc: vậy thì cái lỗ thủng 55 triệu *euro* mỗi năm thì sao? Ông Thủ Tướng hoan hỉ cho biết đã tìm được tiền trám vào rồi! Tiền đâu ra? Thứ Trưởng bộ Ngân Sách Christian Eckert tiết lộ: sẽ đánh thuế 20% trên các sản phẩm cạo râu của các ông! Không biết các ông có nuôi râu phản đối không nhưng thiết nghĩ bắt các ông trám vào lỗ hổng của các bà là chuyện thuận với lẽ trời.

Chiến thắng của các bà ở Pháp đã làm nức lòng các bà ở bên Úc. Tuy bàn tay của chính phủ Úc ít thô bạo hơn, chỉ tính có 10% thuế băng vệ sinh, nhưng các bà cũng...trâu đánh. Bà Larissa Waters của đảng Xanh vỗ tay ca tụng quyết định của chính phủ Pháp, đồng thời kêu gọi chính phủ Úc nên bỏ thuế GST với thứ các chị em không có không được khi đến hẹn lại lên. Nói với hãng truyền thông ABC, bà quy tội thứ thuế này là " gia tăng sự bất bình đẳng giới tính" khi đặt câu hỏi: "Những thứ mà cả đàn ông lẫn đàn bà đều mua dùng như kem chống nắng và bao ngừa thai thì được miễn thuế, vậy thì thứ chỉ đàn bà dùng cho việc vệ sinh có khác chi không?".

Tháng 5 năm 2015, một kháng thư được hơn 100 ngàn chữ ký, do bà Subeta Vimalarajah soạn thảo, yêu cầu ông Joe Hockey, Tổng Trưởng Tài Chánh lúc đó, bãi bỏ thuế. Kháng thư có đoạn viết: "Phụ nữ, khi có kinh, mua băng vệ sinh không phải vì vui thích, vậy tại sao họ phải trả thêm 10% thuế cho mỗi hai, ba, bốn tuần lễ? Đánh thuế dân Úc vì họ có kinh không những chỉ là phân biệt giới tính mà còn là bất công". Ông Hockey đồng ý là thứ thuế này "có thể phải bãi bỏ" nhưng sau cuộc họp với các Bộ Trưởng Tài Chánh của các tiểu bang vào tháng 8 năm 2015, việc này "không được sự đồng thuận hoàn toàn". Họ tính là nếu bỏ thì ngân quỹ sẽ thiệt hại 480 triệu đô trong 10 năm.

Vậy là xù. Chị em phụ nữ Úc còn phải tranh đấu gian nan hơn nữa để tháo bỏ được cái cùm 10% thuế đánh trên thứ không có không được. Bỏ tiền hàng tháng để giữ vệ sinh cá nhân cho đáng mặt công dân của một nước văn minh tân tiến, vậy mà bị móc túi thêm 10%, nghe có tức cái mình không! Chắc rồi chị em Úc cũng phải như chị em Anh và Pháp, mặc quần trắng có tí ti đỏ xuống đường hoặc gửi cho các đấng chính quyền ít quần lót mang dấu vết thân phận đàn bà.

Muốn có tí an ủi, quý vị phụ nữ Úc có thể nhìn xéo qua bên Ý một chút. Chị em phụ nữ ở đây bị…đầy đọa bạo hơn nhiều. Thuế băng vệ sinh ở Ý là 22%! Ngang bằng thuế của một chiếc *iPad* hoặc một chiếc áo choàng mới. Bị đánh thuế tàn bạo như vậy, phụ nữ Ý phải tranh đấu. Ngay đầu năm 2016 này, một chính đảng mới thành lập, đảng *Possible*, đã đề nghị hạ thuế băng vệ sinh xuống còn 4% như các món hàng cần thiết khác. Hiện nay chỉ có gạo, bánh mì, nui và một vài thứ dùng cho vệ sinh miệng được coi là cần thiết. Mới đây trên *website* Change.org đã có một kháng thư gửi cho Bộ Trưởng Tài Chánh Pier Carlo Padoan yêu cầu hạ thuế. Kháng thư đặt chỉ tiêu thu thập được 10 ngàn chữ ký nhưng chỉ nhận được có 8 ngàn. Thuế thì thuộc loại nặng nhất trên thế giới nhưng tranh đấu thì tà tà như vậy, coi bộ còn lâu chị em phụ nữ Ý mới được hưởng ơn mưa móc từ ông nhà nước.

Tranh đấu tà tà như vậy có lẽ vì phụ nữ Ý nhìn sang xứ Hungary. Băng vệ sinh tại Hung bị đánh thuế cao nhất châu Âu và có thể cao nhất thế giới. Tới 27% lận! Đan Mạch, Thụy Điển, Na Uy cũng chơi tới 25% thuế. Hy Lạp mới đây lại còn tăng thuế băng vệ sinh từ 13% lên 23%. Thiệt là thiếu văn minh!

Quay trở lại 40 tiểu bang của Mỹ còn đánh thuế thứ cần thiết tháng tháng của các chị em phụ nữ, chị em có tranh đấu chi chăng? Chắc là phải có. Xứ dân chủ nhất thế giới, hơi một tý là người ta lôi nhau ra tòa, lẽ nào chị em bó gối ngồi yên. Ngay đầu năm 2016, hai bà dân biểu của Quốc Hội tiểu bang California, nơi dân Việt ta quần tụ đông đảo nhất trên toàn nước Mỹ, đã đệ trình một dự luật liệt kê băng vệ sinh là một nhu cầu y tế cần thiết như thuốc mua theo toa bác sĩ và gậy, nạng, xe lăn cho người tàn tật và già cả. Hai nữ lưu này là bà Cristina Garcia thuộc đảng Dân Chủ và bà Ling Ling Chang thuộc đảng Cộng Hòa. Bà Garcia đã ra một bản thông cáo báo chí cho biết: "Về căn bản, chúng ta đang bị đánh thuế vì là đàn bà. Đây là một bước đi đúng hướng để bãi bỏ sự bất công giới tính. Phụ nữ không làm cách nào khác hơn là phải mua băng vệ sinh, vậy nên hậu quả kinh tế chỉ có mỗi mình phụ nữ lãnh chịu khi bị đánh thuế này. Chúng ta không thể ngăn chặn kinh kỳ cũng như không thể ngăn chặn được dòng chảy của nước". Theo ước tính của các vị nữ dân biểu này thì mỗi tháng trung bình một phụ nữ phải trả 7 đô thuế trong 40 năm kinh kỳ, tính ra là mỗi phụ nữ trả 3 ngàn tiền thuế trong suốt cuộc đời của họ. Nhân con số này lên với dân số phụ nữ trong tiểu bang California thì nhà nước đã thu được 20 triệu đô tiền thuế mỗi năm! Bà Chang nói với báo Washington Post: "Đây là một cơ cấu sinh lý mà phụ nữ không thể kiểm soát được. Điều này làm vấn đề khác đi. Tôi không thấy một sản phẩm nào khác đặc biệt dành cho các ông có thể so sánh được".

Năm bà khác ở tiểu bang New York là Margo Seibert,

Jennifer Moore, Catherine O'Neil, Natalie Brasington và Taja-Nia Henderson đã cùng đứng đơn kiện chính quyền tiểu bang đòi bãi bỏ thuế băng vệ sinh vì thuế này vi phạm luật New York, vi phạm điều khoản Bình Đẳng của Hiến Pháp Hoa Kỳ. Vụ kiện này đã lên tới Tòa Án Tối Cao của Tiểu Bang New York. Tôi vừa đọc được một công văn của Tòa ký ngày 3 tháng 3 năm nay yêu cầu các bên nộp tờ giải trình lập luận.

Tôi muốn dành chuyện đánh thuế băng vệ sinh ở Canada tới khúc chót này. Vì đất nước tôi định cư ngon lành hơn các nước khác nhiều. Tháng 1 năm 2015, cô Jill Piebiak soạn một thỉnh nguyện thư bãi bỏ thuế đánh trên băng vệ sinh và *post* lên trang mạng *change.org* để thu thập chữ ký ủng hộ. Chỉ tiêu mong muốn của cô là 50 ngàn chữ ký. Chỉ trong hai tuần lễ, đã có 58 ngàn người vào ký. Theo tính toán của cô thì các phụ nữ trong độ tuổi từ 12 đến 49 chi khoảng 500 triệu đô mua băng vệ sinh. Số thuế trên số tiền mua băng này là 36.398.387 đô! Mùa hè năm 2015, Quốc hội họp và bỏ thuế cái rụp. Quân ta thắng lớn.

Đất nước này đúng là thiên đàng như ông bạn Trà Lũ thường rao giảng. Thiên đàng ngay từ…hạ tầng cơ sở!

03/2016

CẮN

Cắn là một miếng võ hèn bị chúng tôi chê từ hồi còn nhỏ. Ngày đó, trong những cuộc tỷ thí bắp thịt, tên nào dùng võ cắn sẽ bị quần hùng la ó chê cười. Đó là võ của con gái! Con gái đánh nhau hồi đó có hai chiêu thông thường là nắm tóc và cắn. Đó là không kể thứ võ mồm la choe chóe và thứ võ bù lu bù loa rất khó chịu và không chính thống.

Con gái lớn lên thành đàn bà thì cũng thứ võ đó. Bà Việt Nam qua tới Mỹ vẫn dùng võ cổ truyền là bà Anh Nguyễn, 42 tuổi. Chuyện xảy ra vào tháng 6 năm 2015 tại Newark. Bà đi *shopping* tại tiệm Macy's trong *NewPark Mall* và chọn mua một đôi giầy. Khi trả tiền bà cãi nhau với viên quản lý về giá cả. Ông này bảo là giá đôi giầy đã được *discount* rồi nhưng bà vẫn chưa hài lòng, đòi bớt nữa. Không được cái giá đúng ý, bà la hét và chửi rủa viên quản lý. An ninh của tiệm vội mời bà ra ngoài. Sức mấy bà ra vì bà mới dùng võ mồm, chưa thi triển hết thành công lực. Họ xô bà ra cửa. Bà dùng võ ăn vạ, lăn lộn dưới sàn nhà, bám chân người quản lý và dở món võ chót: cắn! Ông này bị thương nhẹ. Cảnh sát được gọi tới giải bà về bót và tạm giam tại nhà giam Santa Rita.

Tôi nghĩ cảnh sát đã làm quá khi giam giữ bà Anh Nguyễn. Bởi vì môn võ cắn, nếu thi triển hết thành công lực, đâu có chỉ để lại vết thương nhẹ. Chuyện đáng suy nghĩ hơn nhiều. Bà Karia Georgina Topp, tuổi đời cũng xấp xỉ bà Anh Nguyễn. Bà được 43 tuổi và cư ngụ tại Newcastle bên Anh. Bà này võ nghệ cao cường hơn bà Anh Nguyễn nhiều. Bà có ông bồ tên Martin Douglas, năm nay 45 tuổi. Hai người yêu nhau thắm thiết lắm. Chuyện yêu đương là chuyện các cụ nhà ta không vừa mắt nên đã phán: "yêu nhau lắm, cắn nhau đau". Ông Martin bị đau thật. Trong một lần tận tình yêu nhau, bà Karia không biết đã *exciting* tới mức nào mà cắn đứt hòn ngọc của ông bồ Martin. Ông này đau hơn hoạn nên vội gọi cấp cứu. Xe ò e tới chỉ thấy ông cúi gập người nhăn nhó, nói không nên lời, bác sĩ ngớ ra không hiểu chuyện gì. Báo *Daily Mirror* tường thuật chuyện này không nói rõ là tại sao bà Karia không nói cho rõ sự việc. Tôi đồ chừng hoặc bà bị hóc hoặc quá xúc động hoặc quá mắc cở nên không thốt nên lời. Cuối cùng nhân viên y tế mới rõ ngọn ngành, vội chở ông tới bệnh viện Freeman để giải phẫu gấp. Bà Karia bị bắt giữ và sẽ phải ra tòa xét xử.

Hòn ngọc rời vị trí cũ là hậu quả của một cái cắn yêu thái quá. Cắn yêu mà như vậy thì cắn...ghét sẽ có hậu quả ra sao? Tôi đọc được một bài trần tình của một người vợ trên *internet.* Bà không ký tên. Viết ra một chuyện đau lòng của chính mình, bà ấy không hài tên ra, cũng có thể hiểu được. Vợ chồng bà rất hạnh phúc. Ông chồng thường làm thêm giờ, về nhà trễ khi đứa con trai đã đi ngủ. Thường thì khi phải làm trễ, ông gọi điện về cho vợ biết để khỏi chờ cơm. Bữa đó, ông về nhà, bà đi hâm lại đồ ăn, ông bảo đã ăn sơ sơ ở sở rồi nên không muốn ăn nữa. Ông đi tắm rồi lên giường. Bà muốn vợ chồng yêu nhau nhưng dù bà cố gợi ý, ông vẫn né tránh. Rồi ông cũng qua quít cho xong. Như trả nợ. Đúng là trả nợ vì thường thường khi ông nói phải làm trễ là tối đó bà bắt ông tù ti để chứng tỏ là ông mần việc thực sự chứ không phải mần thứ gì khác. Lâu dần, chuyện này trở thành thông lệ. Hôm nay ông cố né tránh không cho vợ đụng vào người khiến bà sinh nghi. Bà cũng không nghi chuyện xấu cho ông mà chỉ nghĩ là ông bị bệnh chi khiến không muốn vợ đụng vào người. Sáng hôm sau, khi giặt quần áo, bà thấy vết máu đã khô trên vai áo ông. Chỉ dính chút vệt máu thôi. Nếu là người bình thường thì không nhận ra vết đỏ nhưng khổ nỗi tính ông rất tươm tất trong việc ăn mặc, áo phải trắng tinh, nên bà phải rất kỹ lưỡng khi giặt đồ của ông. Bà viết: *"Vết máu bầm mờ hình vòng cung, vị trí ở vai áo. Có cố tưởng tượng tôi cũng không nghĩ ra anh bị làm sao, vì thế mà cả ngày hôm đó tôi thấp thỏm mong chờ hết giờ về nhà để kiểm tra anh. Buổi chiều, anh vừa về, tôi đã săm soi anh một cách kín đáo. Chiếu theo vết máu thì anh bị thương ở vai trái, vì thế khi anh ngồi nghỉ ở ghế sô-pha, tôi đi từ phía sau đến, tì tay lên vai trái anh. Tôi thấy anh kêu "ái", khi tôi hỏi làm sao, anh bảo đột nhiên chân bị chuột rút. Tôi bảo anh đi thay quần áo rồi tắm rửa chuẩn bị ăn cơm. Anh vào phòng tắm, đóng cửa lại. Tôi chờ một phút rồi mở cửa đi vào. Tôi thấy anh vội vã mặc áo khoác ở nhà vào người. Tôi giả vờ hỏi anh: "Anh làm gì mà như có tật giật mình vậy? Có chuyện gì giấu em à?". Chồng tôi bảo: "Đột nhiên em đi vào như thế thì anh giật mình chứ có cái gì đâu!".*

Buổi tối bà làm cho ra lẽ. Bà nói thẳng là đã nhìn thấy vệt máu trên áo ông. Tại sao ông bị thương mà giấu vợ? Bà mở được áo ông và nhìn vào vai trái. Vết cắn hình hàm răng đều tăm tắp và rất sâu chứng tỏ người cắn phải rất gần ông. Cuối cùng ông thú nhận gặp lại cô bạn cũ thời trước khi ông đi du học. Chồng cô hiện nay là một tên vũ phu hay đánh đập vợ. Cô xin ông cho cô nương dựa tinh thần mỗi khi buồn chuyện chồng con. Chồng bà không đáp ứng. Cô ta xin cho ôm một lần rồi thôi. Cô ôm và cắn mạnh vào vai ông. *"Từ hôm đó, vợ chồng tôi hầu như không nói gì với nhau. Cô ấy đã thành công trong việc trả thù anh, vì tôi đã buộc anh ngủ riêng cho tới bao giờ vết cắn lành lại. Nhưng vết sẹo đó thì chắc chắn vẫn còn mãi. Nó không khác gì một dấu vết xấu xí khắc vào cuộc hôn nhân của chúng tôi".*

Vết cắn để lại vết sẹo. Đó là một vết xấu xí không bao giờ xóa nhòa đi được. Trên da thịt cũng như trong tâm hồn. Cắn như vậy là cắn đau. Người cắn và người đau đều là các bà. Chuyện đàn ông cắn nhau giản dị hơn nhiều. Mà đàn ông cũng chơi võ cắn hay sao? Cũng có, tuy hơi kỳ cục. Thể thao gia mà cắn còn kỳ cục hơn nhiều. Chuyện anh bốc sĩ Mike Tyler cắn đứt tai đối thủ Evander Holyfield trong một trận so găng vào năm 1997 đã làm ầm ỹ giới thể thao. Mẩu tai đã rơi xuống sàn đấu và chàng Mike Tyler đã bị xử thua. Thua là phải. So găng thì mắc mớ chi mà mang răng ra thi đấu. Dư luận lên án khắt khe. Chàng Holyfield giận tím gan tím ruột. Giận là phải vì tự nhiên khiếm khuyết một mẩu tai, xí trai là cái chắc. Chàng giận suốt 15 năm.Tới năm 2013 chàng Tyson mới tới tận nhà để xin lỗi và trả lại mẩu tai cho Holyfield. Hai người đã làm hòa, ôm nhau thắm thiết. Mẩu tai sau 15 năm còn ra cái thể thống chi mà trả lại, tôi thắc mắc. Nhưng phúc đức, đó chỉ là mẩu tai giả, có tính cách tượng trưng. Cả hai cùng cười toe vì màn xin lỗi muộn màng này. Lý do vì đây chỉ là một màn quảng cáo của hãng giầy thể thao *Foot Locker*. Đã là quảng cáo thì cả hai đều có chút đỉnh bỏ túi.

Đàn ông, nhất là đàn ông khỏe mạnh, thể thao gia nhà nghề, cắn nhau là chuyện ẹ. Tưởng chỉ là chuyện hy hữu hóa ra cũng có màn tái diễn. Lần này là môn bóng tròn. Trong trận gặp gỡ giữa hai đội tuyển Uruguay và Ý tại *World Cup 2014,* tiền đạo Luis Suarez của Uruguay đã thím xực vào vai của hậu vệ Chiellini của Ý. Trọng tài đã không phạt và Suarez vẫn tiếp tục đá tới hết trận. Hai ngày sau, trước sự tức giận của dư luận và báo chí, FIFA mới luận án: Suarez bị cấm đá 4 tháng ở cấp Câu Lạc Bộ và 9 trận với đội tuyển quốc gia. Ngoài ra còn phải nộp phạt 112 ngàn đô. Đây là án phạt rất nặng cho một cầu thủ chuyên nghiệp. Liên Đoàn Túc Cầu Uruguay xin giảm án để Suarez có thể đá vào vòng sau nhưng đơn xin bị bác. Tổng Thống Uruguay nhảy vào cuộc. Ông chỉ trích Liên Đoàn và coi vụ phạt này như "một vấn đề quốc gia". Tổng Thống lên tiếng cũng chẳng ăn thua chi, dân mộ điệu Uruguay chọc quê Liên Đoàn. Khi Suarez phải về nước sớm, dân chúng xô nhau ra đón tại sân bay Motevideo hoan hô ầm ỹ. Kẻ có tội được tung hô vì…danh dự quốc gia! Suarez và gia đình đã ra trước ban-công nhà vẫy tay cám ơn dân chúng. Cứ như một anh hùng dân tộc. Chiến công là môn võ cắn trong một môn thể thao chỉ dùng chân. Anh này chắc kiếp trước là một chú gâu gâu, hoặc chí ít ra cũng tuổi Tuất, vì lần này là lần thứ ba anh đá bóng bằng răng!

Cắn là nghề của chó. Chuyện này ai cũng biết. Nhiều người đã là nạn nhân. Trong số đó có tôi. Ngày nhỏ, tôi bị sai tới nhà một ông bác giầu có để đưa một món đồ. Nhà giầu hồi đó phải nuôi chó. Tiếng là để giữ nhà giữ của cho chủ nhưng thực ra đó là một chuyện làm mát mặt chủ. Nếu là chó *berger* thì mát hết cỡ. Ông bác tôi nuôi chó *berger.* Khi tôi bấm chuông, bà người làm ra mở cửa, con chó to đùng vàng óng vội nhảy ra đớp tôi một phát. Máu me rịn ra. Ông bác tôi suýt soa, cho tôi cục kẹo, dặn là đừng nói với ai. Vết cắn rành rành tươi rói trên đùi làm sao giấu được. Nhà tôi biết nhưng phải ngậm câm. Chó nhà giầu thường có cái uy riêng.

Bởi vậy nên khi đọc được tin chó bị người cắn, tôi khoái chí tử. Mối thù kéo dài ba phần tư thế kỷ như được giải tỏa. Người anh hùng của tôi là ông David Etzel, 37 tuổi, cư dân West Palm Beach, Florida. Chuyện xảy ra vào tháng 4 năm 2015. Ông này hơi dềnh dang, cao tới 2 thước và nặng cỡ 170 kí. Ông giỡn với chú chó nhỏ giống *shih tzu.* Chú chó nhỏ cắn ông ta. Khi đó ông ta cũng đã ngà ngà say nên cắn lại chú chó. Ông còn tặng chú chó tí *bonus* bằng cách bóp cổ chó khiến con mắt văng ra khỏi hốc mắt. Chú chó nhỏ sau đó được thú y sĩ nhét mắt trở lại hốc mắt nhưng vẫn bị mù. Ông bị kết tội hành hạ súc vật. Thật ai oán. Nếu ông David Etzel hành động ở Việt Nam chẳng hạn thì sức mấy ông bị tù tội. Tôi thương ông này hết sức, mắc mớ chi mà làm công dân Mỹ vậy không biết!

Chuyện cắn gây thương tích là chuyện dĩ nhiên vì cắn là một hành động tấn công. Nếu chỉ nghĩ như vậy là oan cho hành động cắn. Cắn còn là một hành động thương yêu. Người được cắn hưởng được cái thú đau thương. Để trả lời câu hỏi tại sao các nàng thường hay cắn yêu khi cuộc tình đang mặn nồng, các nhà tâm lý đã phân tích ra được nhiều điều thú vị. Cắn trước hết là cách chứng minh mức độ thân mật giữa hai người yêu nhau. Cũng như hai người bạn lâu ngày gặp nhau đấm nhau trong tiếng cười. Cắn hay đấm biểu tỏ tình thương yêu. Cắn là thay thế cho câu ngại thốt ra: em yêu anh. Cái cắn yêu nhè nhẹ là một cách tỏ tình. Cắn cũng là một cách nũng nịu chứng tỏ niềm hạnh phúc lớn lao đang dấu trong người. Cắn là một kích thích tố cho tình yêu, đem lại thú vị hơn cho hai người yêu nhau. Cắn cũng là một con dấu đóng trên da thịt người yêu để chứng tỏ quyền sở hữu. Cắn còn là để lại vết tích của mình trên người yêu một cách thích thú.

Cái cắn yêu đáng yêu như vậy. Đó là một cách biểu lộ tình yêu bằng răng. Được cắn như vậy các chàng sướng tê người. Dĩ nhiên anh chàng bị cắn đứt hòn ngọc thuộc trường hợp khác chẳng nên nhắc lại cho mất vui đi.

Vết cắn trên trái táo của Apple là một vết cắn dễ thương, nhiều người nghĩ như vậy. Tôi nghĩ trái táo tự nó cũng đã dễ thương. Vài năm sau 1975, gia đình tôi mở một quán cà phê. Thực ra cũng chẳng có chi to chuyện. Nhà có một lối đi vào dài chừng trăm thước trồng cây hai bên cộng thêm một cái vườn nho nhỏ ở phía trong. Sắm thêm chục cái bàn, vài chục cái ghế bằng cây có thể gấp được để rải rác dưới những gốc cây là ra một quán cà phê khá thơ mộng. Chẳng biết đặt tên quán là chi, tôi cắt dán một trái táo đỏ để ngoài cửa. Quán rất đắt khách và được khách đặt tên là quán "cà phê trái táo". Ngày đó chưa có Apple và cái logo có trái táo bị cắn một miếng, nếu có chắc tôi cũng cho trái táo cà phê của tôi một vết khuyết. Tôi thích vết cắn này. Nó nũng nịu như một vết yêu.

Người vẽ chiếc logo nổi tiếng của Apple mới tiết lộ nhiều điều khá thú vị về vết cắn này. Ông Rob Janos, tác giả của *logo* trái táo, cho biết ông chủ của Apple lúc bấy giờ là Steve Jobs chỉ bảo ông vẽ một *logo* thật giản dị vì cái *logo* trước của Apple khá rườm rà. Đó là một bức tranh vẽ ông Newton đang ngồi dưới gốc cây táo. Nhìn thì đây không phải là một *logo* đúng nghĩa. *Logo* phải giản dị, mỹ thuật, in ngay vào trí nhớ người ta chỉ sau một lần nhìn thấy. Steve Jobs còn dặn dò là *logo* không nên "dễ thương" quá. Để cho chắc ăn, Rob Janos vẽ hai kiểu, đều là trái táo, nhưng một trái nguyên và một trái bị cắn. Ông thích trái bị cắn hơn nhưng e ông chủ thấy dễ thương quá không lựa. Vậy mà khi duyệt hai mẫu, Steve Jobs lại khoái vết cắn. Chính vết cắn tạo nên cái duyên của *logo*.

Ngày nay hầu như mọi người đều thích cái *logo* trái táo bị cắn một miếng này. Nó nổi tiếng khắp thế giới. Những *fan* của Apple không những dán *logo* này trên xe mà còn xâm hình *logo* trên người, một điều mà chưa có *logo* nào đạt được. Đã ba chục năm trôi qua kể từ ngày *logo* trái táo khuyết ra đời, nó vẫn còn *hot* như thường.

Do đâu mà ông Rob Janos nghĩ tới vết cắn trên trái táo, ông cũng mù mờ không biết rõ. Có thể đó là từ câu chuyện Bạch Tuyết đã mê man khi cắn trái táo có độc dược của mụ phù thủy và chỉ thức dậy khi vị hoàng tử tới hôn lên môi. Câu chuyện thần tiên này ông được nghe mẹ ông kể đi kể lại ngày còn nhỏ. Nhưng cũng có thể là vì ông sợ mọi người hiểu lầm trái táo là trái anh đào nên vẽ thêm một vết cắn cho ra đúng trái táo! Nhưng chuyện sau này là chuyện tình cờ. Khi ông vẽ xong thì ông Giám Đốc Mỹ Thuật của hãng, sếp của Rob Janos, tới nói với ông: "Bồ có biết là trong ngôn ngữ của *computer* có chữ *"byte"* không?". *Byte* là một từ ngữ phát âm na ná như chữ *"bite"* có nghĩa là cắn! Rob la lên: "Bồ không giỡn chứ?". Vậy là toàn bích. Cái toàn bích có được do tình cờ!

Nhưng nói tới chuyện trái táo bị cắn thường ai cũng nghĩ tới ông Adam và bà Eve, thủy tổ của loài người. Theo Cựu Ước, hai người được tự do sống trong vườn Địa Đàng. Chúa Trời chỉ cấm họ một điều: không được ăn những trái táo trong vườn. Con rắn đã rù rì với bà Eve nếu ăn trái táo sẽ khôn ngoan sáng láng như Chúa Trời và dụ bà cứ ăn. Đàn bà thường dễ dụ nên bà Eve đã cãi lời Chúa Trời, rủ ông Adam ăn trái cấm. Đó là tội tổ tông mà ngày nay chúng ta còn mang trên đầu. Mấy ông còn rành rành chứng cớ khi trái táo của ông Adam nuốt chưa trọn vẫn còn nằm trên cổ họng của mỗi anh đực rựa.

Tôi tin là ông Rob Janos đã có trái táo cắn này trong tiềm

thức nhưng ông cãi lại khi cho biết là ông không đạo đức tới nỗi nhớ tới trái táo trong vườn Địa Đàng. Mặc ông này nói, tôi vẫn tin là trái táo của hãng *Apple* là trái táo của bà Eve cắn dở ngày xưa để tội lên đầu toàn thể nhân loại. Ngày nay, khi muốn theo Thiên Chúa Giáo, người tân tòng vẫn phải cúi đầu cho vị chủ tế đổ nước trên đầu rửa cái tội cắn trái táo của ông Adam và bà Eve từ thuở xa lắc xa lơ.

Trong những sản phẩm điện tử ngày nay, các sản phẩm mang *logo* trái táo có vết cắn của Apple như *iPhone, iPad, iPod, iMac* bao giờ cũng có giá đắt nhất. Vậy mà người ta vẫn cứ xúm vào mua trái táo khuyết. Tại sao vậy? Bởi vì chúng ta đang phải đền tội tổ tông!

06/2016

CHAY

Tết năm nay tôi có duyên với chùa. Tôi tới hai cảnh chùa lận. Gọi là cảnh chùa chứ chùa chiền bên này làm gì có cảnh. Có được một nơi khang trang để cúng Phật đã là quý lắm rồi, đất đai đâu mà vườn tược với tượng đài. Cái duyên của tôi là duyên do những người đã khuất núi ban cho. Mới đây thôi, họ còn nói cười, đùa giỡn, thậm chí ăn tục nói phét với mình. Vậy mà chỉ trong một sát na họ làm mặt nghiêm lên bàn thờ ngồi cho mình vái. Chơi vậy thì chơi với ai. Nhưng bây giờ đâu có thể nắm áo họ để cà khịa! Dù sao họ cũng để cho mình chút lộc: được thụ trai.

Mâm cơm dọn lên. Cũng gà, cũng bò, cũng heo, cũng cá từng đĩa từng bát. Mỗi gắp đũa là một nghĩ ngợi so sánh. Ừ cũng có mùi bò nhưng cái mũi có thể lầm chứ cái miệng tinh ranh không dễ bị lầm. Cái đầu thì quay cuồng với ý nghĩ chuyện thật chuyện giả. Vọng động quá. Chay mà mặn, mặn mà chay, cứ lộn tùng phèo hết. Thường bữa trưa dã chiến ở nhà, tôi khoái nhất là cơm chao đậu phọng. Nghĩ ra thì là chay đứt đuôi tuy không rau dưa tương cà như trong "Hồn Bướm Mơ Tiên". Khoái khẩu là chuyện chính, đâu cần chay chiếc, phúc phần chi. Chắc anh chàng Ngọc trong "Hồn Bướm Mơ Tiên" cũng chẳng phúc phần chi khi ăn cơm chùa. *"Ngọc nhác nhìn mâm cơm đặt trên bàn mủm mỉm cười. Buổi tối thấy nhà chùa có vẻ náo nhiệt, nhộn nhịp, kẻ lên người xuống, lách cách bát đĩa, nồi mâm, chàng vẫn tưởng các chú tiểu sửa soạn một bữa tiệc sang để thết khách quý. Ai ngờ trên chiếc mâm gỗ vuông chỉ lòng chỏng có đĩa dưa, đĩa cà và đĩa muối vừng. Lúc đó chú Lan bưng lên một bát đậu phụng kho tương, khói bay nghi ngút. Chú hơi cau mặt, hỏi chú Mộc: "Sao chú không bảo bà Hộ rán đậu?". "Dầu lạc hết rồi, mai mới mua được". Chú Lan quay lại nói với Ngọc: "Thưa ông, bữa nay ông hãy xơi tạm. Nếu mai ông muốn dùng cơm mặn, xin báo bà Hộ làm riêng để ông dùng". Ngọc tươi cười đáp: "Cảm ơn chú, nhưng tôi thích ăn cơm chay". "Ông quen ăn mặn nên dùng vài bữa cho biết mùi, chứ ông ăn mãi cơm chay thế nào được!".*

Cơm chùa ngày nay không còn như thời anh chàng Ngọc tới chùa Long Giáng, gặp chú tiểu Lan xinh đẹp, nghi là gái, cố làm Sherlock Home để lụy vì mối tình mông lung. Cơm chay có còn là chay không? Nhìn những món dọn trên bàn cơm chay của nhà chùa, tôi không thấy chay ở chỗ nào cả. Nghe mấy bà siêng đi lễ chùa ngồi ở bàn bên cạnh kháo nhau cơm chay chùa này ngon, chùa kia không ngon, tôi nghĩ trong lòng họ chắc không còn chay.

Sư bà Thích Đàm Ánh, trụ trì chùa Phụng Ánh, nằm cuối

con ngõ Cống Trắng của đường Khâm Thiên, Hà Nội, nấu cơm chay số dách. Chẳng thế mà các Phật tử tôn xưng bà là "Hà Thành Đệ Nhất Cơm Chay"! Qua tay bà, đậu tương, đậu xanh, chân nấm hương, mè , đậu phọng, phù chúc, bánh tráng, vỏ bưởi…đều trở thành gà tần, cá kho, thịt bò hấp, chân giò hầm, lươn nướng…Tài hoa như vậy nhưng sư bà vẫn khuyên chúng sinh: "Ăn chay chẳng nên tìm cái khoái khẩu trên đầu lưỡi mà nên tìm những cái thanh tịnh lắng đọng suy tư từ đồ ăn. Tôi làm chay theo hình mặn như gà, cá, giò chả cũng là chiều theo người đời đấy thôi, chứ tôi chỉ mong người ta ăn chay không nghĩ mặn, như vậy không bằng ăn mặn nghĩ chay".

Tài nấu cơm chay của sư bà Đàm Ánh đã có một giai thoại. Ký giả Phùng Nguyên kể lại: *"Một ngày nọ, cỗ chay của sư bà đã thăng hoa trong bữa tiếp Thủ tướng Ấn Độ lúc đó, bà Gandhi. Bà Thủ Tướng nổi tiếng này sang thăm Việt Nam đã ngỏ ý muốn thưởng thức bữa tiệc chay mang đậm phong cách Việt. Dĩ nhiên, "Hà thành đệ nhất cỗ chay" được nhận vinh dự lẫn thử thách ấy. Chỉ trong một buổi, mâm cơm chay 3 bát 6 đĩa đủ những giò, chả, măng, mọc... theo truyền thống ẩm thực Hà Nội được bày lên. Bà Thủ tướng Ấn Độ cứ khen mãi món cá sốt chua ngọt làm từ hoa chuối, canh măng khô dai mà vẫn giòn... Tất cả mâm cỗ chay toát lên một tinh thần tinh khiết, đậm đà rất Việt Nam khiến nguyên thủ quốc gia đến từ đất Phật cứ lặng ngồi suy tư. Có vẻ như bà nhận ra một triết lý nhân sinh nào đó từ mâm cỗ chay thuần Việt kia?"*

Có triết lý nhân sinh nào trong tâm của bà Thủ Tướng

Ấn Độ Gandhi khi bà thưởng thức mâm cỗ chay của sư bà Đàm Ánh không? Tôi không nghĩ như vậy. Vì chùa chiền bên Ấn Độ làm chi có món chay. Các Phật tử Việt Nam quen nếp sống…chay nên cứ tưởng hễ là chùa thì phải chay. Thực ra ngày nay chỉ có chùa chiền Việt Nam, Trung Hoa và Hàn Quốc là chay thôi. Các nơi khác cứ tự do mặn. Ngay cả tại Việt Nam các chùa theo Tiểu Thừa cũng vẫn mặn. Nhà ông bác tôi ở Chợ Lớn, ngay sát Chùa Bà. Ngày tết, tôi vẫn thường vào chúc tết ông, nhân tiện đứng coi múa lân trước cổng chùa. Tôi thấy các Phật tử người Hoa lễ mễ bưng heo quay, gà nướng tới lễ chùa. Tại Montreal này, ngay trong khu vực trung tâm thành phố, có một ngôi chùa của người Việt gốc Hoa cũng vẫn cứ thịt thà cúng tế. Tôi có vài anh bạn làm chức sắc trong chùa thỉnh thoảng vẫn rủ tôi tới ngả mặn tại chùa.

Thượng Tọa Thích Trí Siêu ở Pháp, trong bài "Đạo Gì?", kể lại: *"Có một thầy Việt Nam đi cùng với Phật tử đến viếng thăm một Trung Tâm Phật Giáo Tây Tạng. Không biết thầy này thơ thẩn làm sao mà lại đi ngang nhà bếp, thấy họ đang xào nấu thịt bò, trở ra nói với Phật tử: "Trời ơi! Ở đây họ ăn thịt!". Trong một chuyến hành hương sang Ấn Độ, trên máy bay, vào giờ ăn, có vài vị sư Nam tông ăn thịt do tiếp viên hàng không đưa tới. Thấy thế, vài Phật tử Việt Nam xì xào với nhau: "Mấy ông thầy này tu hành kiểu gì mà ăn mặn, không biết từ bi chỗ nào!"*.

Cũng Phật giáo nhưng chỗ ăn chay, chỗ ăn mặn, rắc rối làm sao! Theo chỗ tôi biết thì Phật giáo có hai hệ phái là Đại thừa và Tiểu thừa. Người bình dân chúng ta thường phân biệt là các sư áo vàng và sư áo nâu. Áo vàng là Tiểu thừa, áo nâu là Đại thừa.

Tiểu thừa, còn gọi là Nam tông, chủ trương giữ y nguyên truyền thống Phật giáo từ thời nguyên thủy. Các bậc tu hành của hệ phái này là các khất sĩ mang bình bát đi khất thực, ai cho gì họ nhận và ăn cái nấy, không chọn lựa. Thịt thà chi cũng ăn tuốt. Đó là hệ phái ở miền Nam Ấn Độ và truyền sang Tích Lan, Thái Lan, Miến Điện, Lào và Kampuchia. Hệ phái này được gọi là Nam Tông.

Hệ phái Đại Thừa, còn gọi là Bắc Tông, truyền từ miền Bắc Ấn Độ sang Tây Tạng, Trung Hoa, Việt Nam, Hàn quốc và Nhật Bổn. Trong khi Tiểu thừa giữ nguyên truyền thống ban đầu thì Đại thừa chấp nhận các ảnh hưởng địa phương của các quốc gia du nhập. Tùy thuộc văn hóa nước sở tại mà Phật giáo Đại thừa hội nhập một cách hòa bình, biến thành Phật giáo địa phương. Mỗi nơi có những nét đặc thù riêng tạo nên một đạo Phật mang đậm tính chất bản địa. Các chư tăng ni trụ trì tại một ngôi chùa, không đi khất thực, tự lo việc ăn uống, không sát sinh.

Đại khái là như vậy nhưng cả hai hệ phái không chia theo địa lý cứng ngắc. Tại nhiều nơi, người ta thấy cả sư áo vàng và sư áo nâu cùng sinh hoạt gần nhau. Rồi chuyện chay hay mặn cũng không hẳn là chuyện đặc thù của Nam tông hay Bắc tông. Các tu sĩ Đại thừa ở Nhật Bổn cũng thịt thà như điên, chẳng cấm kỵ chi cả. Lại còn thoải mái lấy vợ! Một giáo phái Đại thừa ở Tây Tạng mà các nhà sư mặc áo đỏ, cũng ngả mặn. Ngay một số đệ tử của Đức Đạt Lai Lạt Ma khi sang Mỹ thuyết giảng cũng không đặt vấn đề chay

hay mặn.

Vậy là chay hay mặn không ảnh hưởng tới chuyện tu tập. Phái Nguyên Thủy cho rằng việc giải thoát không do nơi ăn uống mà do nơi thanh tịnh ba nghiệp: thân, khẩu, ý. Ăn chay mà thân khẩu không lành, ý chứa gươm đao, giới luật không giữ thì không lợi ích gì. Dân ta thường nói: "ăn mặn nói ngay còn hơn ăn chay nói dối".

Ngược lại, phái Đại Thừa cho rằng ăn chay là để tránh ăn thịt lẫn nhau vì nếu tin theo thuyết luân hồi thì có thể người thân thích của mình đang bị trầm luân làm kiếp động vật, vậy nên vô hình trung mình đang ăn thịt người thân của mình. Nghe ra tội lỗi!

Các bậc tu hành thượng thừa không nghĩ giản dị như vậy. Truyện kể rằng, vào đời nhà Trần, hoàng thái hậu Nguyên Thánh Thiên Cảm thết tiệc bá quan. Tiệc được dọn cả món chay lẫn món mặn. Tuệ Trung Thượng Sĩ, người sáng lập ra Thiền Phái Trúc Lâm Yên Tử Việt Nam, đã điềm nhiên ăn thịt cá. Thái Hậu ngạc nhiên hỏi: "Anh tu thiền mà ăn thịt cá thì thành Phật sao được?". Ngài Tuệ Trung cười đáp: "Phật là Phật, anh là anh. Anh không cần làm Phật. Phật không cần làm anh". Tuệ Trung Thiền Sĩ là bậc tu hành thâm hậu, lời đáp của Ngài không phải là lời xằng bậy. Việc ăn thịt cá của Ngài trái hẳn với kinh sách Đại Thừa. Vậy thì chúng ta phải hiểu câu nói của Ngài ra sao? Ngài nói lên cái quan trọng của tâm tu và cái phá chấp trong phương diện tu hành.

Chuyện ăn chay chẳng phải chỉ là chuyện tôn giáo. Ngày nay người ta còn ăn chay để giữ gìn sức khỏe. Trong cái thế giới mà bệnh tật khá ma mãnh như thế giới chúng ta sống ngày nay, ăn chay có giúp con người giữ gìn được sức khỏe tốt hơn ăn mặn không? Chuyện cũng rắc rối chẳng kém chuyện chay tịnh trong tôn giáo. Bác sĩ Trần Xuân Ninh kể lại chuyện sau: *"Cách đây mấy tháng, tôi đi đám ma của một người bạn cũ (thời Đại Học Vạn Hạnh ở Sàigòn), Cô là đệ tử của thầy Hằng Trường. Tôi không biết cô ăn chay trường từ hồi nào, nhưng cách đây gần bốn năm, cô qua Dallas, Texas, thăm một người bạn. Thấy cô ốm yếu, xanh xao, cô bạn đưa cô đến một Bác Sĩ về dinh dưỡng (nuitritionist). Bác Sĩ khám, thử máu, hẹn vài ngày sau đến gặp. Bác Sĩ hỏi về cách ăn uống, cô cho biết cô ăn chay. Bác Sĩ khuyên cô nên thay đổi cách ăn uống, nếu không, cô sẽ chết trong vòng hai năm. Bác Sĩ giải thích : "Cô ăn quá nhiều đậu nành (soy bean), máu của cô bị nhiễm độc (quá nhiều độc tố từ đậu nành), không tốt cho sức khỏe của cô. Trở lại Nam Cali, tôi không hiểu cô có thay đổi cách ăn uống hay không, nhưng khi đi đám ma của cô, gặp bạn cho biết, vài tuần cuối đời, cô rất đau đớn, nằm ở nhà thương trên Long Beach, họ không thể rút máu của cô từ mạch máu (tôi nghe kể lại) mà xẻ đùi của cô để lấy máu, lọc đi, rồi truyền vào cơ thể trở lại, nên rất đau đớn. Tôi không chứng kiến việc này, mà chỉ đến thăm cô lần cuối ở nhà quàn. Tôi cũng có đọc một bài trên* internet *(khá lâu rồi) về đậu nành, nếu dùng vừa phải thì tốt,* protein *thay cho thịt cá, nhưng lạm dụng thì không tốt. Tôi thấy tất cả món ăn chay, đều làm từ đậu nành, khi đã nguyện ăn chay, thì tại sao phải ăn thức ăn giống ăn mặn? (chả giò, bún bò Huế, giò, chả, thịt kho, cá kho..... tất cả những thứ này làm từ đậu nành). Khi đã nguyện "ăn chay" mà tại sao vẫn muốn ăn giống món mặn, tức là lòng chưa thanh tịnh, tại sao không ăn uống bình thường (tốt cho sức khỏe) mà lòng thanh tịnh. Đạo Phật không bắt buộc ăn chay".*

Chuyện của bà Annette Larkins lại khác. Bà sanh năm 1942 tại Bắc Cali, năm nay đã 74 tuổi trong khi chồng bà mới 58 tuổi, vậy mà hai người đi với nhau, ai cũng tưởng đó là hai cha con! Bí quyết trẻ lâu của bà là ăn nhiều rau quả và không dùng đồ ăn chín. Từ năm 1963, bà luôn ăn đồ nguyên chất không qua nấu nướng. Khu vườn nhà bà toàn rau trái mà bà hái dùng hàng ngày. Bà ăn tươi hoặc ép thành nước. Bà hứng nước mưa để dùng hàng ngày. Rau trái trong vườn nhà bà cũng được tưới toàn nước mưa. Bà cho biết muốn chuyển qua ăn chay thì phải thay đổi từ từ. Trước kia chồng bà có một nhà máy chế biến thịt heo nên bà ăn thịt bưa. Từ khi ăn chay bà chưa phải dùng tới một viên thuốc cảm nào. Sức khỏe của bà thật hoàn hảo. Sáng sáng bà thức dậy từ 5 giờ rưỡi để đi bộ. Bà cho biết: "Ăn chay tạo cho tôi đầy đủ năng lượng sống, tạo ra niềm vui và hạnh phúc trong lòng tôi, điều mà tôi chưa từng có được khi ăn uống theo chế độ bình thường trước đó. Tôi có nhiều năng lượng tới nỗi, nếu đem chúng đóng chai và mang bán, thì tôi đã trở thành triệu phú. Trí nhớ của tôi tốt hơn và vòng eo thì nhỏ đi".

Nếu cứ loay hoay nghĩ tới chuyện chay hay mặn, dám tổn thọ lắm. Tôi ít nghĩ tới chuyện này. Với tôi, ăn phải cho ra ăn, chuyện khác, tính sau. Mấy ông bạn tôi, cũng thuộc loại có tâm hồn ăn uống, nghe chuyện bà Annette Larkins, bèn phán: bà này giữ được vẻ trẻ trung chắc chi vì ăn uống như...khỉ mà vì hưởng sinh khí của ông chồng trẻ hơn tới 16 tuổi! Tìm hiểu thêm về ông chồng bà này, tôi mới biết thêm, ngoài ngoại hình già nua, ông này còn bệnh tật liên miên, phải dùng thuốc tiểu đường và cao máu hàng ngày!

Chay hay không chay, *that is the question!* Tôi nhại ông William Shakespeare cho vui chứ ông này vô can trong chuyện chay mặn. Bây giờ chay đã từ chùa ra chợ. Hầu như thành phố nào có người Việt ngụ cư đều có các nhà hàng chay. Tại Tiểu Sài Gòn lại còn chay mạnh hơn nữa. Tôi đã có lần vào một nhà hàng chay tại thủ đô của người Việt tỵ nạn. Tuy đã mang chay ra chợ, họ vẫn trang trí nhà hàng bằng những tượng Phật bóng lộn màu gỗ gụ. Vậy thì nơi đây thực khách dùng đồ chay vì lý do tôn giáo hay sức khỏe? Mà cũng chẳng cần thắc mắc làm chi. Thực khách của những nhà hàng này chẳng bao giờ thắc mắc ấm ớ như vậy. Họ chỉ vào ăn cho đã cái miệng. Một trong những nhà hàng chay này, nhà hàng Bồ Đề, có chủ nhân là một ông người Mỹ chánh hiệu: ông David Dunlap. Cô ký giả Ngọc Lan của báo Người Việt đã viết nguyên một bài báo về ông Mỹ ngủng ngẳng này. Ông là một nhân viên cảnh sát về hưu sớm. Ông cho biết: "Thấy tôi sang lại nhà hàng chay này, nhiều người tưởng tôi là người tu hành. Nhưng không phải. Tôi không phải dạo Phật, cũng không ăn chay. Tôi là một người Mỹ, theo đạo Công Giáo. Nhưng tôi là người cởi mở và biết mở lòng ra với mọi người". Sự hiện diện của một ông Mỹ tại nhà hàng chay khiến nhiều người lầm tưởng ông là một anh chạy bàn. Một bữa có một nhà sư Việt Nam tới dùng bữa. Thấy ông David, nhà sư ngoắc tay lại theo kiểu Việt Nam:

"*Hey! You!*". Ông bước tới hỏi xem thầy cần chi, thầy đưa cho ông tờ 5 đô! Ông cười sảng khoái kể lại: "Có lẽ nhà sư nghĩ tôi vào phụ việc nên thương tình cho tôi tiền. Đến khi nghe những nhân viên trong tiệm nói tôi là chủ mới của nhà hàng thì nhà sư đòi lại không cho nữa!". Không phải chỉ có nhà sư này bé cái lầm mà nhiều thực khách cũng lầm như vậy. Họ cho ông "bồi bàn người Mỹ" ít tiền. Dân ta có lòng tội nghiệp rất …phân biệt chủng tộc. Thấy đồng hương làm bồi bàn thì không xúc động nhưng thấy Mỹ làm bồi bàn thì tội nghiệp cho tiền! Ông David lại thích thú kể: "Tôi từ chối thì họ ra hiệu cho tôi cứ lấy đi. Cuối cùng tôi cám ơn và cho tiền vào hộp tiền *tip* của nhân viên". Người Việt cho tiền ông thì ông cũng cho tiền lại. Nhà hàng Bồ Đề hoàn toàn miễn phí cho các em học sinh có toàn điểm A tới ăn! Vẫn ông chủ vui tính này kể: "Tôi tới hỏi thăm và cho các em biết nếu ở trường các em được toàn điểm A thì sẽ được ăn miễn phí. Có em hỏi thế có một điểm B thì sao, tôi bảo thì uống nước lạnh thôi, còn nếu có điểm C thì ra xe ngồi chơi!". Không thấy nói ông chủ có tinh thần khuyến học này kiểm soát điểm số bằng cách nào. Bắt các em tới ăn phải mang theo học bạ hay tin tưởng các em ăn chay thì chẳng bao giờ nói dối.

Nghe chuyện ông chủ nhà hàng chay David Dunlap thấy cũng vui vui. Ông này "phiếm" ra phết! Nhưng dù có khoái cái tính phiếm của ông, tôi cũng không tới ăn nếu tôi tới *Little Saigon.* Tính tôi vốn nghiêm chỉnh: chuyện gì ra chuyện nấy. Tại sao không ăn bò, heo, gà, cá thật mà cứ phải ăn cái thứ… hình như là thịt cá!

02/2016

CƯNG

Westmount là khu sang nhất của Thành phố Montreal chúng tôi. Cư dân hầu như toàn loại đông địa, nhà cửa gần như toàn thứ xịn. Và các bà đầm ở đây rất khoái nuôi chó. Ra đường có chó đẹp quanh quẩn nơi chân là một cái mốt làm đẹp lòng các bà. Nhưng chuyện không ai ngờ là các bà chỉ khoái dắt chó chứ không muốn hầu hạ chó. Chó có lúc dễ thương nhưng cũng có lúc đực mặt ra tuân theo lẽ trời. Chuyện thành phố đã ra luật đàng hoàng là khi chó sản xuất thứ cặn bã thì chủ phải hốt liền, nếu bất tuân sẽ bị phạt 77 đô. Vậy mà nếu lén lút bỏ qua được thì các ông bà chủ chó cũng làm lơ luôn. Thứ của thừa này gây bực bội cho mọi người. Mới đây, ông Glenn Neven, chủ tiệm giầy Birkenstock trên đường Greene đã la làng trên mặt báo: "Đây không phải là chuyện lớn lao chi nhưng chúng xảy ra thường xuyên đủ để chúng ta phải lên tiếng. Trước kia là các bà già với một hai con chó nhỏ. Sáng sớm tụi chó thường hay bĩnh ra. Có khi tôi trông thấy và bảo họ: 'Bà phải dọn sạch ngay', và tôi giúp họ. Nhưng bây giờ thì…kinh hãi!". Ông Thị Trưởng Westmount Peter Trent đã kêu trời: "Không có gì tệ hại hơn là chủ chó không dọn chất thải của chó. Với tôi, đó là sự tởm lợm!". Ông đã có kinh nghiệm với sự tởm lợm này. Đó là khi ông tới dự một buổi lễ tại Đài Tưởng Niệm của thành phố, ông kể lại: "Ngay khi tôi tới để chủ tọa buổi lễ, chân tôi đạp vào một đống phân chó!". Thiệt hết nói! Ông chủ tiệm giầy Glenn Neven cũng có kinh nghiệm xương máu: "Vào một ngày thứ bảy, các cửa tiệm đông khách, trước cửa tiệm bên cạnh là một đống chất thừa của chó, vài người khách đã đạp lên và bước vào tiệm. Cả ông chủ lẫn khách hàng đều giận dữ!".

Kinh nghiệm đầy mình với các chú chó cưng mà cả chủ lẫn chó đều bậy bạ, chắc hai ông này không có một chút cảm tình chi với các chú cẩu. Không phải! Cả hai ông đều có chó cưng. Ông Thị Trưởng Peter Trent đúng là…quan. Ông kể lại: "Khi tôi dẫn chú chó cưng Baxter của tôi đi dạo vào lúc tối trời, nếu tôi không thấy rõ chó sản xuất ở chỗ nào, tôi phải trở lại vào sáng hôm sau với một chiếc túi để hốt!".

Tôi không được như vậy. Đã nhiều lần tôi khẳng định là chó không có chỗ trong tim tôi. Cứ nguyên việc nhìn các cô đầm non ôm chó vào ngực tôi đã khó chịu, huống chi là đạp vào phân chó. Tôi kỵ chó thế nào, mặc tôi, người ta vẫn cứ cưng chó. Báo cáo hàng năm của Hiệp Hội Sản Phẩm Thú Cưng Mỹ được công bố tại hội chợ thường niên *Global Pet Expo* vừa được tổ chức tại Orlando, tiểu bang Florida, cho biết trong năm 2014, dân Mỹ đã chi ra 58 tỷ đô cho 397 triệu thú cưng gồm phần lớn là chó, mèo. Chi tiết của số chi này như sau: 22 tỷ cho thức ăn, 15 tỷ cho săn sóc thú y, 14 tỷ cho các vật dụng và thuốc men, 4 tỷ 8 vào các dịch vụ làm đẹp như cắt tỉa lông, thẩm mỹ mặt và *massage,* gửi vào nhà... chó và huấn luyện.

Cưng đến thế đã đủ chưa? Chưa đủ! Dân cưng chó còn muốn yên nghỉ ngàn thu với chó nữa. Dân Mỹ yêu chó nhưng luật pháp Mỹ còn rất dè dặt khi cho chôn người chung với chó. Chỉ có vài tiểu bang OK chuyện này với một vài điều kiện. Tiểu bang Florida cho chôn tro của chó với người miễn là không trộn chung với nhau. Tiểu bang New Jersey cho phép chôn tro của người cùng với thú nhưng chỉ được chôn ở trong nghĩa trang dành cho chó. Năm 2014, tiểu bang Virginia ban hành đạo luật cho phép các nghĩa trang dành riêng khu vực chôn chung người và thú vật nhưng phải có quan tài riêng.

Tiểu bang New York đang lăm le cho chôn chung người và thú. Một dự luật đã được Thượng Viện tiểu bang thông qua vào tháng 3 năm nay cho phép các nghĩa trang dành cho người được phép chôn chung thi hài của chủ với tro xác của thú cưng. Hạ Viện tiểu bang cũng vừa OK dự luật này và gửi lên cho Thống Đốc Andrew Cuomo chuẩn thuận và ký ban hành.

Vậy là vẹn toàn. Người và chó cưng sống chết có nhau. Vui không? Đừng hỏi ý kiến tôi. Mọi người thừa biết rồi! Nhưng ông Du Tử Lê mới đây đã làm tôi nao núng. Đầu tháng 6, ông bạn tôi tung ra bài viết: *"Em Đi Bình An! May Mắn!!!"*. Thấy chữ "em" của ông nhà thơ đã có lúc tự gán cho mình là "tên ma đầu trong tình trường", tôi nghĩ ngay lại có một em nào của ông dứt áo ra đi. Nhưng tôi bé cái lầm. Em đây là em…chó! Em có cái tên rất ngầu: Chí Phèo!

Lai lịch của Chí Phèo được ông kể như sau: "*Cách đây mười hai năm, một hôm Chí Phèo xơ xác, bờm xơm, đói, lạnh, thất thần... lạc vào sân nhà chúng tôi. Gặp Orchid, Chí Phèo mừng rỡ, hồn nhiên ngã vào lòng Orchid, tựa sau một thời gian thất lạc, bất ngờ gặp lại ruột thịt, máu mủ mình. T. kể, không biết ai là chủ của Chí Phèo, e rằng có thể họ sẽ bồn chồn, lo lắng đi tìm đứa con thương yêu của mình; T. khuyên Orchid, dán giấy nơi các trụ điện khu vực chúng tôi đang ở, thông báo việc Orchid hiện tạm giữ Chí Phèo. Xin liên lạc với Orchid để đón lại con mình. Nhiều ngày sau, chúng tôi vẫn không thấy ai gọi điện thoại. Thời gian đó, Chí Phèo cũng đã quen dần với ngôi nhà mới của mình*".

Ngôi nhà mới không phải là mảnh đất tự do của Chí Phèo. Trong nhà còn có chú chó Logan, to lớn khỏe mạnh hơn Chí Phèo. Không biết ông Du Tử Lê đẹp trai đến thế nào mà hai người tình bốn chân của ông ghen với nhau. "*Để đến được với tôi, cả trăm lần Chí Phèo đều bị Logan, "người khổng lồ gốc Đức" chặn lại, vờn, xô, vả mặt, như vờn xô, vả mặt một con chuột nhắt. Cũng có cả trăm lần, Chí Phèo phải bỏ ngang ý muốn đến với tôi bằng cách quay trở lại "dog house" hoặc chui lại vào tủ đựng đồ vẽ. Nhiều lần, để tránh những cú vồ, ngoạm, vả mặt thô bạo của Logan, "em" phải trốn vào khoảng cách hẹp giữa chiếc motorcyle bụi phủ của Hân và, vách phòng chứa đồ của Orchid. Tôi hiểu, nhiều năm sau này, Logan là niềm kinh hoàng của Chí Phèo với những mảng lông bị trụi, những vết thương lòi da trên bộ xương ngày một còm cõi, co, rút vì tuổi già. Tôi hiểu, cũng như tôi, khi tuổi già đến, "em" không còn đứng vững cho tôi gãi đầu, gãi lưng ...Tôi nhớ, có những khuya mưa, lạnh, khi Chí Phèo đánh hơi thấy tôi co ro, tựa tường hút thuốc, Chí Phèo vẫn lao vào mưa, lạnh, để đến với tôi, như đến với một người đồng cảnh ngộ! Người bạn của tuổi già! Khó thể nói ai sẽ đi trước?!?"*

Hai sinh vật, một người một chó, cùng có tuổi già, nhưng có lẽ chỉ có ông bạn tôi biết mình già, suy nghĩ về thời gian, về lẽ tử sinh. *"Với số tuổi ngoài bảy mươi của mình, tôi biết tôi đã quá già để thấu hiểu lẽ vô thường, định luật sống / chết tự nhiên của người cũng như thú. Tôi hiểu, núi có thể biến thành hồ, ao; sông có thể thành sa mạc...! Con người (hay thú) dù là ai, thế nào, hễ đã có sinh, tất sẽ phải có tử. Hễ đã có hợp, tất phải có tan... Vậy mà, không hiểu sao, sớm nay, khi T. báo tôi biết "đêm qua, Chí Phèo đã bỏ nhà ra đi!", tôi vẫn bị choáng váng. Chấn động!!!"*

Chí Phèo ra đi chắc để tìm những giây phút an bình trước khi chia tay với cuộc sống. Hình như sự ra đi đã được Chí Phèo, dù là chó, tính toán kỹ lưỡng. *"Tôi cũng không biết, trước khi quyết định bỏ nhà ra đi, theo lộ trình mà định mệnh (hay nghiệp lực) đã định sẵn cho mình, Chí Phèo nghĩ gì? Cảm nhận gì? Tôi chỉ biết, sau bữa cơm tối, khoảng 8 giờ, khi Hân từ đài trở về, tôi dừng tay, ra vườn sau tựa vách tường, rồi ngồi xuống chiếc ghế lắm sơn, hút thuốc. Chí Phèo từ dog-house đi tới. Lần này, "em" bất chấp những cú vả mặt trời giáng, những cú vồ, ngoạm khoái chí... của*

Logan. "Em" không tìm chỗ núp. "Em" cũng không gào thét dữ dội (với tất cả phẫn nộ, tuyệt vọng) mà, xiêu vẹo, chúi đầu tìm đến tôi!!! Lần này, dường như "em" không có ý chờ đợi tôi gãi đầu, gãi lưng mà "em" liếm chân tôi. (Tôi biết Chí Phèo ưa liếm chân tôi, nhất là sau khi tôi mới tắm xong, phải đi dép). "Em" luẩn quẩn bên tôi không lâu, chỉ ít giây thôi, rồi quay lưng đi".

Mối tình giữa Chí Phèo và ông Du Tử Lê làm tôi sững sờ. Chó hình như không còn là chó. Đó là bạn của bạn tôi. Có một thứ mà ta có thể tạm gọi là…tình chó.

Mới tháng trước, khi tới Tokyo, tôi cũng đã phải suy nghĩ trước bức tượng chú chó Machiko, dựng nơi cửa ga Shibuya, được mọi người chen chúc nhau tới gần để tỏ lòng ngưỡng mộ sự trung thành với ông chủ Hidesaburo Ueno của chú.

Thực ra tôi không có ý định tới thăm tượng đài chó này. Chó thì có chi mà phải mất thời giờ tới coi, nhất là một chó đá! Nhưng nể anh bạn đi cùng, tôi cũng tới. Người ta đứng đông nghịt quanh bức tượng chú chó nổi tiếng này. Họ chen chúc nhau tới gần để chụp được một bức hình với tượng chó. Đám đông là một sức mạnh làm người ta dễ nghiêng ngả. Như một phản xạ tự nhiên, tôi cũng chen chân vào đứng cạnh tượng chó cho anh bạn bấm máy.

Kể ra tôi cũng không mắc cở chi khi rời bỏ "lập trường" có từ lâu. Chú chó Hachiko quả đáng mến. Hachiko thuộc giống chó Akita, một giống chó hiếm, hiện chỉ còn khoảng 30 con. Chú sanh ngày 10 tháng 11 năm 1923 tại thành phố Odate, tỉnh Akita. Danh tiếng chú Hachiko nổi như cồn đến nỗi Hollywood phải làm cuốn phim *Hachi:A Dog's Tale* có tài tử gạo cội Richard Gere đóng vai chính. Dĩ nhiên Richard Gere không đóng vai chó, "nhân vật" chính của phim. Ông đóng vai Giáo Sư Hidesaburo Ueno, chủ của Hachiko. Ông giáo sư trường Đại Học Tokyo này đã mua Hachiko vào năm 1924, khi chú chó chưa đầy năm. Mỗi buổi sáng, khi ông Ueno ra ga xe lửa Shibuya để đi làm thì Hachiko tiễn ông tới tận ga. Và chú chó trung thành này nằm ngay tại ga chờ cho tới khi ông chủ về. Sự tận tụy của chú chó khôn ngoan này không kéo dài được lâu. Tháng 5 năm 1925, giáo sư Ueno bị nhồi máu cơ tim và chết ngay tại nơi làm việc. Những ngày sau đó Hachiko vẫn tới nhà ga vào đúng giờ ông chủ về để mong đón được ông. Chú kiên nhẫn đón chủ một cách vô vọng đều đều mỗi ngày trong 9 năm 9 tháng và 15 ngày trước khi chính Hachiko cũng chết vào ngày 8 tháng 3 năm 1935.

Năm 1932, một sinh viên cũ của ông Ueno tên Hirokichi Saito tới nhà ga và theo Hachiko về nơi chú chó trú ngụ là nhà người làm vườn của Giáo sư Ueno. Ngay sau đó, sinh viên này công bố một tài liệu về giống chó Akita tại Nhật. Từ đó, Saito thường xuyên trở lại thăm Machiko và viết nhiều bài về lòng trung thành kỳ lạ của chú chó này. Một trong những bài này được đăng tải trên tờ *Asahi Shimbun,* một tờ báo lớn ở thủ đô Tokyo. Các độc giả của báo đã thường xuyên mang đồ ăn tới cho Machiko khi chú nằm đợi chủ tại nhà ga. Danh tiếng của Hachiko rất đình đám, trở thành một hiện tượng mang tầm cỡ quốc gia. Các giáo viên đã coi Hachiko như một tấm gương về lòng trung thành và giảng dậy cho các trẻ em noi theo. Hình tượng Machiko cũng được các nghệ sĩ mang lên sân khấu. Lòng trung thành của Machiko trở nên một biểu tượng quốc gia khơi gợi lòng trung thành của dân chúng với Nhật Hoàng. Machiko đã chết ngay tại nhà ga, nơi chú vẫn nằm đợi ông chủ trở về. Một mẫu Machiko trông như thiệt được đặt tại Viện Bảo Tàng Quốc Gia về Thiên Nhiên và Khoa Học Nhật tại quận Ueno, Tokyo. Tượng của Hachiko còn được đặt tại nhà ga Odate và Bảo tàng Viện Loài Chó Giống Akita cũng tại Odate, quê hương của Hachiko.

Thường thì người ta chỉ được dựng tượng khi đã quy tiên, trừ tượng những nhà độc tài. Hachiko không phải là một nhà độc tài nhưng đã được dựng tượng ngay khi còn sống. Bức tượng mà tôi và mọi người đang chen lấn nhau tới để ghé mặt vào chụp một tấm hình đã được khánh thành vào tháng 4 năm 1934, một năm sau Hachiko mới chết. Vậy nên chính chú Hachiko cũng đã có mặt trong buổi lễ khánh thành tượng này. Bức tượng nguyên thủy đã bị nấu chảy trong thời kỳ chiến tranh vì nhà nước lúc đó cần đồng phục vụ việc chế tạo vũ khí nên trưng dụng tất cả các thứ làm bằng kim loại. Ba năm sau khi chiến tranh kết thúc, vào tháng 8 năm 1948, người ta mới khắc lại bức tượng và đặt lại vào vị trí cũ cho tới ngày nay. Ga Shinbuya có năm cửa, cửa ga có bức tượng được đặt tên là cửa Hachiko! Hachiko được lưu danh vì lòng trung thành hiếm có. Không biết khi sống với Giáo Sư Ueno, Hachiko có phải là chó cưng không? Tôi nghĩ là không. Hachiko chắc phải biết thân phận tôi tớ của nó để không nhảy phóc lên giường ngủ với chủ, không đòi chủ ẵm bế, không chăn ấm nệm êm. Hachiko được người đời biết đến vì đức tính trung thành.

Hachiko có một bạn chó ở tuốt tận bên Ý. Đó là chú Tommy ở thị trấn San Donaci. Chủ của chú là bà Maria Margherita Lochi. Bà đã thấy Tommy bị bỏ rơi nơi một cánh đồng và mang Tommy về nuôi. Bà này có lòng yêu chó. Ngoài Tommy, bà còn nuôi nhiều chó bị bỏ rơi khác. Nhưng Tommy gắn bó với bà nhất. Hàng ngày Tommy theo bà đi lễ. Chú ngoan ngoãn ngồi im dưới chân chủ. Cuối năm 2012, bà Maria qua đời. Lễ an táng cũng được cử hành trong nhà thờ này. Tommy được tham dự. Kể từ đó đến nay, Tommy ngày ngày tới nhà thờ đúng giờ lễ để chờ chủ về. Cha xứ Donato Panna nói về lòng trung thành của chú Tommy: "*Hàng ngày Tommy luôn tới đây, và ngồi tham dự rất nghiêm trang. Nó không hề gây ra tiếng động. Chưa bao giờ tôi nghe thấy tiếng sủa của nó trong nhà thờ. Trước đây, Tommy cũng thường đi cùng bà Maria và ngồi ngay dưới chân bà ấy. Nó rất ngoan, chưa có ai phàn nàn gì về nó cả. Sau khi bà Maria qua đời, Tommy vẫn thường tới đây, ngồi yên lặng cạnh bàn thờ. Tôi không nỡ đuổi nó đi.* "

Có nhiều chú chó khác cũng thành danh vì lòng can đảm, vì đức tính hy sinh trong những công tác nguy hiểm. Những chú chó dò mìn trong quân đội, tìm kiếm tội phạm trong đội cảnh sát, xông pha trong khói lửa, tất cả là những chiến binh đắc lực. Người ta cũng gắn lon, trao bằng khen, vinh danh như những chiến binh người. Những chiến sĩ bốn chân này đều được nhớ ơn như những "người" có công với đất nước.

Chú chó Bretagne vừa được hưởng những nghi lễ vinh danh vì chiến công của chú trong vụ 9/11 tại New York. Khi đó, như chúng ta đều nhớ, là năm 2001. Bretagne mới được hai tuổi, đã cùng với người hướng dẫn là Denise Corliss xông vào tòa nhà World Trade Center còn mịt mù khói lửa. Bretagne đã làm công việc tìm kiếm xác người trong suốt mười ngày ròng rã. Nàng chó Bretagne về hưu vào năm chín tuổi và thường được đưa tới viếng thăm các em học sinh tiểu học. Năm 2014, Bretagne được tặng *Hero Dog Award.* Năm 2015, khi vừa đúng 15 tuổi, Corliss đã dẫn Bretagne tới thăm khu tưởng niệm nạn nhân vụ 9/11và được đài truyền hình NBC phỏng vấn. Dĩ nhiên Corliss phải…thông dịch! Nhân dịp này Corliss cho biết là Bretagne mới bị suy thận, sức khỏe yếu đi nhiều. Ngày thứ hai mùng 6 tháng 6 vừa qua, người ta quyết định giúp Bretagne nhắm mắt vĩnh viễn để tránh cho nàng chó bị cái đau hành hạ. Báo *Houston Chronicle* tường thuật lại những giây phút cuối của Bretagne. Nàng chó này được dẫn tới một bệnh viện thú y giữa hai hàng người đưa tiễn. Tại đây người ta đã chích thuốc để Bretagne nhẹ nhàng ra đi. Xác của Bretagne đã được phủ quốc kỳ Mỹ vì "những nỗ lực và tận tụy trong việc tìm kiếm các nạn nhân bị kẹt trong một tòa nhà bị tàn phá". Bretagne là chiến binh chó cuối cùng còn lại trong số những chiến binh chó hoạt động tại tòa nhà World Trade Center trong những ngày kinh hoàng đó.

Chó ngon lành như vậy mới là…chó! Hiên ngang hành hiệp giúp người, giúp đời như vậy mới đáng…cưng! Còn loại cưng chỉ biết làm bậy gây khổ cho ông chủ tiệm giầy Glenn Neven thì cưng làm chó gì!

06/2016

ĐÁ

Ngày thứ tư 11/11 vừa qua là ngày chi? Rất nhiều người sẽ cho là tôi đặt ra một câu hỏi ngớ ngẩn. Ai cũng biết đó là ngày *Memorial Day.* Cứ ra ngoài cửa nhà khắc biết. Người người đều gắn cánh hoa *poppy* đỏ tươi trên ve áo. Có khờ khạo nặng mới không biết ngày này. Nhưng năm nay ngày này không phải dành cho hoa *poppy* mà là ngày của đá! Cứ nói ngang như vậy cho được lòng các bà. Bởi vì nói tới đá là các bà sáng mắt lên ngay.

Đó là ngày lịch sử của Sotheby's, công ty bán đấu giá lớn nhất hoàn vũ. Trong cuộc bán đấu giá được tổ chức tại Geneve, họ đã bán được một viên kim cương xanh với giá kỷ lục 48,6 triệu *francs* tiền Thụy Sĩ, tương đương với 48,5 đô Mỹ. Kỷ lục trước đó được lập vào 5 năm trước khi họ bán viên kim cương *Graff Pink* với giá 46,2 triệu đô Mỹ. Trong căn phòng chật kín người, tiếng vỗ tay đã nổ ròn rã khi chiếc búa được đập xuống kết thúc việc bán đấu giá. Tay bán đấu giá David Bennett của Sotheby's đã xúc động phát biểu: "Tối nay, với việc bán viên kim cương xanh *Blue Moon Diamond,* chúng tôi đã lập thêm một kỷ lục thế giới mới, một kỷ lục mới cho việc bán đấu giá bất cứ một thứ đá quý nào, kim cương, ngọc thạch hay một thứ đá khác. Với tôi, viên đá xanh này là sự ngiệp của tôi. Tôi chưa bao giờ thấy một viên đá đẹp như thế. Hình dáng, màu sắc, độ trong sạch, đó là một viên đá thần kỳ!".

Sau đó, trên mạng Twitter, Sotheby's mới tiết lộ tên tuổi người mua thứ đắt lặng người này. Đó là tỷ phú người Hong Kong Joseph Lau. Ngay khi thắng trong cuộc đấu giá, nhà tỷ phú này đã đổi tên viên kim cương thành *The Blue Moon of Josephine.* Josephine là tên của con gái út của ông, năm nay mới 7 tuổi! Ông tặng viên kim cương xanh 12,03 *carats,* được coi là lớn nhất thế giới, gắn thành một mặt nhẫn, cho cô bé này. Không hiểu với số tuổi còn ít ỏi này làm sao mà cô bé có thể bê được chiếc nhẫn nặng nề này trên tay!

Ông tỷ phú này đúng là tay đông địa vì chỉ một ngày trước, tại một cuộc bán đấu giá khác của công ty bán đấu giá Christie's, ông cũng đã bỏ sơ sơ 28 triệu rưởi để mua một viên đá 16,08 carat màu hồng. Viên đá quý này cũng được ông đặt tên theo tên của cô con gái rượu là *Sweet Josephine.* Vậy là trong hai ngày liên tiếp ông chi ra 77 triệu đô cho hai...cục Josephine. Chưa hết, trước đó ông cũng đã chi bộn tiền cho...đá. Năm 2009, cũng trong một cuộc bán đấu giá của Sotheby's, ông đã mua một viên kim cương xanh với giá 9 triệu rưởi đô. Viên đá này chỉ nặng có 7,03 carat cũng đã được đổi tên thành *Star of Josephine* sau khi vào tay chủ mới.

Ông này làm ăn chi mà đông địa dữ vậy? Ông kinh doanh địa ốc ở Macau. Gia tài của ông được Forbes ước tính là 9 tỷ 800 triệu đô Mỹ! Ông đã bị Macau kết án 5 năm tù về tội hối lộ và rửa tiền nhưng chưa ngồi tù ngày nào vì ông đã nhanh chân chạy qua Hồng Kong. Mà Hong Kong và Macau, mặc dù cùng thuộc Trung Quốc bảo hộ, nhưng hai đảo không có hiệp ước dẫn độ.

Mua được viên kim cương xanh đắt giá nhất thế giới, tên tuổi ông Joseph Lau nổi như cồn. Viên đá *"The Blue Moon of Josephine* nặng 12,03 *carat* này được cắt từ một khối đá xanh nặng 29,6 *carat* được tìm thấy tại mỏ Cullinan bên Phi Châu. Mỏ kim cương này, theo các chuyên viên của Sotherby's, là "nơi duy nhất đáng tin cậy trên thế giới về kim cương xanh". Chỉ một phần rất nhỏ kim cương được tìm thấy ở đây có màu xanh, dù chỉ một vệt xanh. Màu xanh này do chất *boron* trộn lẫn với *carbon* trong quá trình hình thành của đá. Các chuyên gia về kim cương đã mất 5 tháng nghiên cứu cặn kẽ và tay thợ loại xịn nhất đã mất 3 tháng nữa để cắt và mài bóng viên đá quý này.

Phiến đá cắt thành viên kim cương vừa vào tay của tỷ phú Lau chỉ thua phiến đá 530 *carat* được tìm thấy vào năm 1908 và được cắt thành viên kim cương xanh *Star of Africa* thuộc sở hữu của hoàng gia Anh và viên *Blue Heart* hiện do Viện *Smithsonian Institution* lưu giữ.

Nói tới kim cương của hoàng gia Anh là nói đúng chỗ. Tôi xin nhắc lại một lần nữa là tôi không ưa đám quyền quý ăn không ngồi rồi mà tốn tiền bạc tỷ của những người đóng thuế. Đó có thể gọi là mối thù cá nhân vì chính tôi, khi còn đi làm, đã phải nai lưng đóng thuế mà một phần số thuế này để nuôi đám người phi sản xuất đang ngồi bên Luân Đôn. Nữ Hoàng Anh cho tới nay vẫn là Quốc Trưởng của Canada chúng tôi! Tôi giận đám hoàng gia này đã lâu mà chẳng làm chi được vì chính phủ Canada chưa một lần mang vấn đề cho hoàng gia Anh đi ra khỏi Canada ra trưng cầu dân ý để người dân ấm ức như tôi có dịp tỏ bày ý kiến. Nhưng nếu có trưng cầu dân ý chắc cũng chưa ăn thua chi vì nhiều người dân Canada còn khoái được Nữ Hoàng cưỡi đầu cưỡi cổ lắm. Cứ nhìn sang nước Úc sẽ thấy chuyện tình nguyện làm...nô lệ này. Úc cũng được Nữ Hoàng cai trị như Canada và đã tổ chức trưng cầu dân ý. Kết quả là dân chúng vẫn khoái được làm thần dân của Nữ Hoàng nằm tuốt bên nước Anh cai trị bằng...*remote control!*

Cơn giận không nguôi ngoai khiến mỗi khi phải nói tới hoàng gia Anh là tôi...lạc đề! Trở lại chuyện kim cương của hoàng gia. Một trong những viên kim cương nổi tiếng nhất là viên *Koh-I-Nor* đính trên vương miện của hoàng hậu. Thú thực là khi nhìn viên kim cương này được trưng bày tại Tháp Luân Đôn ở thủ đô Anh, tôi không mảy may chú ý. Chẳng phải vì lòng không kính trọng hoàng gia mà vì thực sự thấy nó chỉ được cái to xác chứ chẳng đẹp đẽ chi. Có thời viên kim cương này đoạt danh hiệu viên kim cương lớn nhất thế giới, trị giá tới 100 triệu bảng Anh.

Lịch sử của viên đá quý nằm trên đầu các hoàng hậu Anh này khá ly kỳ. Viên đá *Koh-I-Nor,* có nghĩa là "Ngọn Núi Ánh Sáng" được tìm thấy từ thế kỷ 13 tại tiểu bang Andhra

Pradesh, nằm ở phía đông nam Ấn Độ. Trọng lượng đầu tiên khi tìm thấy là 793 *carat,* lớn nhất từ trước tới lúc bấy giờ. Nói *carat* chắc ít người trong chúng ta biết sức nặng quy ra kí là bao nhiêu. Mỗi *carat* nặng 200 *mg,* vậy 793 *carat* tương đương với 158,6 *gram.* "Ngọn Núi Ánh Sáng", với thời gian, đã qua tay nhiều người trong đó có Hoàng Đế Shah Jahan, người xây đền Taj Mahal nổi tiếng thế giới. Tới nay viên kim cương bị đẽo gọt còn có 105 *carat.* Năm 1849, quân Anh chiếm vùng Punjab và chiếm đoạt viên kim cương *Koh-I-Nor* mang về chính quốc. Vì truyền thuyết tin rằng chỉ có "thánh thần và phụ nữ" mới có thể mang viên đá này nên Hoàng Thân Albert mới tặng cho vợ là Nữ Hoàng Victoria. Sau đó *Koh-I-Nor* được gắn trên vương miện của hoàng hậu. Các hoàng hậu Alexandra, Mary và Elizabeth đã đội vương miện này từ năm 1844 đến 2002.

Vậy là viên đá quý này của Ấn Độ. Nếu đúng theo câu Thánh Kinh "của Ceasar phải trả về cho Ceasar" thì hoàng gia Anh phải trả "Ngọn Núi Ánh Sáng" về cho Ấn Độ. Nhưng anh thực dân chiếm đất đai của nước khác, tuồn về nước những báu vật bản xứ, sức mấy mà trả. Vậy nên mới đây dân Ấn Độ đã đòi lại viên đá lịch sử này. Một nhóm doanh nhân giàu có và các ngôi sao điện ảnh Ấn Độ đã thuê một văn phòng luật sư ở Anh kiện lên Tòa Thượng Thẩm Luân Đôn đòi trả lại *Koh-I-Nor.* Ông David de Sousa, một thành viên trong nhóm cho biết viên kim cương này đã bị đánh cắp từ Ấn Độ trong trường hợp đáng ngờ và nay đã đến lúc Anh phải trả lại tài sản này cho Ấn Độ. Nữ diễn viên điện ảnh Bhumicka Singh phát biểu: "Đây không đơn thuần là một viên kim cương mà là một phần của lịch sử và văn hóa Ấn Độ". Các luật sư đã viện dẫn tiền lệ của các nước đã trao trả các báu vật bị Đức Quốc Xã lấy trong Thế Chiến Thứ Hai. Vụ kiện đình đám này đã được một số chính trị gia Anh ủng hộ. Tuy nhiên không dễ dàng gì hoàng gia Anh sẽ nhả báu vật này ra. Lý do là vì việc chuyển giao viên đá quý này đã được ghi rõ trong hiệp ước Lahore ký vào năm 1849.

Năm 2013, Thủ Tướng Anh David Cameron đã qua thăm Ấn Độ. Dĩ nhiên ông bị níu áo đòi trả lại viên kim cương. Và cũng dĩ nhiên ông lắc đầu: "Thật sẽ không hợp lý nếu trả lại *Koh-I-Nor"*. Ngày 12 tháng 11 năm ni, Thủ Tướng Ấn Độ qua thăm Anh. Khi tôi viết bài này ông đang còn ở Anh. Hoàng gia Anh tiếp đón ông rất trịnh trọng, dành cho ông vinh dự hiếm có là dùng bữa trưa với Nữ Hoàng Elizabeth II. Nhóm dân Ấn Độ đòi của đã nhân dịp này yêu cầu ông Modi nói chuyện với hoàng gia về "Ngọn Núi Ánh Sáng". Nhưng ánh sáng của ngọn núi coi bộ khá mờ nhạt. Chẳng biết ông Modi có mở miệng nói hay không?

Nếu tôi là ông Modi (thiệt là một cái nếu rất…tếu!) tôi sẽ chẳng hỏi han chi cả. Vì tôi không thích kim cương hột xoàn gì ráo. Mấy ông bạn ưa sắc mắc của tôi phán ngay: chắc sợ tốn tiền mua hột xoàn cho mỹ nhân! Không, ngàn lần không. Thứ nhất vì có tiền đâu mà sợ tốn. Thứ hai là tôi không ưa thật, nhìn mấy ông đại gia đeo nhẫn hột xoàn nhiều *carat* thấy ớn. Trông không đặng. Vậy mà trước đây ở Sài Gòn, theo bạn bè vào một tiệm vàng trên đường Nguyễn Huệ, thấy ông Út Trà Ôn đang đứng ở quầy, tay đeo chiếc nhẫn hột xoàn to tổ chảng, nhiều bà cô cứ xuýt xoa. Các bà ưa hột xoàn là đúng. Ít khi gặp một bà không ưa thứ lóng lánh này. Tôi nói chuyện kim cương của hoàng gia và đại gia, toàn thứ bạc triệu đô, chắc có nhiều bà đã mơ ước. Nhưng mơ thì cứ giữ trong mơ, chẳng nên suy nghĩ quá. Với cao có khi rách nách!

Ông Modi chắc không dám mở miệng khi diện kiến Nữ Hoàng Anh. Phiến đá vốn ù lì chắc cũng không biết nói. Đá quý biết nói họa chăng chỉ có đá *Galatea.* Tôi khoái thứ đá này. Nó là cái chi, chúng ta nghe cô phóng viên Ngọc Lan của báo Người Việt Cali kể: *"Lấy chiếc iPhone của mình chạm nhẹ vào một viên ngọc trai Galatea, giọng nói thỏ thẻ chưa rõ âm của một đứa bé cất lên. "Tiếng của con tôi lúc mới biết nói đó, "I love you a lot", Chí khoe. Ồ, ra là viên ngọc trai kia đâu chỉ là một món trang sức đeo trên cổ, mà nó còn chứa đựng cả một khoảnh khắc quý giá của đời người: lúc con mình cất những tiếng nói đầu tiên. Cứ vậy, từ chiếc nhẫn, đôi hoa tai, sợi dây chuyền, đến tấm tranh đều vượt ra khỏi ý nghĩa thường tình của nó, để có thể trở thành nơi ghi dấu, cất giữ những gì mà người ta không muốn quên".*

Chí mà cô Ngọc Lan nói tới ở trên là nhà thiết kế trang sức Chí Huỳnh. Anh là người làm ngọc biết nói. Từ đâu mà anh có ý tưởng mới mẻ như vậy? Anh tâm sự: "Trước đây ba tôi tặng tôi cái đồng hồ, giờ ba tôi mất rồi. Chiếc đồng hồ đó giờ là một kỷ niệm đẹp. Mỗi khi lấy cái đồng hồ ra, tôi không chỉ thấy đồng hồ mà thấy ba tôi. Tôi nghĩ cái đồng hồ đó mà có tiếng nói của ba, thấy được hình của ba thì nó càng hay nữa. Tôi nghĩ làm sao mình có thể làm ra một món quà, một món nữ trang mà nó có thể lưu lại những tâm hồn, những tiếng nói của người qua đời hay người yêu, hay 50 năm nữa mình giữ lại những kỷ niệm của con cái, gia đình, rồi mình trao lại cho con mình thì mình thấy nó rất là hay."

Nghĩ như vậy nhưng làm sao thực hiện được. Nhà thiết kế trang sức Chí Huỳnh đã bỏ ra hai năm để mầy mò làm bằng được. Trước hết phải làm sao có con *chip* nhỏ để bỏ vào được trong đá. Kỹ thuật chế tạo *microchip* đã có từ nửa thế kỷ rồi nhưng đâu có con *chip* tý hon nằm vừa trong viên đá chật hẹp được đâu. Hơn nữa vấn đề kỹ thuật của con *chip* cũng phải tính tới. Đó là cái *app.* Nếu chúng ta dùng các dụng cụ điện tử, thông thường như cái điện thoại cầm tay, thì chúng ta biết cái *app* là một ứng dụng cho một hoạt động của máy. Từ trước tới giờ người ta chỉ làm *app* để kích hoạt *(activate)* một cái gì đó chứ không có sự hỗ tương *(interact)* làm cho nó tác động qua lại lẫn nhau. Anh Chí Huỳnh giải thích: "Thành ra mình là người đầu tiên làm con *chip* loại này *interact* với một người khác hơn là với chủ nhân của con *chip* đó, để người khác có thể đụng vào và nói chuyện được". Một vấn đề nữa là con *chip* tý hon nằm trong cục đá thì không có cách chi gắn cho nó một cục pin được. Vậy thì phải làm sao cho nó dùng được điện lấy từ một cái điện thoại. Khi cục pin trong điện thoại được để gần thì nó xạc điện qua liền. Có làn sóng điện nạp vào thì nó mới phát lên tiếng nói được. Nhưng một trở ngại khác lại nảy sinh ra. Khi gặp kim loại thì điện sẽ đi vào kim loại chứ không vào con *chip.* Mà nữ trang thì phải có kim loại. Vậy phải làm sao để dòng điện làm lơ với kim loại để đi thẳng vào con *chip* nằm trong đá. Thiệt khó khăn rắc rối! Càng nghĩ càng thấy khó khăn. Làm sao có thể bỏ con *chip* loại *mini* đó vào được viên đá nhỏ đeo trên người. Chuyện mình tưởng tầy trời thì anh Chí Huỳnh đã lo xong hết. Anh cho biết: "Mình có thể bỏ con *chip* đó vào ngọc trai, đá quý được, nói chung là những mẫu nào có kích thước từ 10 ly mét trở lên vì con *chip* cũng lớn khoảng đó. Đơn giản vậy thôi!". Nghe anh nói gọn bâng nhưng bắt tay vào việc đâu có gọn nhẹ như vậy.

Chuyện kỹ thuật coi bộ rắc rối và đau đầu dữ. Thôi thì anh Chí Huỳnh đã lo xong rồi, cám ơn anh, chúng ta chỉ ngồi không hưởng thành quả của phát minh của anh cho nhẹ cái đầu. Cứ tưởng tượng thôi mà đã thấy thú vị. Chỉ cần áp chiến điện thoại vào món nữ trang mình đang mang là có thể nghe được tiếng nói của người thân. Đó có thể là tiếng bập bẹ của đứa con khi học nói, có thể là tiếng người yêu nói lời yêu thương, có thể là lời ân cần của người phối ngẫu, có thể là tiếng của bố mẹ nay đã ra người thiên cổ. Trường hợp nào cũng đánh động tới tâm can chúng ta.

Mang vòng xuyến, nhẫn hoặc bông tai như vậy mới có ý nghĩa. Viên đá vô tri nhưng mang nặng tiếng nói ân tình như vậy mới xứng mặt là đá. Còn cái thứ đá tính bằng *carat*, chẳng ham!

11/2015

DƠ

Từ khi các nhà khoa học "nhìn" được vi trùng và vi khuẩn, cuộc sống của chúng ta mất vui đi. Cái thứ li ti mắt thường chúng ta không thấy bỗng vấn vương đầu óc của chúng ta. Tức anh ách! Cứ như đánh nhau với một địch thủ chơi ăn gian, biết phép tàng hình, không cho thấy mặt. Không hiển hiện mà lúc nào chúng ta cũng cảm thấy nó ở sát bên người. Sát chi, nó ở ngay trong người ấy chứ!

Cái xác phàm của chúng ta là mảnh đất màu mỡ cho mấy anh vi trùng và vi khuẩn ẩn náu. Cứ chỗ nào kín nhất là các anh núp nhiều nhất. Chỗ không phải là kín nhất như nách, con số các khách không mời cũng đã lên tới con số triệu. Chúng hợp với mồ hôi tạo ra cái mùi riêng biệt cho mỗi người. Cứ thử chen lấn trong xe buýt hoặc *métro* sẽ biết cái mũi chúng ta cực nhọc với những mùi đặc trưng không ai giống ai đến thế nào. Chỉ có một điểm chung là chúng đều làm chúng ta khó chịu.

Cái chỗ kín mà hở là móng tay. Đây là cái nhà kho lưu giữ đủ thứ vi trùng và vi khuẩn. Ngày nhỏ, chúng ta vọc đất vọc cát, móng tay đen một vành như đội khăn xếp. Lấy đầu tăm moi ra là một trò giải trí. Lớn lên chẳng còn ai để cho móng tay vấn khăn đen như vậy nữa. Kỳ chết! Chúng ta chịu khó cắt móng tay thường xuyên hơn ngày nhỏ. Nhưng móng tay là một trong những thứ để làm đẹp nên chúng ta nuôi móng tay dài. Chúng ta đây gồm đa số là các bà. Nhưng theo các chuyên gia thì móng tay các ông nhiều vi trùng hơn các bà. Tôi e rằng các chuyên gia bị che mắt vì các bà thường đánh móng tay che lấp hết các chàng li ti núp ở phía dưới.

Cũng kín nhưng có thể hở là nơi chúng ta dùng để bôi dầu cù là. Nó là cái ổ gà nằm ở bụng, hơi lui xuống phía nam một chút. Giáo sư Rob Dunn của Đại Học North Carolina đã chịu khó nhìn vào chỗ…duyên dáng này. Ông nhìn thấy "trung bình mỗi người có từ 60 đến 70 loài vi khuẩn ẩn núp tại đây, tổng cộng chúng tôi đã tìm thấy hơn 1.400 loài vi khuẩn trong rốn, đo đó sự khác biệt ở mỗi người là rất lớn".

Thứ mà các ông thơ văn, nhạc họa và ngay cả nhiếp ảnh thường ca tụng là con suối thơ mộng nhất lại là con suối bẩn nhất. Bởi vì tóc của chúng ta bị nhiễm từ trường, dễ hút các chất bẩn từ không khí. Vậy mà đây là nơi ít được tắm gội nhất. Siêng ra là cách một ngày gội một lần. Ít siêng thì mỗi tuần một lần. Nhất là các bà đi gội đầu sấy tóc ngoài tiệm. Còn các nàng tóc quăn đánh con rít thì không có hạn kỳ! Trên mỗi thước vuông da đầu có khoảng một triệu vi sinh vật nương náu. Chúng núp trong tầng biểu bì của da đầu, kết nối với nhau thành quần thể tạo thành một "gia đình" lớn hút chất mỡ do tuyến mỡ da bài tiết ra để sinh sống, gây ra chứng rụng tóc.

Đó chỉ là một số chiến khu của vi sinh vật núp trên người chúng ta. Nếu tính chung thì trên cơ thể chúng ta có khoảng 100 tỷ con vi trùng thường trú. Một nhà di truyền học người Pháp ước tính chúng ta mang trong mình khoảng hai kí vi trùng! Bàn tay là thứ nhập cảng vi trùng vào người chúng ta nhiều nhất. Mỗi phân vuông da tay có khoảng hai triệu vi trùng. Tay là thứ quờ quạng chuyên đi hốt vi trùng về. Trước đây, khi chúng ta hắt hơi, theo phép lịch sự, chúng ta lấy tay che miệng cho nước miếng khỏi văng ra một cách vô trật tự. Nhưng ngày nay, người ta khuyên không nên làm như vậy vì vi trùng bám vào tay sẽ chạy lung tung theo hoạt động của tay chúng ta. Thay vì lấy tay che miệng, người ta khuyên nên lấy cánh tay áp vào miệng.

Miệng cũng làm vi trùng thâm nhập vào chúng ta không kém gì tay. Một cặp tình nhân hôn nhau là từng đàn vi trùng thuộc 250 chủng loại khác nhau có dịp di cư. Từ chiếc miệng này qua chiếc miệng kia và ngược lại. Mấy ông khoa học gia này giết chết hết tình cảm của chúng ta. Trao nhau nụ hôn là biểu tỏ tình yêu đang chín. Vậy mà thả con vi trùng vào thì còn chi là mộng mơ. Nhưng mấy ông thi sĩ bất chấp. Con vi trùng đi lạc thì có chi mô. Vẫn tình như thường.

Có một lần...em ghé lại trao hôn
Con vi trùng ngu ngơ theo tình đi lạc
trên môi anh. Đêm lạ nhà không ngủ được
Nửa đêm thức giấc đòi về.

(Quan Dương)

Chính con người chúng ta đã là một cây vi trùng, chung quanh chúng ta cũng trùng trùng điệp điệp vi trùng. Cứ quanh quẩn ở trong nhà trước. Trong nhà chúng ta chỗ nào dơ nhất? Hầu như mọi người đều có ngay câu trả lời: chiếc bồn cầu! Và ai cũng nghĩ là đúng như vậy. Cái chỗ mà chúng ta cứ xoành xạch vào hết người nọ tới người kia xả xú bắp thì nhất định phải vấy dơ. Bác sĩ Charles Gerba của Đại Học Arizona ở Tucson, người được mệnh danh là *Dr. Germ, Bác sĩ Vi Trùng,* không đồng ý như vậy. Chỗ dơ nhất trong nhà là nhà bếp! Ông nói một câu xanh rờn: "Làm xà lách trên nắp bồn cầu còn an toàn hơn làm trên thớt trong nhà bếp!". Lý do là chúng ta siêng chùi nhà cầu hơn nhà bếp. Chắc phải tin ông này vì ông chuyên nghiên cứu về vi trùng nằm vùng trong nhà từ năm 1973 lận. Nhưng trong nhà bếp của chúng ta thứ nhiều vi trùng nhất lại là miếng bùi nhùi rửa chén bát. Hãy nghe ông Bác sĩ Vi trùng này nói: "Chúng tôi thăm dò bằng cách góp nhặt một ngàn miếng bùi nhùi và khăn lau dùng trong bếp, và nhận thấy 10% có chứa vi khuẩn *salmonella.* Hai món này luôn ẩm ướt nên vi trùng dễ sanh sôi nảy nở. Hầu hết vi khuẩn *E.coli* và các vi trùng có trong phân thường cũng có trong miếng bùi nhùi rửa chén và khăn lau khô chén bát". Ông khuyên chúng ta nên thay khăn lau chén bát mỗi tuần, còn miếng bùi nhùi thì bỏ vào máy rửa chén hoặc để trong *microwave* khoảng 30 giây.

Bồn rửa chén bát cũng…vi trùng không kém. Ông này cho biết: "Vi khuẩn *E.coli* có trong bồn rửa chén bát còn nhiều hơn trong bồn cầu sau khi đã xả nước. Đây là nơi lý tưởng để vi khuẩn *E.coli* sống và tăng trưởng vì nó luôn luôn ướt át và ẩm thấp. Vi khuẩn sống nhờ thức ăn người ta xả xuống đường thoát nước và đồ ăn thừa còn dính trên chén đĩa nằm trong chậu". Đây có lẽ là lỗi lầm của đa số chúng ta. Thường sau một trận nhậu hay một bữa tiệc đãi bạn bè, chúng ta thường xếp bát đĩa xuống bồn rửa và ra đấu láo, ăn bánh uống trà với nhau. Khi khách khứa ra về thì trời đã khuya, đôi mắt của chúng ta đã đờ đẫn. Ngủ cái đã, chén bát để đó mai tính sau. Các chàng hay nàng độc thân ở một mình thì càng ngâm tôm chén bát trong bồn rửa lâu hơn nữa. Có khi để ngày này qua ngày khác, thậm chí tuần này qua tuần khác, vi khuẩn tha hồ tung hoành. Rửa bồn bằng chất tẩy trùng dành riêng cho nhà bếp là điều cần làm thường xuyên. Có nhiều người dùng giấm hoặc chanh nhưng hai thứ này không thể diệt được những mầm gây bệnh loại thượng thừa nên ít công hiệu.

Giờ mới hỏi tội thứ mà chúng ta nghĩ là sạch: thớt! Thớt có loại vi khuẩn sống trong phân nhiều gấp 200 lần bồn cầu! Nghe thấy ớn chưa? Thường chúng ta chỉ xả nước hoặc dùng bùi nhùi chùi thớt sau khi dùng. Và chúng ta yên chí như vậy là sạch. Nhưng thịt sống thường để lại các vi khuẩn *salmonelle* và *campylobacter*. Đây là thủ phạm của các bệnh liên quan đến thực phẩm. Vậy thì làm sao bi chừ? Bác sĩ Charles Gerba khuyên nên dùng hai thớt khác nhau, một cho thịt và một cho rau. Khi dùng xong nên chùi sạch bằng chất tẩy trùng hoặc cho vào máy rửa chén bát. Lại nữa, nên dùng thớt bằng *plastic* hơn là thớt gỗ.

Mặt quầy bếp cũng là ổ vi trùng vì chúng ta có thói quen dùng bùi nhùi hoặc khăn lau chùi qua quít sau khi rửa dọn chén bát. Hai thứ này đều có vi trùng ẩn nấp, lau đến thế nào thì quầy bếp cũng còn vi trùng vương vấn lại. Bác sĩ khuyên nên dùng khăn giấy có tẩm thuốc tẩy trùng dùng cho nhà bếp vì khăn giấy hấp thụ ẩm ướt và vi khuẩn nhanh. Dùng xong vứt vào thùng rác là bảo đảm an toàn.

Thời buổi kỹ thuật điện tử, trong nhà chúng ta đầy máy móc. Những thứ "văn minh" này có sạch sẽ không, các nhà nghiên cứu nói không! Chiếc *computer* tôi đang ngồi gõ bài đây được liệt vào một trong những thứ cần lưu ý. Các chuyên gia khẳng định: "Bàn phím *computer* dơ gấp năm lần chỗ ngồi *toilet,* con chuột dơ gấp ba lần chỗ ngồi *toilet*". Và các ông ấy khuyên nên lau chùi làm sạch máy cả bên trong lẫn bên ngoài. Nói như vậy là có đụng chạm! Tôi ít khi chăm sóc máy tính. Thỉnh thoảng, năm thì mười họa mới quét sơ sơ trên mặt. Vậy là cái *computer* của tôi thua cái chỗ ngồi trong *toilet* chăng? Nói vậy thì chơi với ai!

Cái *remote control* để điều khiển ti-vi, máy hát, máy lạnh thường ngự trị trên chiếc bàn thấp nơi phòng khách là người bạn tri kỷ của tôi. Cần chi cứ bấm nút là xong, chẳng phải nhọc công đứng dậy. Vậy mà mấy ông cũng phán là nếu không lau chùi kỹ (chuyện này cũng không có tôi) thì còn dơ hơn cái bồn cầu!

Cái điện thoại, dù điện thoại để bàn hay điện thoại di động, là nơi lãnh nhận nước miếng từ miệng khi kê vào để nói và những vi trùng từ tay chúng ta chuyển qua khi chúng ta cầm. Nếu chúng không được vệ sinh thường xuyên (tôi phải thở dài một cái!) thì là nguồn gốc sanh ra nhiều bệnh tật. Chiếc điện thoại công cộng còn…vi trùng kinh khiếp hơn nhiều. Có ai buồn lau chùi chúng bao giờ đâu!

Cái chi công cộng cũng nên dè dặt. Tay cầm của chiếc xe đi chợ, chiếc ghế ngồi trên xe đò, xe buýt hoặc *métro*, mảnh thực đơn của nhà hàng, tay nắm cửa, thanh vịn trên xe buýt hoặc xe điện ngầm, chiếc khay ăn gắn sau ghế máy bay, chiếc nút giây an toàn trên xe taxi và máy bay và nhất là nhà vệ sinh công cộng. Toàn là những ổ vi trùng mà mắt chúng ta không nhìn thấy. Những "điệp viên không không thấy" này thường là nguồn phát sinh bệnh tật làm vất vả cuộc sống của chúng ta. Muốn chắc ăn thì luôn luôn thủ bao giấy trong người, nếu có giấy ẩm thì còn tốt hơn, mỗi khi cần đụng chạm tới những thứ công cộng này chúng ta lót giấy cho tay ta không tiếp xúc thẳng với chúng. Biết làm như vậy là tốt nhưng mấy ai làm được chuyện thậm lích kích đó!

Mấy ông tu bíp cho ta những lời khuyên "sạch sẽ" lại chính là những ổ vi trùng! Phải công nhận các ngài này cũng phiếm ra phết khi nói: "Các ông bác sĩ chính là nguồn lây vi trùng bậc nhất, hơn cả một cái *toilet* dơ siêu hạng. Mỗi ngày chúng tôi tiếp xúc với bao nhiêu bệnh nhân. Càng thâm niên càng nuôi dưỡng nhiều vi trùng. Tất nhiên chúng tôi ít bị bệnh vì nó…sợ bác sĩ. Còn các bạn thì chớ xem thường, không tin các bạn dám thử bắt tay hay ôm hôn chúng tôi coi. Dính chấu liền!".

Muốn cho các anh bé li ti này không hãm hại được thì phải luôn luôn rửa tay bằng xà bông. Cứ theo lời khuyên của các nhà khoa học thì một ngày chúng ta phải rửa tay không biết bao nhiêu lần, chắc mòn hết tay! Lại còn mắc thêm tội không nghe lời các cụ. Các cụ xưa đã khuyên: ở bẩn sống lâu. Lời khuyên phản khoa học này ngày nay mới được khoa học chứng minh là đúng. Thế mới lạ!

Giáo sư Graham Rook giảng dậy tại Trung Tâm Vi Trùng thuộc Đại Học London vừa công bố một kết quả nghiên cứu mới. Từ lâu con người vẫn cho rằng nếu ăn ở sạch sẽ thì sẽ khỏe mạnh và sống lâu. Vậy là chúng ta cố giữ gìn sạch sẽ đưa tới kết quả ngày nay con người trở nên quá sạch. Sạch đến nỗi chúng ta không còn tiếp xúc với một số vi khuẩn cần thiết giúp hệ miễn dịch hoạt động tốt. Bởi vậy nên khi cơ thể gặp một chất lạ, hệ miễn dịch sẽ phản ứng quá mức, tấn công cả cơ thể chúng ta. Trong một cuộc hội thảo khoa học ở Cheltenham, Giáo sư Rook nhấn mạnh là thực trạng trên đã trở thành "một vấn đề mang tính thế hệ". Trẻ em tại nhiều nước phát triển đã bị dị ứng nhiều hơn các thế hệ cha mẹ chúng. Các bệnh như hen suyễn, sốt, cảm cúm và không tiêu hóa thức ăn đang có xu hướng tăng lên. Giáo sư Rook khuyên chúng ta nên giúp hệ miễn dịch làm việc tốt hơn bằng cách chuyển các vi khuẩn qua lại giữa những thành viên trong gia đình. Ông nói: "Nếu cha mẹ vội nhặt núm vú giả bị bé làm rớt xuống đất và tiệt trùng nó ngay lập tức hoặc cho bé một núm vú sạch sẽ khác, đứa trẻ sẽ có nguy cơ bị hen suyễn và bệnh *eczema* khi lớn lên. Nhưng nếu cha mẹ chỉ mút sạch núm vú giả và cho con mút trở lại thì họ đã giúp bảo vệ đứa trẻ khỏi các rối loạn dị ứng. Hơn thế, đứa trẻ sẽ có những vi khuẩn tốt trong miệng và đường ruột, giúp bảo vệ chúng". Trong những lần dẫn cháu ra *park* chơi, tôi để ý thấy mấy bà đầm để cho con vọc đất vọc cát tự do, có đứa cho cả đất vào miệng, vậy mà mấy bà tỉnh bơ. Trong tiệm ăn, mấy bà tóc vàng này cũng để con lê la dưới sàn nhà mà không hề thấy dơ bẩn chi cả. Có lẽ họ đang tập…bẩn cho con!

Ngoài ra trong nhà cũng nên nuôi chó vì loài chó thường mang nhiều loại vi khuẩn tốt vào nhà. Đi bộ tại vùng thôn quê cũng là một cách thu lượm vi khuẩn tốt. Trong số 60 ngàn vi trùng và vi khuẩn mà khoa học đã biết thì chỉ có khoảng từ 2% đến 3% là có hại.

Nhà sinh vật học Dorothy Matthews của Đại Học Russell Sage ở New York cho rằng cơ thể chúng ta không còn sống quen với các vi khuẩn có lợi nên đã phản ứng thái quá. Bệnh dị ứng, trên thực tế, là do hệ thống miễn dịch của chúng ta bị rối loạn vì tưởng một chất vô hại là có hại. Nói một cách khác, hệ thống miễn dịch giúp cơ thể chúng ta có lượng vi khuẩn cần thiết cho sự phát triển, trao đổi chất, vận động và thậm chí cả các vi khuẩn cần thiết cho chức năng của não, đồng thời giúp loại trừ các vi khuẩn chứa mầm bệnh. Nhà vi sinh vật học Mary Ruebush của trường *Becker Professional Education* ở Downers Grove, Illinois, cho biết: "Các vi sinh vật đã được cho là có liên hệ với hệ miễn dịch, dị ứng, cảm xúc, hệ thần kinh trung ương và bệnh tự kỷ".

Một trong những căn bệnh mà những người có tuổi ngày nay thường hay bị là bệnh Alzheimer. Các nhà khoa học cho rằng sống vệ sinh quá mức có thể đã góp phần làm tăng số bệnh nhân của bệnh này. Các nhà khoa học của Đại Học Cambridge đã làm một cuộc khảo sát về bệnh Alzheimer trên 192 nước có mức độ giầu nghèo khác nhau. Họ có được các kết quả sau. Các nước mà người dân được tiếp cận với nguồn nước sạch như Anh và Pháp có tỷ lệ bệnh cao hơn

9% so với các nước mà người dân được dùng nước sạch chỉ bằng 50% các nước phát triển như Kenya và Kampuchia. Các nước có tỷ lệ bệnh nhiễm trùng thấp như Thụy Sĩ, Iceland có tỷ lệ bệnh nhân Alzheimer cao hơn đến 12% so với các nước có tỷ lệ bệnh nhiễm trùng cao như Trung Quốc và Ghana. Các nước có hơn 75% dân chúng sống ở thành thị như Anh và Úc có số người bị bệnh cao hơn 10% so với các nước chỉ có 10% dân sống ở thành thị như Bangladesh và Nepal. Nói tóm lại, sự khác nhau về mức độ vệ sinh, bệnh nhiễm trùng và tỷ lệ đô thị hóa đã làm cho các nước tân tiến có số người bệnh Alzheimer cao hơn hẳn các nước kém mở mang hơn. Và các nhà khoa học đi đến kết luận: môi trường sống sạch sẽ có thể làm cho hệ miễn dịch kém phát triển hơn và có thể làm cho não bị phù nề dẫn đến Alzheimer. Tiến sĩ Molly Fox, người cầm đầu cuộc nghiên cứu này phát biểu: "Tuổi thọ ngày càng tăng và bệnh Alzheimer ngày càng phổ biến ở các nước đã phát triển chính là một trong những thách thức lớn nhất trong thời đại chúng ta". Kết quả cuộc nghiên cứu đã được phổ biến trên tập san *The Journal of Evolution, Medecine and Public Health.*

Chúng ta đang định cư ở các nước phát triển, nơi có những tiện nghi vệ sinh tuyệt hảo. Tưởng như vậy là ngon nhưng chúng ta đang mất dần khả năng miễn dịch và đối đầu với những bệnh tật do sự sạch sẽ quá đáng sanh ra. Tôi nhận thấy những người có tuổi sống chung quanh tôi rơi vào bệnh quên lãng Alzheimer khá nhiều. Vừa nghe ông này Alzheimer, chưa hết hốt hoảng, đã lại nghe bà kia đang đi vào con đường ngu ngơ quên lãng. Mấy ông bạn tôi gọi bệnh này là bệnh vô tình. Khi bị Alzheimer, chúng ta chẳng còn nhận ra được anh em, con cái, họ hàng, bạn hữu.

Hóa ra các cụ tiền bối nhà ta có lý: ở bẩn sống lâu! Chỉ gọi là sống khi còn ý thức chứ sống ngu ngơ chẳng biết ất giáp chi thì đâu có còn là cuộc sống.

04/2016

DỐI

Một chính khách đang trên đường đi vận động tranh cử bất chợt gặp một đám con nít đứng vây quanh một con chó, đang cãi nhau chí chóe. Ông dừng xe lại hỏi chuyện. Một cậu bé nói: "Chúng cháu bắt được con chó này, đứa nào cũng thích. Chúng cháu quyết định thi xem đứa nào nói dối giỏi nhất sẽ được quyền nuôi con chó". Nhà chính khách vội khuyên giải: "Các cháu không được thi nói dối vì nói dối là xấu. Khi bác ở tuổi các cháu, bác không bao giờ nói dối. Bây giờ cũng vậy". Bọn trẻ im lặng nhìn nhau, một cậu lên tiếng: "Đưa con chó cho ông ấy đi!".

Khoái cái chuyện cười có tý châm chọc các chính khách này, tôi khơi khơi trích ra. Ai ngờ lại trúng vào một cái đầu. Cái đầu này tóc rất lưa thưa nên ít khả năng phòng thủ. Tưởng vậy mà không phải vậy. Bù vào mớ tóc lưa thưa là cái miệng như súng liên thanh trong tay khủng bố. Bắn lia chia không chừa một ngõ ngách nào. Chắc có nhiều bạn đã đoán ra tôi muốn nói tới ông Donald Trump, một tỷ phú đang học đòi làm chính khách. Ông này có cái *show* truyền hình rất học hỏi tên *The Apprentice* nên học làm chính trị rất nhanh. Ông nhảy ra tranh cử chức ứng viên Tổng Thống của đảng Cộng Hòa và nổi đình nổi đám liền. Quần chúng khoái lối ăn nói bỗ bãng, chĩa súng bắn lung tung của ông. Nhiều phần ông sẽ dẫn đầu cuộc chơi. Chưa gì ông đã đoạt được một danh hiệu: chính khách nói dối bạo nhất trong năm 2015! Danh hiệu "Nói Dối Nhất Trong Năm" được tổ chức *Politifact* của báo *Tampa Bay Times* trao tặng. Nhận danh hiệu bạn của chú Cuội này, chắc ông Donald Trump không vui. Nhưng làm chính trị phải biết nuốt những thứ đắng ngắt.

Những bức hình thời sự do các ký giả may mắn chộp được cũng biết nói dối. Hình rõ mồn một, thật hết sức thật, nhưng đằng sau tấm hình là những điều tấm hình muốn giấu giếm. Bức hình gây sóng gió mới nhất là hình em bé 3 tuổi Aylan Kurdi, người Syria, chết trên đường tị nạn, bị trôi dạt vào bờ biển Thổ Nhĩ Kỳ, đã làm xúc động mọi con tim trên thế giới và làm cả Âu châu thay đổi cái nhìn về làn sóng tị nạn từ Syria, dẫn tới việc các nước ồ ạt đón nhận dân tỵ nạn. Thực ra em không phải là một người tỵ nạn thuần túy. Cha em là ông Abdullah Kurdi chính là một trong những người tổ chức nhận tiền lên tầu và cũng chính ông là người lái con tầu bị lật trên đại dương. Những hành khách trên tầu đã tố cáo là chính họ thấy ông Abdullah trao đổi với bọn buôn người và đích thân cầm lái. Ông đã đưa cả gia đình lên tầu khiến vợ và hai con của ông đã bỏ mình trên biển cả khi con tầu quá tải bị chìm. Một hành khách, ông Ahmed Hadi Jawwad, đã cho biết chính ông Abdullah đã hốt hoảng tăng vận tốc chiếc tầu khi một làn sóng lớn ập vào tầu. Được giới truyền thông hỏi về chuyện này, ông Abdullah đã chối phắt là ông không phải là tài công của tầu. Trả lời phóng viên hãng Reuters ngày 11 tháng 9 vừa qua, ông Jawwad nói: "Những gì ông Abdullah nói là không đúng sự thật. Tôi không biết điều gì khiến ông ấy nói dối, có lẽ là do sợ hãi. Nhưng ông ấy chính là người lái con tầu trong suốt cuộc hành trình, cho tới lúc nó bị lật". Khi tầu chìm, ông Abdullah đã bơi tới phía gia đình ông Jawwad để năn nỉ họ đừng nói sự thật. Sau đó, khi trả lời câu hỏi của phóng viên hãng tin Daily Mail của Anh, ông Abdullah cải chính: "Tôi đã từng nghĩ tới việc cầm lái nhưng tôi không làm. Tất cả đều là giả dối. Nếu tôi là một kẻ buôn người thì tôi đưa gia đình tôi đi làm gì? Tôi cũng đã phải bỏ một số tiền như những người khác".

Những tấm hình rõ ràng, thật hết biết, nhưng cũng có thể giấu giếm những sự thật phía đằng sau nó. Chắc chắn chúng ta chưa quên được tấm hình mang tên *"Saigon Execution"* chụp Tướng Nguyễn Ngọc Loan bắn vào đầu tên Việt Cộng Bảy Lém ngay trên đường phố Sài Gòn trong trận Việt Cộng tổng công kích tết Mậu Thân 1968. Tác giả bức hình là phóng viên Eddie Adams. Bức hình được đăng ngay sáng hôm sau trên trang nhất của nhiều báo trên khắp thế giới, tạo ra một làn sóng phẫn nộ vượt xa sự tưởng tượng của tác giả bức hình. Chính bức hình này đã đẩy mạnh làn sóng phản chiến đang âm ỷ tại Mỹ. Theo một cuộc thăm dò của Viện Gallup vào tháng 3 năm 1968 thì trước tết Mậu Thân có 20% người Mỹ tự nhận là phe chủ chiến diều hâu. Nhưng sau khi thấy bức hình, số người này đã thay đổi lập trường và theo phe bồ câu chủ trương chống chiến tranh. Nhiếp ảnh viên Adams, sau đó, vào năm 1969, đã nhận được giải *World Press Photo of the Year* và giải *Pulitzer* vì tấm hình này. Năm 2007, tạp chí *Mental Floss* đã chọn 13 tấm hình làm thay đổi bộ mặt thế giới, trong đó có bức *Saigon Execution.*

Đằng sau bức hình là một câu chuyện khác. Nhà báo Neil Davis, trong cuốn *"In The Frontline",* đã tiết lộ: bữa đó Tướng Loan nghe tin gia đình một bạn đồng nghiệp cảnh sát bị đặc công Việt Cộng giết chết cả nhà trong đó có hai đứa nhỏ là con đỡ đầu của Tướng Loan. Khi nghe tin có một đặc công bị bắt gần khu vực nhà của người bạn này, Tướng Loan không chịu nổi nên quyết định xử bắn tại chỗ. Người bạn này là Trung Tá Nguyễn Tuấn. Sau khi bắn tên Bảy Lém, Tướng Loan quay sang nói với Eddie Adams và các ký giả khác: "Tên Việt Cộng này đã giết nhiều người Mỹ và nhiều người dân vô tội khác, tôi nghĩ rằng Đức Phật sẽ tha thứ cho tôi". Người dân Mỹ đã không tha thứ. Họ không muốn quân y Mỹ chữa trị cho Tướng Loan khi ông bị thương nát hai chân trong trận tổng công kích đợt hai. Khi Sài Gòn thất thủ, ông di tản qua Mỹ và bị đối đãi rất tồi tệ. Ông mở một quán ăn nhỏ tên *"Les Trois Continents"* tại Springfield, tiểu bang Virginia. Đã có lần tác giả bức hình Eddie Adams tới tiệm thăm ông và tỏ ý ân hận vì đã chụp tấm hình. Tướng Loan không hề oán trách Adams và chỉ nói: "Ông làm nhiệm vụ của ông, tôi làm nhiệm vụ của tôi. Chỉ có thế thôi!". Chính vì câu nói này mà Adams rất khâm phục Tướng Loan và hai người đã trở thành bạn tri kỷ. Một bữa, có một người viết trong phòng vệ sinh của quán hàng chữ: *"We know who you are!"*. Tướng Loan đã dẹp tiệm ngay sau đó.

Phần nhiếp ảnh viên Eddie Adams, ông luôn ân hận khi tấm hình đã vượt quá tầm tay của ông để trở thành một sát thủ cho cuộc đời Tướng Loan. Ông nói: "Tôi mặc bộ đồ dạ hội sang trọng để lãnh giải thưởng và tiền thưởng về bức hình đó tại Đại hội Nhiếp Ảnh ở Hòa Lan. Khi ban nhạc trỗi bài quốc ca Hoa Kỳ, tôi bật khóc. Không phải tôi khóc vì sung sướng, mà khóc cho Tướng Loan. Cho tới giờ phút đó, tôi vẫn chưa ý thức được việc mình đã làm. Khi chụp tấm hình đó, tôi đã hủy hoại đời ông Tướng, vì ông bị dân chúng ở cả nước ông lẫn Hoa Kỳ lên án về tội giết tù binh chiến tranh. Trong bất cứ cuộc chiến nào, người ta cũng vẫn thường làm như vậy, nhưng hiếm có nhiếp ảnh viên nào chụp được mà thôi."

Khi Tướng Loan qua đời vào ngày 14 tháng 7 năm 1989, nhiếp ảnh viên Eddie Adams đã ai oán: "Tôi đã giành được giải Pulitzer năm 1969 cho một bức ảnh chụp một người đàn ông bắn một người khác. Hai người đã chết trong bức ảnh: người nhận viên đạn đó và Tướng Nguyễn Ngọc Loan. Viên tướng giết tên Việt Cộng bằng súng, tôi giết ông ta bằng máy hình. Đến nay, những bức ảnh vẫn là vũ khí quyền lực nhất trên thế giới. Mọi người tin chúng; nhưng những bức ảnh cũng có thể nói dối, thậm chí ngay cả không hề bị thao tác ngụy tạo. Chúng chỉ là một nửa sự thật. Điều mà bức ảnh không nói là "Bạn sẽ làm gì nếu bạn là vị tướng đó, vào thời điểm đó, ở đó trong một ngày chiến tranh nóng bỏng và bạn tóm được một gã bị coi là một tên ác ôn mà trước đó hắn đã bắn chết một, hai hoặc ba người Mỹ?" Tướng Loan là một mẫu người mà người ta có thể gọi là một người chiến binh đúng nghĩa, và được thuộc cấp kính trọng. Tôi không nói rằng những gì ông đã làm là đúng, nhưng bạn phải đặt mình vào vị trí của ông. Bức ảnh cũng không nói được rằng viên tướng đã dành nhiều thời gian của mình để cố gắng xây được thêm các bệnh viện tại Việt Nam cho nạn nhân chiến tranh. Bức ảnh này đã làm đảo lộn cuộc đời ông. Ông không bao giờ đổ lỗi cho tôi. Ông nói với tôi rằng nếu tôi không chụp bức ảnh đó, người khác cũng sẽ làm việc đó, nhưng tôi vẫn cảm thấy áy náy về ông và gia đình ông trong một thời gian dài. Tôi vẫn giữ liên lạc với ông, lần cuối cùng mà chúng tôi nói chuyện đã được khoảng sáu tháng trước đây, khi ông bị bệnh nặng. Tôi đã gửi hoa khi tôi nghe nói rằng ông đã chết và đã viết "Tôi rất ân hận. Có những giọt nước mắt trong mắt tôi."

Trong bài *"Tướng Nguyễn Ngọc Loan Xử Bắn Việt Cộng và Bức Hình Oan Nghiệt"*, tác giả Nguyễn Ngọc Chính viết: *"Bám sát bộ chỉ huy hành quân của Tướng Loan ngày mồng hai tết Mậu Thân là nhiếp ảnh gia Eddies Adam của hãng AP và phóng viên quay phim người Việt Nam làm việc cho đài NBC tên là Võ Sửu. Tất cả các diễn biến về Tướng Loan bắn đặc công Bảy Lém đã được Eddie Adams và Võ Sửu thu hết vào ống kính, không sai một chi tiết... Tuy ông Võ Sửu của đài NBC quay được cảnh Tướng Loan bắn Bảy Lém, nhưng cả thế giới chỉ biết đến bức hình của Eddie Adams thôi"*. Võ Sửu là bạn thân của tôi từ những ngày học tại Chu Văn An. Cho tới nay chúng tôi vẫn "mày tao" tuy đứa nào cũng lên chức ông nội ông ngoại cả rồi. Khi viết bài này, tôi điện thoại cho Võ Sửu, hiện ngụ tại Annapolis, tiểu bang Maryland. Sửu cho biết là Eddie Adams chụp hình còn anh quay phim. Khi đó máy quay phim đã sẵn trên vai lúc tên Bảy Lém bị dẫn giải tới trước mặt Tướng Loan. Sửu bấm máy khởi động liền. Cuốn phim trong máy có thể quay được 15 phút và anh đã dùng hết thời gian này. Anh quay được toàn cảnh từ lúc Tướng Loan rút súng ra cho tới khi Bảy Lém ngã nằm dưới đất. Anh chĩa máy xuống đất và quay được cảnh máu phọt ra từ đầu tên đặc công. Đoạn này, sau đó đài NBC đã cắt đi khi chiếu cho khán giả coi vì quá ghê rợn. Vì tấm hình của Adams được in ngay trên các báo lớn trên thế giới ngay sáng ngày hôm sau nên nổi tiếng. Đoạn phim 15 phút Võ Sửu quay được chỉ được chiếu trên truyền hình tại Mỹ sau đó nên chìm lỉm. Tuy nhiên từ ngày đó đến nay, nhiều ký giả và chính trị gia đã phỏng vấn anh khi nhận ra anh. Khoảng mười năm trước, một đài truyền hình của Hòa Lan đã đưa anh về lại Việt Nam, tới hiện trường chỉ dẫn từng nơi xảy ra các cảnh trong cuốn phim anh quay ngày đó. Anh cho biết là phong cảnh đã hoàn toàn thay đổi không còn dấu vết những ngày tháng cũ.

Trong chúng ta có ai dám vỗ ngực bảo là mình chưa hề nói dối bao giờ chưa? Làm người chắc chắn là phải nói dối. Mà nói dối từ khi còn rất ngây thơ vô tội. Lúc chúng ta được 2 tuổi, não đã biết tưởng tượng và hình thành nhân cách, biết phân biệt đúng sai, biết sợ cha mẹ, là chúng ta khởi đầu sự nghiệp nói dối. Nói dối trong tuổi này thường là để tránh roi vọt và sự trừng phạt của cha mẹ hoặc để được người khác chú ý. Nếu đứa trẻ lúc đó ở vào một môi trường xấu, thấy người lớn nói dối như điên, thì trẻ cũng bắt chước nói dối. Có điều trẻ em trong tuổi này chưa hiểu được hành động của mình là sai.

Tới tuổi đi học mẫu giáo, trẻ em thường sống trong tưởng tượng. Thế giới của bé lúc này là thế giới ảo nhưng bé nghĩ là thiệt. Chúng nói về thế giới ảo này như thật và muốn mọi người chung quanh tôn trọng những nhân vật ảo do bé tưởng tượng ra.

Khi đi học, khoảng từ 5 đến 8 tuổi, trẻ em nói dối để che giấu. Nói dối trong tuổi này không nhằm mục đích xấu mà chỉ mong muốn có lợi cho mình. Trẻ từ 9 đến 11 tuổi và sau đó ở tuổi dậy thì, việc nói dối sẽ nhuần nhuyễn hơn.

Càng lớn, việc nói dối càng tinh vi. Che chắn cũng có, làm lợi cho mình cũng có và hại người cũng có luôn. Người càng thông minh kỹ thuật nói dối càng cao. Nói dối đã trở thành một cách sống.

Một ông than thở với bạn: "Tôi buồn quá anh ạ. Vợ tôi nó nói dối tôi!". Ông bạn hỏi cho ra lẽ: "Sao anh biết?". Ông kể lể: "Tối hôm qua vợ tôi không về nhà. Khi tôi hỏi thì bả bảo là ngủ ở nhà bà Hương, bà bạn thân nhất của bà ấy". Ông bạn ngạc nhiên: "Chuyện như vậy cũng thường thôi. Vợ tôi có lúc cũng ham vui ngủ ở nhà bạn vậy". Ông này tức tối: "Nhưng tôi biết vợ tôi đã dối tôi". Ông bạn gạt đi: "Tôi thấy ông vô lý. Bả nói vậy sao ông biết bả nói dối ông?". Ông này tức tối la lên: "Vì tối hôm đó chính tôi ngủ ở nhà bà Hương!".

Chiêu nói dối ngoạn mục nhất có lẽ là không nói dối mà

vẫn nói dối. Một ông đang hấp hối nhưng vẫn chưa hết thắc mắc chuyện đời. Ông hỏi vợ: "Em à! Trước khi lìa xa cõi đời này, anh muốn biết một sự thực. Em cứ thành thật trả lời. Dù em trả lời thế nào anh cũng sẽ sẵn sàng tha thứ cho em. Thằng con thứ tư có phải là con anh không?". Bà vợ nói ngay: "Dĩ nhiên nó là con anh. Em xin thề trước ngọn đèn này là em không dối anh". Ông chồng hấp hối mỉm cười và sung sướng trút hơi thở cuối cùng. Bà vợ vừa vuốt mắt cho chồng vừa thở phào: "May là ông ấy không hỏi mình về ba đứa đầu!".

Nói dối là chuyện không ra chi. Không ai vỗ tay cho một câu nói dối. Ngay từ nhỏ người ta đã dậy cho con nít phải thật thà. Tôi còn nhớ chuyện cậu bé trong sách Quốc Văn Giáo Khoa Thư được học từ hồi nhỏ. Cậu bé chạy ra đường làng la um sùm là nhà cậu bị cháy. Dân làng vội chạy ra chữa cháy. Thực ra nhà cậu không cháy nhưng cậu la dối để được cười vui khi mọi người nháo nhác bị mắc lừa. Tới một bữa, nhà cậu bị cháy thiệt, cậu la cầu cứu nhưng không một ai tới chữa giúp cậu. Nhà cậu cháy tiêu tan. Chúng ta đã được giáo dục để luôn thực thà nhưng mấy ai làm được trong suốt cuộc sống. Bởi vậy nên mới có những máy dò nói dối để trị căn bệnh xấu xa này.

Máy trị nói dối này dựa trên một tiền đề là khi nói dối phản ứng sinh lý của con người có những biểu hiện rối loạn. Trong cuộc sống, mỗi khi chúng ta nói dối, mặt mày và cử chỉ không bình thường. Đó là vẻ ngoài. Máy phát hiện nói dối sục sạo vào mặt trong cơ thể. Nó đo huyết áp, nhịp tim, nhịp thở, thân nhiệt và độ dẫn ở da trong khi đối tượng trả lời những câu hỏi. Những dây điện từ máy được nối áp vào hệ tim mạch gồm đầu, ngực, chân, tay của người bị kiểm tra. Một loạt câu hỏi lúc chậm, lúc nhanh buộc người bị kiểm tra phải trả lời ngay. Phân tích các dữ kiện thu được trên máy người ta có thể kết luận là người bị kiểm tra đã nói thật hay nói dối. Cơ quan CIA của Mỹ đã dùng máy nói dối để khai thác các nghi can từ đầu thập niên 1960.

Người ta đã tìm ra một số phương pháp để vô hiệu máy phát hiện nói dối này. Điệp viên Liên Xô Ames tiết lộ một phương pháp mà anh được học: "Ngủ ngon, nghỉ ngơi và giữ tâm trạng thoải mái khi bị kiểm tra với máy phát hiện nói dối. Cư xử tốt với các nhân viên kiểm tra, cố tỏ ra có vẻ hợp tác trong khi vẫn duy trì sự bình tĩnh của mình".

Nói dối là một tính xấu. Chúng ta đã được dậy như thế. Con em chúng ta tại hải ngoại, được giáo dục trong môi trường văn minh, rất kỵ sự nói dối. Lơ mơ là chúng ta bị chúng nắm cẳng. Nhưng cuộc sống có những ngoắt ngoéo khôn lường. Đôi khi nói dối tốt hơn nói thật. Tôi vừa được đọc bài viết *"Tôi Đã Bắt Đầu Biết...Nói Dối",* không rõ tên tác giả. Tác giả có một người bạn làm nghề đi biển trên một con tầu nhỏ để đánh cá, bắt tôm, câu mực. Vài tháng anh mới về lại đất liền ít ngày. Một lần biển động dữ dội khi anh còn ở ngoài khơi. Người mẹ già của anh quá lo lắng cho số phận của con nên bệnh tim của bà tái phát. Bà được đưa vào bệnh viện trong tình trạng hôn mê. Các bác sĩ quyết định phải mổ tim cho bà ngay nhưng tình trạng hôn mê, suy kiệt tinh thần của bà không cho phép họ tiến hành ca giải phẫu. *"Trong những lúc tỉnh táo ngắn ngủi, bà thều thào hỏi bão đã tan chưa, con trai bà đã về chưa? Khi đó có một người làng bên cho biết đã tìm thấy mảnh vỡ của con tàu của con bà dạt vào bờ biển. Bà hỏi các bác sĩ nhưng không ai trả lời. Tôi đứng ở đó và thật rồ dại khi trung thực kể cho bà nghe rằng cơn bão khủng khiếp lắm, kéo dài vài ngày nữa mới thôi, con tàu của con bà đã bị vỡ, sóng xô vài mảnh vào bờ, con trai bà không biết số phận ra sao? Các bác sĩ không kịp cản tôi. Câu chuyện tôi vừa kể đã đánh gục những sức lực yếu ớt cuối cùng của bà. Bà nấc nhẹ và thiếp đi. Bác sĩ bó tay. Tôi tình cờ phạm phải một tội ghê gớm mà suốt đời tôi không tha thứ cho mình được. Sau khi tan bão, người bạn tôi sống sót trở về do một chiếc tầu khác cứu. Anh không trách tôi mà chỉ gục bên mộ mẹ khóc nức nở. Sự trung thực ngu ngốc đã vô tình khiến tôi phạm một sai lầm khủng khiếp".*

Cuộc đời có những biến tấu khó lường. Chẳng thế mà người ta vẫn nhắc lại với nhau câu nói của Blaise Pascal: "*Vérité en decà des Pyrénées, erreur au delà*" mà chúng ta có thể dịch thoát là: lẽ phải ở bên này núi Pyrénées nhưng là không phải ở bên kia núi. Vậy thì làm sao phân biệt được điều tốt xấu trên cõi đời này? Khi nào cần nói thực, khi nào cần nói dối? Cứ hỏi trái tim của mình khắc rõ!

01/2016

HÀN

Phải chi tôi coi phim bộ Hàn Quốc! Thấy mấy đệ tử của phim bộ xứ kim chi tở mở như trở về quê khi tới xứ Hàn, tôi thấy thèm. Nhà tôi cũng có cả vài trăm bộ phim Hàn quốc nhưng tôi chẳng rành bộ nào cả. Thỉnh thoảng coi ké, đá gà đá vịt ít phút, kiến thức phim bộ của tôi chẳng là bao. Kiểm kê ráo riết thì chỉ biết được mấy chiếc cầu bắc qua sông Hàn ở Seoul, nơi các tài tử bị tình nhân đá bàn tọa hoặc có chuyện buồn bã hoặc khó nghĩ, tài tử trong phim thường ra ngồi nhìn những ánh đèn và những tia nước phun ra từ bên cầu vắt ngang qua sông Hàn.

Một buổi tối, chúng tôi hộc tốc ra chiếc cầu để kịp giờ coi cầu phun nước dưới ánh đèn màu. Hình như cứ mỗi đầu giờ, cầu lại làm mưa một lần. Đêm đó, trời mưa lất phất, tôi che dù đứng dưới mưa chụp hình quay phim. Hàng người đứng bên bờ nhìn lên cầu không đông lắm. Có lẽ vì bữa đó là tối ngày thường không phải cuối tuần, thiên hạ còn bận ngủ

Cầu phun nước trên sông Hàn.

để sáng hôm sau đi cầy. Nhìn ngang nhìn ngửa cũng thấy có mấy cặp tình nhân che chung một chiếc dù, khoác vai nhau ngắm...cầu. Nếu nói về sự "hoành tráng" và nghệ thuật thì cuộc biểu diễn phun nước này không có gì đặc sắc lắm nhưng vì nó đã được lên phim nên du khách vẫn muốn tới coi xem thực tế và trong phim ảnh có chi khác nhau không? Dĩ nhiên là khác. Trong phim chiếc cầu như được khoác chiếc áo lộng lẫy hào nhoáng muôn ngàn lần hơn. Dù sao chúng tôi, nhất là các đệ tử phim bộ, vẫn đã được nhìn tận mắt một "tài tử" trong phim.

Một "tài tử" khác là chiếc xe máy đi giao bánh màu đỏ. Anh chàng này xuất hiện trong khá nhiều phim. Một bữa đang lang thang trên đường thì bắt gặp ba bốn chiếc dựng trước cửa một tiệm bánh. Mọi người rối rít như gặp lại người thân. Máy ảnh chĩa ra bấm lia lịa. Tôi cũng quen tay bấm tuy chẳng biết chiếc xe này có chi hấp dẫn. Với tôi, những chiếc xe ba bánh chở đủ thứ hàng như chiếc xe thồ mới là cái đáng chú ý. Khách sạn chúng tôi ở ngay trung tâm thành phố, gần một ngôi chợ, nên loại xe thồ này đậu san sát trên đường. Tôi chú ý tới chúng vì cái vẻ tồi tàn, nhếch nhác của chúng. Ngoài loại xe này, các xe gắn máy hai bánh thồ hàng nhắc tôi lại những hình ảnh xưa ở Sài Gòn. Chúng cũng chạy như ăn cướp, chen chân với khách bộ hành trên các vỉa hè. Không hiểu sao một nước vào loại khá văn minh như Đại Hàn lại vẫn còn cái vụ xe chen chân người đi bộ như vậy.

Nhưng "nhân vật" nổi bật trong phim Đại Hàn là hoàng cung. Đây là nơi diễn ra các cuộc đấu đá cung đình làm say mê khán giả của các phim cổ trang Đại Hàn. Hoàng cung

Xe hai bánh giao hàng.

ngày nay ồn ào như một cái chợ. Nó nằm ngay trên một con lộ rộng rãi, xe cộ lưu thông nườm nượp. Muốn qua đường phải chờ đèn xanh khá lâu. Ngay khi nhìn thấy cửa chính của hoàng cung, các đệ tử phim Hàn đã nháo nhác. Y chang như trong phim! Thì phải y chang chứ sao! Đám đông du khách chen chúc nhau đứng ở ngoài cửa vì mấy ông lính gác. Họ ăn vận màu mè, đứng theo hàng ngay trước cửa hoàng cung, ông cầm cờ đuôi nheo, ông cầm giáo. Họ đứng không nhúc nhích như một pho tượng. Du khách canh me vào đứng cạnh chụp hình. Có bà còn véo tay ông lính coi cho chắc ăn là người thật chứ không phải người giả! Bị nắm, véo, kéo mà các ông vẫn phải đứng như tượng. Đứng như vậy mỏi chết. Vậy nên mới phải đổi ca. Khi đổi ca họ đi rập ràng trông khá bắt mắt.

Lính canh gác trước hoàng cung.

Cổng chính vào hoàng cung.

Qua cổng chính, du khách vào tới một chiếc sân rộng. Tới đây thì chưa bị ai hỏi vé. Phòng bán vé nằm ở một dãy nhà phía bên phải. Tới mua vé mới hay nơi này quá…văn minh. Người cao niên từ 65 tuổi trở lên được miễn phí. Vậy là hân hoan rút *passport* ra để chứng minh tuổi già. Qua chiếc sân rộng mới vào tới cung chính. Chỉ có một tòa nhà chẳng lấy chi làm rộng lắm, phía trong có một chiếc ngai vàng và mấy cổ vật lẻ tẻ. Cung điện ở Nhật và Đại Hàn khác xa với Thiên An Môn ở Bắc Kinh. Nhỏ nhắn và bình dị hơn. Cung điện của Trung Quốc hào nhoáng, màu mè, rộng rãi, nhà trên nhà dưới, nhà cho cung nữ, tam cung lục viện rất rềnh rang. Chốn thâm cung của…thiên tử có khác! Điều này chứng tỏ mấy anh vua xứ con trời xa cách dân hơn.

Từ khách sạn tới hoàng cung, chúng tôi đi bộ, không xa

Bức vẽ đoàn rước hoàng đế ngày xưa trên đường dẫn tới hoàng cung ở Seoul.

Ngai vàng trong hoàng cung.

lắm. Trước khi tới hoàng cung có một con đường được đào sâu xuống thành một chiếc hào dẫn tới cửa hoàng cung. Cũng giống như ở Nhật Bổn, đoạn đường nằm dưới sâu này có một con suối nước chảy róc rách ở giữa. Nhưng có khác là trên vách tường phủ kín bức tranh dài suốt con đường làm bằng gạch vuông nhỏ ghép lại rất mỹ thuật. Tranh mô tả cuộc xuất hành của vua với đầy đủ đoàn tùy tùng rất uy nghi.

Cuối đường, leo lên, là công viên rộng lớn trước hoàng cung. Bên một góc công viên có một dãy nhà tiền chế treo cờ quạt rất bắt mắt. Vào coi mới biết đây là khu trưng bày hình ảnh vụ phà chìm vào tháng 5 năm 2014 làm chết gần 300 người trong đó phần lớn là học sinh một trường trung học. Vụ này đã khiến Thủ Tướng phải từ chức. Hình ảnh các em học sinh trẻ trung yêu đời khi sinh hoạt tại trường làm mọi người ngậm ngùi hơn khi đối chiếu với hình ảnh những thi thể trẻ măng được vớt lên từ biển cả.

Bước chân ra khỏi căn lều nhắc nhở tới tai nạn tưởng chừng không thể xảy ra ở một nước tân tiến, tôi sững sờ tưởng như đang trong mơ: Đức Trần Hưng Đạo đứng ngạo nghễ trước mắt! Bức tượng đứng tít trên một chiếc đế cao vút trông quen thuộc đến nỗi tôi đinh ninh đó là Đức Thánh Trần đang đứng trên bờ sông Sài Gòn. Tỉnh cơn mê ra mới thấy bị ám ảnh. Đức Thánh Trần đâu có mặc nhung phục Hàn Quốc! Nhưng vị anh hùng đứng cao chót vót kia cũng có điểm chung với Đức Trần của chúng ta. Cả hai đều đánh đuổi quân xâm lược đất nước bằng những trận thủy chiến. Đức Trần Hưng Đạo ba lần đánh bại quân Nguyên Mông khiến lũ trẻ chúng tôi ngày xưa được căng miệng ra hát với hào khí ngất trời: *"Trên sông Bạch Đằng, quân Nam ầm reo, sóng nước vang đưa bao con thuyền mành trôi theo..."*. Không biết trẻ em Đại Hàn ngày nay có bài hát...Bạch Đằng như lũ chúng tôi xưa không nhưng cái ông đứng trên bệ cao kia cũng là một Đô Đốc Hải Quân đi vào lịch sử như Đức Trần của chúng ta tuy ông này sanh sau đẻ muộn hơn. Đức Thánh Trần của chúng ta ba lần chiến thắng quân Nguyên và quân Mông vào những năm 1258, 1285 và 1288 trong khi Đô Đốc Yu Sun Shin của Hàn quốc hai lần đánh đuổi quân

Tượng Đô Đốc Yi Sun Shin.

Nhật xâm lăng vào năm 1592 và 1598, chậm hơn Đức Thánh Trần ba thế kỷ. Cái chết của hai vị tướng tài cũng khác nhau. Đức Thánh Trần sau khi chiến thắng giặc phương Bắc ba lần đã lui về Vạn Kiếp và mất tại đây vào năm 1300. Còn tướng quân Yu Sun Shin hy sinh ngay tại trận tiền. Quanh tượng của Đô Đốc Shin là những vòi phun nước liên tục trắng xóa như nhắc nhở tới chiến trường sông nước xưa.

Đi thêm về phía hoàng cung, tôi bắt gặp một bức tượng khác. Ông này coi bộ nhàn nhã hơn: ngồi chứ không đứng mỏi chân như tướng quân Shin. Đọc tấm bảng ghi chú dưới chân tượng bằng tiếng Anh, tôi tạm dịch như sau: " *Hunmin jeongeum:* ngôn ngữ của dân tộc ta khác với ngôn ngữ Trung Hoa nên không thể diễn tả bằng chữ viết của Trung Hoa được. Vì vậy, tiếng nói của nông dân chúng ta không được mọi người hiểu đúng. Ta thấy buồn vì tình trạng này.Vì vậy, chữ viết gồm 28 đơn vị được phát minh. Mong muốn của ta là mỗi người dân Hàn đều học hỏi thứ chữ mới này và dùng chúng trong sinh hoạt thường ngày". Vậy là tôi bé cái lầm vì nhìn qua cứ tưởng *Hunmin jeongeum* là tên người sáng tạo ra thứ chữ quốc âm Hàn đang ngồi chễm chệ trên bục cao. Thực ra *Hunmin jeongeum* là tên của chiếu chỉ ban hành thứ chữ mới này của Hoàng Đế Sejong vào thế kỷ thứ 15. Vậy thì cái ông ngồi trên bệ kia chắc là Hoàng Đế Sejong! Nhìn kỹ thì thấy khuôn mặt có tướng vua thật.

Vậy là Hàn quốc cũng như ta, đã dùng chữ Hán và đã vùng vẫy ra khỏi thứ chữ tượng hình này bằng cách đặt ra một thứ chữ riêng cho dân tộc. Vậy nên chữ Hàn coi thấy giản dị hơn và có hình thức khác với chữ Hán. Có nhiều hình tròn chứ không vuông vức. Nhưng Việt Nam ta đi xa hơn. Từ chữ Nôm đã chuyển qua chữ Quốc Ngữ như chúng ta dùng ngày nay.

Còn một thứ các đệ tử của phim Hàn quốc quen thuộc là thứ bánh mực. Tôi không thấy thứ bánh này tại Seoul nhưng thấy vài tiệm tại Nhật Bổn. Thứ bánh này được làm trong chiếc khuôn lớn có những lỗ tròn như tổ ong. Các bà bảo giống khuôn làm bánh khọt của ta. Người làm bánh này có đôi tay khéo léo vô cùng. Họ dùng một cái xiên thoăn thoắt xiên trở bánh từ chiếc này qua chiếc khác trông vô cùng bắt mắt. Bánh làm bằng bột có một miếng nhân mực. Tôi ăn chẳng thấy ngon chi. Không hiểu sao nó lại đi vào phim thành món ăn quen thuộc như vậy.

Thức ăn Đại Hàn thường rất ngon, ngon hơn đồ ăn Nhật.

Tượng hoàng đế Sejong, người ban hành chữ quốc âm của Hàn.

Nhưng giống Nhật là dùng toàn hải sản. Muốn kêu món chi thì khởi đầu nhà hàng cũng mang ra ba đĩa kim chi nhỏ để lai rai trước. Kim chi có hàng chục thứ. Hình như cái chi cũng thành kim chi được. Kim chi thường cay vừa vừa. Nhưng đụng tới kim chi ớt thì tốn nước mắt nước mũi lắm. Vậy mà cái tính tò mò cái chi cũng muốn biết làm tôi phải một phen khốn đốn vì cay. Mấy cô bé Hàn được nuôi bằng kim chi, không biết có cay không, làm sao biết được, nhưng mướt thì có mướt. Em nào em nấy cao ráo, trắng trẻo, mặt mũi ưa nhìn. Mấy bà nói bâng quơ: nhìn dzậy nhưng không phải dzậy đâu, toàn nhờ dao kéo cả! Hình như vậy thật. Sự thực ở sâu bên trong làm sao biết chắc được!

Kim chi là quốc hồn quốc túy của dân Hàn. Chẳng vậy mà khi gặp một đám học sinh trung học khoảng 13, 14 tuổi, trai có gái có, chơi đùa ngoài sân một bảo tàng viện, mặt em nào em nấy sáng quắc, tươi rói, tôi giơ máy hình lên bấm lia lịa. Thấy du khách chụp hình, các em tụ lại, giơ tay thành hình chữ V. Một cô bé mặt mũi sáng sủa, ngây thơ ráp tiếng Anh lỗ mỗ hỏi chúng tôi từ đâu tới. Khi nghe tới tên Canada, cô bé tinh quái, vừa cười vừa giơ tay vẽ lên không gian. Tôi thấy ngay đó là hình chiếc lá phong trên cờ Canada. Canada được dân Hàn cũng như dân Nhật biết tới nhiều. Trong các phim bộ Hàn quốc các nhân vật cứ dọa đi Canada hoài. Khoái Canada nhưng khi một ông bạn tôi đổi tiền tại một trung tâm thương mại lớn ở Nhật thì họ lại không nhận đổi tiền Canada, chỉ nhận tiền đô Mỹ! Các em kéo chúng tôi vào chụp ảnh chung. Trước khi ông bạn bấm máy, ông hô *cheese* như thói quen, các em sửa lại: *"kim chi"!* Thứ nào cũng bắt người ta cười mím…chi!

Kiếm một món ăn có thịt, nhất là thịt bò, coi bộ khó. Cả ở Hàn lẫn ở Nhật. Một lần mấy ông bà bạn gọi món thịt bò, giá mắc gấp đôi món ăn hải sản, khi đĩa thịt bò được mang ra thì hỡi ôi, đếm được đúng chín miếng! Khô không khốc, dai nhách dai nhơ. Ai ăn ai nhịn? Chẳng cái dại nào bằng cái dại nào! Trong khung cảnh thịt bò quý như vàng nơi đây mà lại có tiệm phở bò! Đó là tiệm Phở Bay. Không hiểu tô phở thịt thà ra sao nhưng giá đắt gấp rưỡi một tô mì hải sản. Khi chúng tôi tới thì tiệm chưa mở cửa nên không được nếm hương vị quê nhà nơi đất khách.

Nhưng cần chi thịt thà, có dịp ăn…chay thì cứ ăn, đồ hải sản tươi rói có khi ăn ngon hơn thịt. Có lần tôi vào một nhà hàng, nhìn hình chụp, kêu đại một tô mì nghêu. Nghêu

Vui chơi với học sinh Hàn.

Phở Bay.

còn nguyên vỏ nằm la liệt trong tô, ngọt ơi là ngọt! Đó là tô mì tôi nhớ đời tuy chỉ phải trả có 6 ngàn *won,* khoảng 7 đô Canada.

Seafood tươi lềnh khênh trong khu chợ cá ở Seoul. Hình như không có một thứ chi sống dưới biển mà không có mặt trong khu chợ cá này. Gọi là chợ cá chứ tôi còn thấy cả con cầu gai, đỉa biển và nhiều thứ chẳng biết là cái giống chi. Bà bán hàng nơi cửa hàng chúng tôi tụ lại rất vui tính luôn tay luôn miệng quảng cáo. Những lời quảng cáo từ miệng bà dĩ nhiên chẳng làm chúng tôi bận tâm nhưng tay bà là cả một nghệ thuật quảng cáo. Hầu như con chi cũng còn bơi lội trong các bồn chứa. Bà bốc hết con này tới con khác ra , để trên bàn tay cho chúng giẫy đành đạch, dí vào sát người chúng tôi để mời mua. Con đỉa biển, lần đầu tiên tôi thấy trong đời, là màn quảng cáo vui nhất. Đỉa biển hình ống tròn, lớn bằng hai ngón tay cái, ngo ngoe trong tay bà. Bà nắm chúng lại và bóp. Từ đầu (hay đuôi?) một dòng nước phun ra có vòi! Thấy màn trình diễn khá ngoạn mục, tôi yêu cầu bà làm lại để quay phim. Bà vui vẻ diễn lại, xong cười ngoặt nghẽo, mặt đỏ lên. Tôi chẳng hiểu vì sao bà cười mà mặt đỏ đến thế.

Chợ cá là một địa điểm thu hút nhiều du khách. Họ chụp hình quay phim nhiều hơn mua. Đi chơi ai muốn vướng bận với thứ tanh tưởi như vậy. Chúng tôi cũng tưởng như vậy nên tôm càng bự con, cua lớn nhúc nhích, cá đủ loại tung tăng bơi lội, trông phát thèm mà không dám mua. Nhưng khi bà bán hàng cho biết là ở trên lầu có dịch vụ chiên nấu hải sản theo ý khách. Muốn sao cũng được, ăn ngay tại chỗ, thì cái cân của bà làm việc túi bụi. Trên lầu là nơi nhậu nhẹt. Tôm, cá, cua do khách mua mang lên, nhà hàng chỉ lấy tiền công nấu nướng. Tiền này tính theo đầu người. Mỗi đầu người 3 ngàn *won.* Khi ra về để ý mới thấy chung quanh khu chợ cá toàn những tiệm chiên xào nấu nướng ăn theo chợ như vậy.

Khách sạn chúng tôi ở gần chợ Jungbu. Đây cũng là chợ chuyên bán hải sản nhưng là hải sản khô. Tôm khô, mực khô, cá khô, không biết còn thứ chi khô nữa không. Chợ rộng lớn như chợ Bến Thành, chia ra từng sạp, đi hết cũng bở hơi tai. Nhưng vì chúng tôi chỉ cần bước ba bước là đã tới chợ nên đi hầu như khắp chợ. Ngoài hải sản khô, tôi thấy có một sạp bán toàn ớt khô, ớt bột, ớt giã nhỏ. Dân kim chi có khác, cay ác!

Trước ngày về, chúng tôi thi nhau ra vác đồ khô mang về

Một sạp bán hải sản trong chợ cá.

làm quà. Mực khô, cá khô, không ướp gia vị chi cả, vậy mà ngọt lịm. Tay xách nách mang, đi tới đâu vang lừng mùi… khô! Khi về tới Montreal, giấy khai quan thuế phải hài rõ có mang *seafood.* Vậy là có màn đối thoại với nhân viên quan thuế phi trường. *Seafood* ông mang là thứ chi? Mực, cá xấy khô! Ông mua ở đâu? Nhật Bản và Đại Hàn. Cô quan thuế ký cái rẹt cho đi. Như vậy Nhật và Hàn cũng có uy tín. Nhưng có một điều nhân viên quan thuế không biết là khu chợ đồ biển khô Jungbu rộng rãi là vậy mà tuyệt không có một con ruồi. Họ sạch tới vậy sao? Tôi không nghĩ như vậy bởi vì rác rưởi nơi đây không thiếu, rất khác với Nhật. Họ còn khạc nhổ ngay trên đường rất mất vệ sinh. Vậy tại sao ruồi không bén mảng tới đây? Một bà có máu đa nghi buột lên câu hỏi: hay đây bán đồ *made in China* tẩm hóa chất nên ruồi tránh

Ăn đường ăn chợ!

xa? Nghe cũng không phải là không có lý nhưng chẳng làm sao kiểm chứng được. Đồ khô đựng trong những thùng các-tông lớn rồi chiết ra những bao nhựa nên bao không có một chữ nào cả. Vào giờ khuya, khi chợ vãn người, các xe máy hai bánh thồ từng thùng hàng vào chợ, nếu tinh ý đọc chữ trên thùng hàng chắc cũng có thể biết xuất xứ món hàng nhưng họ chạy ào ào, lo tránh xe đã đủ mệt, mắt đâu mà nhìn chữ với nghĩa!

Tôi vẫn tưởng là hàng *made in China* không thể có mặt tại Nhật và Hàn. Chắc nhiều người cũng nghĩ như vậy. Nhưng chúng vẫn có, nhiều chứ không ít. Vào một tiệm bán đồ điện tử ở Tokyo, số hàng làm ở Trung Quốc nhiều hơn hàng làm ở Nhật. Thứ nào *made in Japan* được cửa hàng viết chữ to kềnh như muốn đập vào mắt khách mua hàng. Từ khi biết là anh thày lòn Trung Quốc có mặt tại Nhật và Hàn quốc có in rõ *made in China* chứ không dấu diếm chi cả, chúng tôi cẩn thận hơn khi mua bán. Tránh như tránh hủi thứ hàng vừa dỏm vừa độc địa ở bên đây, vậy mà đi Nhật đi Hàn lại tha thứ *made in China* về thì còn ra cái thống chế chi nữa!

Dạo quanh chỗ ở, tôi thấy một điều khá vui. Khu này là khu thương mại, cửa hàng san sát. Mỗi con đường bán một loại hàng. Tôi thấy có đường chuyên bán vật liệu xây cất, đường bán đèn, đường bán giấy và nhà in và nổi trội nhất là đường bán xe gắn máy và mô-tô. Nhìn lên bảng tên đường, tôi không biết thứ chữ ngoằn ngoèo trên đó có phải là *Phố Hàng Đèn, Phố Hàng Giấy* hay *Phố Nhà In* không?

Dân Hàn dùng nhiều xe hai bánh. Loại xe này chạy khá hỗn. Leo cả lên lề đường dành đất với khách bộ hành. Dĩ nhiên không nhiều như ở Việt Nam. Xe hơi hầu như toàn xe nội địa như *Huyndai, Kia.* Ở Nhật tôi cũng thấy như vậy. Nhan nhản ngoài đường là xe *Toyota, Nissan* nhưng *Honda* lại ít thấy.

Khi biết tôi đi Đại Hàn, mấy ông bạn giao cho tôi nhiệm vụ rất nghiêm trọng: nghiên cứu tình hình thịt cầy tại xứ có tiếng là đả cẩu. Tôi có để ý các quán nhậu nhưng không thấy bóng dáng chiếc đùi vàng ngậy đặc trưng của loài cẩu mà chỉ thấy toàn lòng heo. Hai bà bạn đã có lần xâm mình thử thứ lòng này. Tôi kỵ thứ thường có mùi hôi nên không mặn mà chi. Hai bà cho biết là lòng ở đây ngon lắm, không có mùi chi cả.

Vẫn canh cánh trong lòng nhiệm vụ được giao phó, tôi lẳng lặng nhìn ngang ngửa mỗi khi đi qua một tiệm nhậu. Kể cũng lạ, dân Hàn xực thịt cầy còn bạo hơn dân Việt ta, mỗi năm họ xơi tái tới 2 triệu rưởi chú cầu và có tới 20 ngàn tiệm thịt chó trên toàn quốc, doanh thu tới 2 tỷ đô Mỹ, vậy mà sao chúng biến đâu hết dưới con mắt thám tử của tôi? Hay là vì tôi tới Seoul sớm quá? Ngày 7 tháng 8 mỗi năm, ngày nóng nhất ở Hàn, mới là ngày hội thịt chó mà họ kêu là *bok nal*. Ngày này họ hàng nhà cầu bị hy sinh nhiều nhất. Hay có lẽ từ Thế Vận Hội năm 1988 và *World Cup* năm 2002, bị thế giới chê cười, chọc quê, nên thịt chó đã rút vào bóng tối? Tôi không tin là một tập tục có từ thời nảo thời nao tới nay bỗng chốc bị dân Hàn bỏ rơi cái rụp dễ dàng như vậy. Niềm tin của tôi được củng cố vì một sự kiện xảy ra vào ngày 5 tháng 3 năm 2015. Ngày đó ông Đại Sứ Mỹ tại Seoul bị một ông tên Kim Ki-jong dùng dao rạch nhiều vết trên mặt và tay. Ông này đã 55 tuổi nhưng còn khỏe, đã tiến tới từ phía sau, ghì ông Đại sứ xuống bàn, hét lớn “Nam Bắc Hàn phải được tái thống nhất” và ra tay rạch. Ông Đại Sứ Mark Lippert, 42 tuổi, được đưa vào bệnh viện và phải khâu tới 80 mũi, nằm nhà thương tới 4 ngày. Ngay khi vừa được giải phẫu xong, một cụ ông người Hàn 70 tuổi đã tới bệnh viện tặng ông Đại Sứ món thịt chó và canh rong biển. Ông già này giải thích: theo phong hóa cổ truyền của Đại Hàn, thịt chó là thứ bồi bổ cho bệnh nhân sớm hồi phục sau khi giải phẫu. Tuy nhiên bệnh viện đã từ chối món quà này vì những quy định thực phẩm an toàn của bệnh viện.

Mới năm ngoái, thịt chó còn được dân Hàn quý trọng như thế, vậy mà chỉ một năm sau, khi tôi tới, sao lại không trông thấy một chú cầu nhe răng nào vậy cà? Hay là trong những con chữ loằng ngoằng trước cửa các tiệm nhậu, biết đâu chẳng có những hàng chữ đại loại như *cờ tây, đây rồi, sống trên đời, lá mơ* mà tôi mù chữ đọc không ra! Biết ăn nói làm sao với các ông bạn đang mỏi mắt mong chờ ở Montreal đây?

Vậy cho nên tôi vẫn canh cánh bên lòng chút hậm hực khi quy hồi Montreal!

05/2016

HIẾP

Người ta gọi vụ tấn công tình dục xảy ra vào đêm giao thừa tây vừa qua tại thành phố Koln của Đức là "đêm giao thừa nhục nhã". Kẻ tấn công các phụ nữ trong đêm giao mùa đó là các thanh niên tỵ nạn đến từ Trung Đông và Bắc Phi. Tính tới nay đã có 300 phụ nữ trình báo là họ đã bị xâm phạm. Con số này chưa phải là con số cuối. Địa điểm…nhục nhã này là khu vực xung quanh nhà thờ Koln. Gần như là một tục lệ, cư dân thành phố tụ tập tại đây mỗi năm vào đêm giao thừa để vui chơi đón mừng năm mới. Một nữ du khách 17 tuổi người Anh có mặt tại đây đã kể lại: *"Chúng tôi nghe tiếng một phụ nữ la hét, khóc lóc giữa đám đông. Người này dường như đang chạy khỏi một nhóm đàn ông đuổi theo phía sau. Sau đó, chúng tôi thấy hai người đàn ông khác ép những phụ nữ vào góc nhà thờ rồi sờ soạng họ*". Một nạn nhân người Đức, cô Katja L., 28 tuổi, đi cùng một cô bạn, kể lại trên tờ *Der Express: "Khi ra khỏi nhà ga, chúng tôi đã rất kinh ngạc trước một đám đông toàn người trẻ ngoại quốc đứng ở đó. Chúng tôi phải đi trên một con đường xuyên qua những người đàn ông đó. Đột nhiên tôi thấy một bàn tay chạm vào mông mình và sau đó là vào ngực. Cuối cùng thì các bàn tay rờ mó khắp người tôi. Đó là một cơn ác mộng. Dù chúng tôi la hét và đánh trả, những gã đó không dừng lại. Tôi trở nên tuyệt vọng và nghĩ rằng mình đã bị rờ mó khoảng trăm lần trên quãng đường dài có hai trăm thước. Thật may là tôi mặc quần và áo khoác. Nếu mặc váy có lẽ chiếc váy ấy đã bị xé rách khỏi người tôi!"*. Lực lượng cảnh sát đông đảo gồm 70 sĩ quan và 140 cảnh sát viên đã hoàn toàn bất lực trước cuộc tấn công của đám thanh niên tỵ nạn.

Chuyện xảy ra ở Koln không phải là cá biệt. Cũng trong đêm giao thừa đó, tại các thành phố khác của Đức như Stuttgart, Dussendorf, Munich, Hamburg và Berlin cũng…loạn! Tại Hamburg có tới 50 vụ được ghi nhận trong khi tại thủ đô Berlin năm gã đàn ông ngang nhiên tấn công một nữ du khách ngay tại cửa Brandenburg. Tại các nước Thụy Sĩ, Áo, Thụy Điển và Phần Lan cũng xảy ra những cuộc xâm phạm tình dục tập thể như vậy. Phóng viên gốc Pakistan tên Shamil Shams của tờ DW đã viết: *"Ở Pakistan, nơi tôi sinh ra, tình trạng tương tự thường xuyên xảy ra. Đàn ông không bao giờ cảm thấy có lỗi hay hối hận về cách mà họ đối xử với phụ nữ. Những người đàn ông quấy rối các cô gái ở Koln không hề mất trí. Họ biết mình đang làm gì"*.

Những người đàn ông đến từ Trung Đông và Bắc Phi này dĩ nhiên biết họ đang làm gì. Họ đang…chơi! Trò chơi của họ mang tên *taharrush.* Đây là một hình thức xâm hại được các đàn ông Ả Rập áp dụng với các phụ nữ yếu đuối hoặc các phụ nữ phương Tây ăn mặc không kín đáo. Những người đàn ông trong cuộc chơi quây kín người phụ nữ để quấy rối và đôi khi hiếp dâm. Một nhóm đàn ông khác vây kín bên ngoài với nhiệm vụ gây náo loạn khiến người đi đường không để ý đến tội ác đang diễn ra ở bên trong. Thông thường họ diễn trò chơi *taharrush* này tại các lễ hội tụ họp đông người. Trò chơi bệnh hoạn này khởi đầu tại Ai Cập vào năm 2005 khi có các cuộc biểu tình của đám đông. Khi ấy các nhân viên an ninh bị cáo buộc đã sử dụng hành động quấy rối tình dục nhằm chống lại phụ nữ tham gia biểu tình. Một năm sau, trong dịp lễ *Eid al-Fitr* của người Hồi giáo tại thủ đô Cairo, một nhóm đàn ông bị từ chối không được vào rạp chiếu phim đã tràn ra đường quấy rối tình dục phụ nữ. Họ gọi trò chơi bệnh hoạn này là *taharrush.*

Taharrush được quốc tế biết đến vào ngày 11 tháng 2 năm 2011 khi một nữ phóng viên của đài CBS là nạn nhân. Đó là cô Lara Logan. Cô đang đứng tường thuật về cuộc biểu tình trong cuộc cách mạng tại quảng trường Tahrir của thủ đô Cairo, cái nôi của cuộc cánh mạng hoa lài tại Ai Cập. Cô làm việc cùng một đoàn phóng viên gồm nhiều người của đài CBS. Khi họ làm việc được chừng hơn một tiếng đồng hồ, bỗng nhiên điện bị hư, máy quay phim và dàn đèn phụt tắt. Một số thanh niên đứng quanh đó bắt đầu buông những lời thô tục. Họ bu lại sát người cô Logan. Cô cảm thấy có những bàn tay sờ mó vào ngực và giữa hai chân cô. Cô la lên nhưng bị đám người xô té trong khi đám đông thanh niên kéo tới ngày càng đông. Các đồng nghiệp cố chống trả để bảo vệ cô nhưng họ bất lực. Trong đám đông có người la lên: "Con này là người Do Thái!". Tiếng kêu như một mồi lửa ném vào vũng xăng. Đám đông xúm vào nắm đầu, tay và chân cô rồi kéo đi. Cô bị tách lìa hẳn khỏi những đồng nghiệp. Theo lời cô kể trong buổi phỏng vấn trên *CBS 60 Minutes* phát hình vào ngày 1 tháng 5 năm 2011 thì có khoảng từ 200 đến 300 đàn ông A Cập tham dự vào việc hành hạ cô. Họ xé toang quần áo của cô. Cô kể lại còn nhớ rõ cảm giác hãi hùng khi áo nịt ngực và chiếc quần lót bị những người này xé toạc và kéo ra khỏi người cô. Họ liên tục cưỡng hiếp cô bằng tay và chụp hình bằng điện thoại di động. Thân xác cô bị giằng xé về nhiều phía một cách cực kỳ hung bạo. Họ nắm tóc cô mạnh tới mức cô tưởng vùng da đầu cô bị tróc ra. Chân tay cô như bị xé đứt lìa khỏi người. Trong đầu cô lúc đó chỉ có cảm giác duy nhất là cô sắp chết ngay tại đó. Khi thân thể trần truồng của cô bị kéo lê trên mặt đất tới ngang một đám phụ nữ cũng đang tham dự cuộc biểu tình thì một người lấy khăn ra choàng lên người cô trong khi những phụ nữ khác cố giành giật với đám thanh niên để cứu cô. Ngay lúc đó một nhóm quân nhân chạy tới. Họ dùng dùi cui phang vào đám thanh niên để giải thoát cho cô. Một người lính vác cô lên vai chạy xa khỏi đám đông. Ngay ngày hôm sau cô được đưa về Mỹ bằng máy bay và phải nằm nhà thương bốn ngày. Tổng Thống Obama có đến thăm cô. Không ai nhận diện được những người hành hung cưỡng hiếp cô nên sự việc bị chìm xuồng.

Cô phóng viên Lara Logan đã lấy hết can đảm kể lại sự việc man rợ này để báo động cho thế giới về tệ nạn cưỡng hiếp ở Ai Cập và các nước Trung Đông, nơi nhân phẩm của phụ nữ bị rẻ rúng. Nhưng thực ra, việc cưỡng hiếp tập thể không bắt đầu từ công trường Tahrir và cũng không chấm dứt tại đó. Có thể nói việc cưỡng hiếp phụ nữ, nhất là phụ nữ ngoại quốc, là vấn đề văn hóa Hồi giáo. Năm 624, Tiên Tri Mohammed, nhằm mục đích dễ dàng tuyển mộ quân binh, đã cho phép quân lính của ông được lưu giữ không những những chiến lợi phẩm khi chiếm một kinh thành của địch quân mà còn cho phép họ bắt giữ và cưỡng hiếp các phụ nữ trong kinh thành đó. Đó là một phần thưởng cho quân binh thánh chiến. Phụ nữ chỉ là nô lệ tình dục cho quân sĩ.

Tác giả Nguyễn Nhân Trí, trong bài viết "Văn Hóa Cưỡng Hiếp" đã chỉ rõ: văn hóa cưỡng hiếp bắt nguồn ngay từ kinh Koran của Hồi giáo. "Kinh Koran, Chương 33 – Câu 51*: "Hỡi Nhà Tiên Tri, Ta đã cho phép ngươi* kết hôn *với người mà ngươi đã trả tiền cheo cưới, người mà ngươi* sở hữu bên tay phải *đã xuất thân từ chiến lợi phẩm mà Allah đã ban cho ngươi. Đây là lời Mohammed kể lại Allah đã nói với ông. Ở đây Allah đưa ra một danh sách những loại người ông được phép "kết hôn" làm vợ. Ngoài những người ông đã trả tiền cheo cưới, ông cũng được "kết hôn" với những người phụ nữ đã bị chiếm giữ làm chiến lợi phẩm, và được xem là Allah đã ban bố cho ông"*. Kinh Koran, Chương 4 – Câu 25*: "Các ngươi không được* lấy *những người đàn bà đã có chồng, ngoại trừ những kẻ mà các ngươi* sở hữu bên tay phải*."*. Kinh Koran, Chương 70 – Câu 31: *"Chỉ được* giao hợp *với thê thiếp và những người mà ngươi* sở hữu bên tay phải*..."*. *Tất cả các lời dạy trên đều đồng nhất cho phép đàn* *ông được "kết hôn" hay "lấy" hay "giao hợp với" những người đàn bà mà họ "sở hữu bên tay phải" (có nghĩa là "sở hữu chính đáng và hợp pháp"), tức là những nô lệ của họ, là những phụ nữ đã bị bắt giữ từ chiến tranh, là những phụ nữ ngoại đạo, ngoại chủng. Ở đây, những chữ "kết hôn" hay "lấy" hay "giao hợp" cần được hiểu là "bất kể các phụ nữ đó có đồng ý hay không". Và đó cũng chính là định nghĩa của "cưỡng hiếp".*

Muốn không bị cưỡng hiếp, những phụ nữ theo Hồi giáo phải mặc những chiếc áo rộng thùng thình, che kín thân thể, chỉ để hở hai con mắt, theo lời dậy của kinh Koran. *"Bảo vợ và con gái của ngươi cùng tất cả phụ nữ theo đạo phải mặc y phục dài rộng trùm kín mọi phần cơ thể của họ khi đi ra ngoài để họ được phân biệt và không bị quấy nhiễu"* (kinh Koran, chương 33, câu 59).

Tưởng rằng những thanh niên Hồi giáo chỉ dám làm ẩu trong đất nước của họ, nơi họ được che chở, nhưng di cư tỵ nạn qua nước người họ cũng vẫn…hiếp. Chúng ta cũng là những người tỵ nạn mang thân đi ở nhờ nước người ta, chúng ta đã biết rõ tâm trạng của những kẻ ăn đậu ở nhờ để tuân thủ luật pháp các nước chúng ta tạm cư. Vậy tại sao những người tỵ nạn Hồi giáo này lại ngang nhiên như vậy? Nữ đạo diễn Song Chi, hiện tạm cư tại Na Uy, lý giải như sau: " *Người Hồi giáo Trung Đông rất tự hào về lịch sử, văn hóa lâu đời và về tôn giáo của họ. Khi nhìn Mỹ và các nước phương Tây, cái nhìn của họ là "nhìn xuống", họ cho lịch sử, văn hóa của Mỹ và phương Tây không bằng, còn về tôn giáo thì Hồi giáo mới là tôn giáo xa xưa nguyên thủy nhất, do đó "tinh túy" nhất. Họ nghĩ Hoa Kỳ và các nước phương Tây đã gây ra chiến tranh cho đất nước họ, khu vực của họ thì phải có trách nhiệm giúp đỡ họ, chứ họ không việc gì phải mang ơn các quốc gia phương Tây cả. Trái ngược hẳn với suy nghĩ của người Việt, khi nhìn Hoa Kỳ và các nước phương Tây thường "nhìn lên", ngưỡng mộ, cho nước người ta, dân người ta cái gì cũng hơn nước mình, dân mình, và luôn có cái cảm giác mình là người ở nhờ xứ người ta, phải mang ơn nước người ta, nhất là ở những người vượt biên được nước khác cứu vớt trên con đường vượt biển năm phần sống năm phần chết, cảm giác mang ơn đó càng rõ. Từ mang ơn, dẫn tới thái độ cái gì của nước người ta cũng tốt đẹp, cũng ngợi khen. Cho đến các thế hệ ra đi sau này, bằng những con đường khác, cũng vẫn cứ có cái tâm trạng ngưỡng mộ nước người. Trong đời sống, người tỵ nạn, di dân gốc Việt rất ngại động chạm đến người bản xứ, nhưng người Hồi giáo thì không. Người viết đã từng chứng kiến dân tỵ nạn, di dân Hồi giáo to tiếng tranh cãi với người Na Uy ở sở cảnh sát, sở an sinh xã hội hay nhà hàng, ngoài đường phố, sẵn sàng làm lớn chuyện lên ngay nếu họ cho rằng người Na Uy hoặc dân tộc khác có ý đụng chạm đến quyền lợi, tôn giáo, sự khác biệt trong văn hóa của họ, dù nhiều khi chưa hẳn đã thế".*

Tây phương không hiểu được những suy nghĩ và hành động của những người tự tôn, đúng hơn là cuồng tín, khi đưa họ tới định cư tại xứ sở của mình. Họ cũng không biết học bài học của quá khứ đã xảy ra tại Thụy Điển. Đất nước Thụy Điển đã mở cửa cho người tị nạn Hồi giáo từ thập niên 1970. Học Viện *Gatestone Institute* cho biết là 40 năm sau khi thu nhận người tỵ nạn Hồi giáo, con số tội phạm về bạo hành phụ nữ tăng gấp 3 lần và những vụ cưỡng hiếp tăng gấp 15 lần! Số di dân Hồi giáo đến từ các nước Bắc Phi phạm tội cưỡng hiếp nhiều gấp 23 lần đàn ông bản xứ. Thụy Điển ngày nay được mang danh "Thủ Đô Cưỡng Hiếp"!

Trở lại với sự việc xảy ra ở Koln vào đêm giao thừa, phát ngôn viên Bộ Nội Vụ Đức Tobias Plate cho biết cảnh sát đã xác định được danh tánh của 31 nghi phạm, trong đó có 18 người đang xin cấp quy chế tỵ nạn. Tờ báo *Bild* tiết lộ: theo một báo cáo nội bộ của cảnh sát, một trong các nghi phạm này đã lớn lối: "Tôi là người Syria, các anh phải đối xử tử tế. Bà Markel đã mời tôi đến đây!".

Bà Thủ Tướng Đức Angela Merkel, người đã nhanh nhẩu "mời" 1 triệu 100 ngàn người tỵ nạn Trung Đông vào nước Đức, bỗng bị quê độ. Dân Đức ồn ào chống đối chính sách tiếp nhận dân tỵ nạn một cách hào phóng của bà. Tại Koln cũng như nhiều thành phố khác của Đức đã nổ ra các cuộc biểu tình chống đối người tỵ nạn. Trên biểu ngữ họ chơi chữ: đổi chữ tỵ nạn *refugees* thành *RAPEfugees!* Cũng trên biểu ngữ họ không e dè viết: "Không chào đón những người tỵ nạn gây ra vụ tấn công tình dục".

Trước sự căm phẫn của dư luận, bà Thủ Tướng Merkel phải công nhận: "Có sự đồng lõa và chuẩn bị trước khi diễn ra các vụ tấn công". Và cho đó là những hành vi "kinh tởm và phạm pháp". Nhưng vốn là một bà đầm thép, bà Merkel vẫn duy trì quan điểm chấp nhận người tỵ nạn nếu những người này tuân thủ luật pháp và cam kết hòa nhập một cách lành mạnh vào xã hội Đức. Nhiều người không chia sẻ những ý kiến này của bà Thủ Tướng. Người ta còn nhớ bức thư của một người tỵ nạn yêu cầu nước Đức bãi bỏ lễ hội truyền thống *Oktoberfest* đã có hàng trăm năm trên đất nước Đức với lý do lễ hội này không thích hợp với các tiêu chuẩn của Hồi giáo.

Thiệt tội cho bà Merkel đang quay vòng chống đỡ cho chính sách phóng khoáng với người tỵ nạn Trung Đông của bà. Dân Đức đang nghĩ khác bà.

Thôi thì cứ để người đàn bà có lòng nhân này biện minh cho những hành động đầy lòng nhân ái của bà. Nhưng người tỵ nạn Trung Đông khó mà uốn mình theo ước vọng của bà. Nhà văn Đỗ Khiêm, một người rất am hiểu văn hóa Trung Đông, lui tới vùng đất này như đi chợ, trong bài *"Một Chuyện (Tí Nữa Thì) Xâm Phạm Tình Dục Ở Nước Ngoài Bởi Dân Nhập Cư"* đã…ý kiến:

"*Tôi kể chuyện này không phải để biện minh cho hành động sách nhiễu phụ nữ của thanh niên Bắc Phi, Ả Rập ngày giao thừa tại các thành phố Đức. Đây là chuyện tôi tin là có thật và cần phải lên án trực diện chứ không thể ém nhẹm hay làm lơ. Giao thừa tại Pháp, tập tục là đúng nửa đêm, trong nhà, hàng quán hay trên phố người thân hay kẻ lạ hôn hai bên má nhau chúc mừng. Trên Champs Elysées thì năm nào cũng thế, và một bận, vào đúng lúc này tôi đang thả bộ thì từ phía sau bỗng có hai cô nhào tới ôm chầm lấy hai bên tay. Nhưng hai cô này không hôn tôi mà nói léo nhéo gì tôi không hiểu, cùng tôi đi năm bảy bước rồi gặp người chào trước khi bỏ đi mất. Hai cô người Nhật ôm lấy tôi vì tưởng tôi là đồng bào, để bảo vệ các cô khi các cô đang bị mấy anh*

Ả Rập đuổi theo để đòi hôn. Khoảng cách văn hóa có khi là chuyện đùa, có khi là đau đớn, và có khi là phạm tội. Sách nhiễu tình dục là phạm tội và phạm tội thì phải bị trừng phạt không nể nang, né tránh và không thể biện minh kiểu "đàn bà nói có là không, nói không là có" như thành ngữ của... Việt Nam. Như thế mới tránh được những phản ứng đổ đồng, quá khích và kỳ thị, phân biệt của dư luận địa phương với người di dân, nhập cư hay tị nạn".

Ông Đỗ Khiêm mà nói thì chỉ có thể cung kính mà nghe. Tôi vốn phục ông nhà văn này nên mượn lời của ông để đóng lại bài này. Nói năng chi cũng thừa!

02/2016

HỦY

Yêu nhau, cưới nhau, đó là con đường bằng phẳng. Yêu nhau, sắp cưới nhau nhưng rồi hủy hôn, đó là con đường đầy ổ gà. Chạy xe đụng ổ gà ai cũng bực bội. Nhưng đường đời là đường chông gai, từ xưa tới nay nhiều người nói như vậy.

Hủy hôn có nhiều nguyên nhân. Thường là có bóng dáng người thứ ba ở mức gần cán đích. Hoặc lộ cái mặt khó ưa. Hoặc đổi tính nết vào giờ chót. Nhưng *anh đi đường anh, tôi đường tôi* còn có nhiều nguyên nhân khá vui.

Cô nàng M., 27 tuổi, kế toán cho một công ty tại Hà Nội, gặp một thương gia 30 tuổi. Họ quen nhau được 6 tháng thì quyết định cưới. Khi đi sắm đồ cưới mới thất vọng vì tính keo kiệt của chàng. Nàng muốn chụp bộ hình cưới tại Hồ Gươm, chàng than không có thời giờ nên muốn chụp trong *studio* cho tiện. Nàng miễn cưỡng bằng lòng. Nhưng khi chụp chàng chọn cái giá rẻ nhất nên bộ ảnh cưới không ra sao cả. Thiệp cưới chàng cũng chọn giá bèo nhất, thực đơn chẳng khác gì bữa ăn bình dân. Ngày cưới không nhằm vào ngày cuối tuần vì ngày đó giá mắc hơn ngày thường. Tới chiếc áo cưới mới bất đồng ý kiến nặng. Nàng muốn diện một chút trong ngày trọng đại của cuộc đời bằng chiếc áo cưới ưng ý nhưng chàng bảo nên thuê áo dài giản dị cho gọn nhẹ. Nàng quyết liệt phản đối, nhất định thuê một chiếc áo cưới kiểu Pháp có đuôi dài rất quý phái. Chàng miễn cưỡng chiều. Nhưng khi đụng tới giá cả thì chàng co lại gắt: "Em mặc áo cưới có vài tiếng thì việc gì phải thuê loại đắt như thế cho tốn kém. Nếu thích thì em cứ tự bỏ tiền riêng ra mà thuê, anh sẽ không bao giờ vứt đồng tiền mình kiếm ra vào những thứ vô bổ như thế!". Vậy là tan hàng cố gắng!

Đám cưới của cô Kerry Death và anh Nick Farmer, ngụ tại miền Nam Essex của Anh, chỉ còn 6 tuần nữa là cử hành. Vậy mà cô bỗng thú thật với chú rể là cô chỉ yêu cô bạn Sarah, người phụ dâu của cô trong đám cưới. Chú rể Nick tuy bị sốc nhưng đành chịu trong sự nuối tiếc. Đám cưới đã sửa soạn từ lâu nên mọi việc vẫn tiến hành như thường. Chỉ có thay đổi nhân vật. Cô Sarah từ vai phụ dâu đổi qua thành chú rể và chú rể Nick đóng vai khách mời!

Anh chàng Ram Baran ở tiểu bang Uttar Pradesh của Ấn Độ chắc hẳn sẽ mang vết thương lòng khó quên ngay trong ngày cưới vào ngày 11 tháng 3 năm 2015 vừa qua. Khách mời đã tới dự đầy đủ. Trước khi làm phép cưới, chẳng biết do đâu mà cô dâu đòi sát hạch trình độ toán của chú rể. Cô ra phép tính 15 cộng 6 là bao nhiêu? Chú rể đáp: 17! Vậy là trượt…vợ. Cô dâu tức giận rời khỏi hôn lễ ngay lập tức. Ông bố cô dâu Mohar Singh gay gắt nói lớn giữa đám thực khách: "Bất cứ học sinh lớp 1 nào cũng có thể trả lời bài toán đơn giản này. Gia đình chú rể đã giấu chúng tôi về trình độ học vấn của cậu ta. Thật xấu hổ khi chúng tôi đã chuẩn bị chu đáo để đến đây. Chúng tôi đã bị lừa!".

Cô gái tên H. băn khoăn khi nhận lời cầu hôn. Anh chàng đã có hai đời vợ và cả hai cuộc hôn nhân đều kết thúc rất nhanh sau ngày cưới. Hỏi cho ra điều ra lẽ, cô nghe anh chàng mạt sát hai người vợ trước là thiếu tư cách, chỉ thích moi tiền, khi không được như ý thì hỗn láo, chửi bới chồng. Cô H. nghĩ ngay anh là người bủn xỉn keo kiệt. Nhưng nghĩ tới mình, cô cũng đã lỡ với người bạn trai hồi còn đi học, tuổi thì đã khá cứng, nên đành khứng chịu để khỏi mang tiếng ế. Trước ngày cưới, họ đi chụp hình. Buổi chụp kéo dài khiến cô mệt mỏi. Chú rể đưa cô về nhà nghỉ ngơi, tiện thể coi phòng hợp cẩn có vừa ý cô không. Anh đòi...hợp ngay chứ không muốn chờ đợi sau hôn lễ. Nghĩ mình cũng không còn trong trắng, lại thêm ngày cưới gần kề, trước sau gì cũng chẳng sao. Cô H. kể lại: "Anh ta là một kẻ bạo dâm! Cuộc "gần gũi" hôm đó thật khủng khiếp. Nó làm tôi vừa đau đớn vừa sợ hãi kinh hoàng. Thấy tôi sợ, anh ta xin lỗi và bảo tại lần đầu được yêu tôi nên không kiềm chế được cảm xúc, không kiểm soát được hành động. Tôi cũng cố tin như vậy. Nhưng hôm sau, rồi hôm sau nữa, cứ cùng đi làm các việc chuẩn bị cho đám cưới xong là anh ta chở tuột tôi về nhà và lôi tôi vào giường với sự thô bạo, hung dữ và quái gở thậm chí còn hơn trước. Đến lần thứ ba, tôi hiểu ra vì sao hai người vợ trước nhanh chóng rời bỏ anh ta. Và tôi cũng không thể chịu nổi người chồng như vậy!". Vậy là cô H. chạy mất dép!

Cũng chạy mất dép, hủy hôn ngay, nhưng lần này là chú rể. Lễ cưới được dự trù trong một tháng nữa. Trong một lần không kiềm chế được, họ ăn cơm trước kẻng. Cô dâu nhớ lại: "Tôi không hề có cảm giác đau đớn, ngượng ngùng hay lo sợ trong lần đầu tiên. Ngược lại, những gì mà tôi nhận về quá tuyệt vời. Đêm đó, khi trở về nhà, nằm trên chiếc giường lẻ loi một mình, tôi khao khát mãnh liệt được làm "chuyện ấy" với anh thêm nhiều lần nữa. Sự khao khát đó khiến tôi chỉ mong ngóng tới trời sáng để được gặp chồng sắp cưới và gạ anh làm chuyện đó". Những ngày sau đó, cô lăn vào anh mỗi khi có dịp thuận tiện. Rồi tới lúc cô chẳng cần chờ đợi dịp thuận tiện mà chủ động tạo ra những tình huống lơi lả quyến rũ anh nhập cuộc. Sự nồng nhiệt hiếm có của cô dâu làm chú rể suy nghĩ. Chén nước cuối cùng trào ra khi, trong một ngày cô tới nhà anh, đòi anh vui vầy. Anh từ chối vì có người nhà sắp về. Cô gắng năn nỉ anh "chỉ một tí thôi". Anh suy nghĩ rồi hẹn cô ở một nơi yên tĩnh. Anh báo quyết định hủy hôn với lý do không thể cưới một người sung mãn quá đáng. Trong lời nói của anh hình như hàm chứa sự lo ngại về lòng chung thủy của cô.

Vãn hát, tan hàng sau khi đã thề non hẹn biển, sắp đeo vào tay nhau chiếc nhẫn phu thê, chuyện lớn chứ không phải chơi. Người chịu thiệt thòi nhất là người đàn bà. Dù sao cũng đã một lần nung lửa, mất đi lớp mạ óng ánh. Họ phản ứng với tình huống thiếu dễ chịu này ra sao?

Chỉ một tuần trước ngày cưới, chú rể Landon Borup

bỗng xù lễ cưới. Lý do mà anh chàng dân California này đưa ra là chưa sẵn sàng cho cuộc sống hôn nhân. Thật vớ vẩn vì hai người đã hẹn hò với nhau được bốn năm và lễ đính hôn đã được tổ chức trọng thể từ một năm trước, vào tháng 4 năm 2014. Vậy mà năm 2015 này, chú rể bỗng bảo là chưa sẵn sàng. Trận banh đã vào tới chung kết mà bị hủy một cách phũ phàng trong một thời gian ngắn trước khi thi đấu! Cô dâu Quinn Duane, 27 tuổi, tức điên người. Tiệc cưới mời 120 tân khách do nhà gái bao biện tại khách sạn sang trọng Citizen ở Sacramento bỗng trở nên vô duyên. Bà Kari Duane, mẹ cô dâu, quyết định buổi tiệc vẫn diễn ra và khách sẽ là những người nghèo và vô gia cư trong vùng: "Khi tôi biết lễ cưới sẽ bị hủy bỏ, tôi đã nghĩ đây là điều mà gia đình nên làm. Tôi rất buồn và tiếc cho con gái nhưng đây là điều tốt nhất mà tôi có thể làm trong trường hợp này. Khi bị mất mát, hãy cho đi!". Một trong số những thực khách của bữa tiệc là ông Rashad Abdullah, đi cùng vợ và năm con, đã sung sướng ca ngợi bữa ăn là một "phước lành". Bữa ăn bao gồm món khai vị, cá hồi, *beefteck, salad* và rượu vang. Cô dâu không tới dự nhưng theo dõi bữa tiệc bằng *camera.* Tuần trăng mật được dự trù ở Belize trở thành cuộc đi chơi của hai mẹ con cô dâu.

Hủy hôn một tuần trước lễ cưới còn là rộng rãi, cô dâu Cyndi Maisonneuve ở Toronto, Canada chúng tôi, chỉ có một giờ đồng hồ trước khi "tình yêu lớn trong đời" sinh hoa kết trái để ngã ngửa khi anh chàng cà chớn sắp làm chú rể ấp úng mở lời khó nói. Khó nói thiệt vì chú rể đã nhờ một trong các cô phụ dâu tới nói dùm nhưng cô này chẳng dại lãnh công tác khó khăn này. Đám cưới dự trù được tổ chức tại Hawaii. Địa điểm này đã gây ra một cuộc tranh cãi của đôi tân hôn trước đó. Theo cô dâu hụt Cyndi Maisonneuve thì: "Anh ấy muốn xía vào mọi chuyện. Chúng tôi đã định sẽ làm đám cưới bên bãi biển và quay trở lại nơi mọi thứ bắt đầu ở Hawaii, nơi anh ta cầu hôn tôi. Tôi không muốn một đám cưới ở sân *golf* như anh ta đề nghị vì gia đình tôi rất đông". Sau lần cầu hôn tại bãi biển Hawaii, sáu tháng sau khi hai người gặp nhau, họ đã thuê nhà sống chung với nhau. Cuộc sống tưởng bước qua một giai đoạn khác lại chỉ là sự chia lìa. Đau chứ! Cô Cyndi nhớ lại: "Tôi đứng đó trong chiếc áo cưới, dựng tóc gáy khi anh ấy nói "anh không thể làm điều này". Tôi không biết mình nên cho qua hay phải đấm vỡ mặt anh ấy, hoặc làm chi đó giữa hai thái cực đó. Mọi chuyện quá tồi tệ!". Điều cô làm là gọi anh ta là "đồ hèn" và lái xe tông mạnh vào xe anh ta trên bãi biển. Sau đó buộc anh chàng cà chớn phải rời khỏi Hawaii ngay. Còn cô ở lại một tuần nữa để gậm nhấm nỗi buồn. Ngoài tính cà chớn, anh chàng còn khôn lỏi khi sau đó đề nghị hai người vẫn sống chung với nhau, chỉ không làm đám cưới thôi! Cyndi không bao giờ gặp lại anh này nữa. Cô lao đầu vào công việc và đi du lịch. Đã sáu năm trôi qua kể từ cái ngày buồn bã đó. Nay Cyndi đã 30 tuổi, chín chắn hơn nhiều. "Những gì trải qua đã gọt giũa tôi thành ngày hôm nay. Trải qua thất bại, chúng ta luôn có được cho mình những bài học". Cô hiện có một người đàn ông tuyệt vời bên cạnh. "Đến giờ, khi nhận ra mình muốn gì, tôi có thể làm một người yêu và người vợ tuyệt vời hơn. Nhưng tôi sẽ không nhận bất cứ lời cầu hôn nào đến sớm hơn sáu tháng kể từ khi quen biết nhau!".

Không vững vàng được như cô Cyndi, cô Lê Thu Hương, cư ngụ tại tỉnh Hòa Bình, đã phát điên khi bị hủy hôn chỉ ba ngày trước ngày cưới. Ngoan ngoãn, học giỏi, thông minh, tốt nghiệp Đại Học, cô được một anh kỹ sư tên Thắng, hơn cô ba tuổi, yêu thương. Trong suốt ba năm bồ bịch, cô bị gia đình người yêu ghét bỏ vì họ cho rằng gia đình cô nghèo, không môn đăng hộ đối. Để được chung sống với nhau, Hương và Thắng nói dối gia đình là Hương có thai đã được hai tháng. Gia đình của anh Thắng bắt buộc phải tổ chức đám cưới vì sợ mất mặt. Bà mẹ của cô dâu hụt buồn bã kể: "Cứ tưởng mọi chuyện êm đẹp suông sẻ, nhưng khi sự việc xảy ra khiến cả nhà chúng tôi ai nấy đều bàng hoàng. Hôm ấy, cách ngày cưới của con gái tôi ba ngày, tôi nhận được điện thoại của bà thông gia. Chưa kịp nói năng gì tôi đã bị bà ta mắng xối xả: 'Các người là một lũ lừa dối, tưởng dụ dỗ được con trai tôi thì có thể lừa được cả gia đình tôi hay sao? Con gái bà không có thai và đám cưới cũng sẽ không có. Tôi chính thức thông báo hủy hôn". Hương vội gọi cho người yêu thì Thắng chỉ biết xin lỗi mà không giải thích chi. Nhìn mọi thứ được chuẩn bị sẵn sàng cho lễ cưới, cô khóc như mưa như gió. Cô thu mình trong góc nhà, không muốn gặp ai. Khi uất ức đã tràn đầy, cô bỗng trở nên hung dữ. Thấy có bóng người là cô lao ra chửi bới, bạt tai, túm tóc. Rồi cô cầm dao lao ra đường, nói với mẹ: "Con đi giết cả nhà họ để họ câm miệng lại!". Gia đình vội khống chế và đưa cô vào bệnh viện tâm thần. Cô không còn biết mình là ai và không nhận ra người thân, lúc nào cũng lẩm bẩm chuyện bị hủy hôn và đòi tìm tới nhà trai để trả thù. Bà mẹ kể lại: "Từ ngày vào đây, chẳng ngày nào nó bình thường cả. Lúc điên lúc dại, lúc thì ngồi khóc rồi tự hành hạ thân mình. Nhìn con gái ngày càng héo hon, tiều tụy đi mà lòng tôi như có dao cắt. Nỗi đau của Hương không chỉ một mình con gánh chịu mà cả cả gia đình tôi cũng chịu theo cháu. Cho đến hôm nay gia đình tôi cũng chưa hiểu vì lý do gì mà từ một chàng trai nhất mực yêu con gái tôi, Thắng lại quay lưng với nó rồi hùa vào với bố mẹ phụ bạc con gái tôi chỉ cách ngày cưới chính thức có ba ngày!".

Cơ khổ cho cô Lê Thu Hương! Nhiều cô gái khác cũng bị hủy hôn nhưng không bi lụy như cô. Có lẽ tình yêu của người con gái Việt Nam nặng hơn những cô gái Mỹ. Cô Kiley Manulak, dân Florida, cũng bị xù đám cưới vào giờ chót. Anh chàng cà chớn không gặp mặt cô để thông báo quyết định mà chỉ nhắn tin hủy hôn qua điện thoại. Thay vì đau khổ, oán trách, cô đã rủ các cô phù dâu tới ngày hội *Color Fun Fest Tampa* để vừa vui chơi vừa trả thù theo cách của cô. Họ mặc áo cưới và áo phụ dâu tới, vẩy các vệt màu lên áo để hủy hoại những vật chứng của ngày cưới. Trong tiếng nhạc kích động, họ lắc lư, nhảy múa, hò hét đến khản giọng trong khi vẩy những vệt màu phát quang đủ màu sắc lên áo. Cô dâu hụt nói với phóng viên báo Daily Mail: "Tôi thực sự muốn nói lời cảm ơn tới anh ta mặc dù anh ta đã làm trái tim tôi đau đớn. Cảm ơn anh ta để tôi ra đi, để tôi có thể tìm thấy hạnh phúc thực sự. Tôi không muốn có một bữa tiệc chia sẻ nỗi đau. Tôi chỉ muốn chơi thật vui. Đó thực sự là một sự giải thoát!". Hạnh phúc thực sự là cách trả thù tốt nhất!

Cách trả thù độc đáo này của cô Kiley Manulak đã được

lập lại với cô Shelby Swink. Shelby sống tại Memphis, tiểu bang Tennessee. Cô hẹn hò với anh bồ trong bốn năm trước khi họ quyết định dẫn nhau tới nhà thờ trao nhẫn cưới cho nhau. Tuy nhiên chỉ năm ngày trước hôn lễ anh ta đã hủy hôn. Để trả thù, đúng ngày đáng lẽ là ngày cưới, cô cùng tất cả gia đình và bạn bè mặc quần áo đáng lẽ mặc trong lễ cưới, tới một công viên, cùng dùng sơn màu bôi trét phá hủy những bộ áo cưới trong tiếng cười đùa vui vẻ. Cô thổ lộ: "Đám cưới, giấc mơ về gia đình và những đứa trẻ đã bị người đàn ông mà tôi hết mực thương yêu đánh một dấu chấm hết. Khoảnh khắc tôi tự mình sơn màu lên chiếc áo cưới của chính mình, tôi biết mình đã được tự do. Tất cả những đau khổ, thất vọng đã tan biến, chỉ còn niềm tin, và tôi cảm nhận được tình yêu của gia đình, bạn bè, họ luôn bên cạnh tôi mỗi khi tôi có chuyện buồn". Chiếc áo cưới vấy màu nham nhở sau đó đã được trưng bày tại tiệm trang điểm cô dâu Barefoot ở thành phố Memphis. Toàn bộ số tiền bán chiếc áo cưới này sẽ được tặng cho tổ chức từ thiện *Be Free Revolution.*

Tôi khoái lối trả thù đầy màu sắc này của hai cô gái trẻ. Thay vì bi ai than thở cho một mối tình không xứng đáng do những anh chàng cà chớn gây ra, các cô đã biết thoát ra khỏi thế gian thường tình, coi cử chỉ hèn hạ của những người bất xứng như pha. Bỗng câu thơ của Thái Can chợt về trong đầu tôi: *Em về điểm phấn tô son lại / Ngạo với nhân gian một nụ cười!*

04/2016

KHAI

Khai bút là một công việc trịnh trọng. Những hàng chữ mở đầu cho một năm là những hàng chữ thuộc về…cõi trên. Nó linh thiêng hết biết. Người xưa phải thắp hương, đốt trầm, lạy trước bàn thờ xin phép rồi mới động bút. Đầu năm Bính Thân, tôi cũng bày đặt khai bút. Thực ra ngày nay viết bài tôi không dùng bút. Đã từ lâu lắm. Vậy nên phải nói khai… phím mới đúng thời. Vậy thì khai phím!

Ngồi ngẩn ngơ trước anh mặt vuông vô cảm, bỗng thấy… đói. Bởi vì qua ba ngày tết (gọi vậy cho vừa lòng các cụ chứ nay có một ngày đã quý!) ăn uống thất thường, bụng dạ lộn tùng phèo hết, đói no chẳng có trật tự chi cả. Ngồi khai phím là chuyện tinh thần, vậy mà cái bụng bỗng nhảy lên đòi quyền ăn, chẳng ra cái khỉ gì cả. Khỉ là anh chàng làm dzua năm thân này. Mới đầu năm mà anh chàng lông ơi là lông này đã khọt khẹt.

Bàn phím ngày đầu năm ưỡn mình ra chờ. Thôi thì khai

phím đầu năm, đang lúc đói bụng, viết về đạo của mình cho chắc ăn. Đạo của tôi là đạo phở. Tôi đã…giảng đạo này lai rai cả mấy năm nay. Nhiều vị không đồng đạo có ý không bằng lòng. Làm chi mà ca tụng đạo của ông quá đáng vậy? Bộ đạo của tui không…ngon hay sao? Mấy tín đồ đạo bún bò, hủ tíu, mì Quảng và hàng lô hàng lốc các đạo khác coi bộ nực. Phở nội dung ra sao, ai cũng đã biết. Không biết thì tốn vài đồng kêu một tô là biết liền. Khai phím đầu năm, tôi, một tín đồ của đạo bốc khói này, cũng thăng hoa chút đỉnh, coi phở như một món ăn tinh thần. Không chỉ chạm vào miệng mà còn chạm vào tim.

Với con mắt của người tình, phở đúng là một người tình. Những tình nhân xa nhau tất nhiên nhớ nhau. Ông nhà báo Huy Đức, tác giả cuốn *"Bên Thắng Cuộc"* nổi đình nổi đám mấy năm trước, qua thủ đô Hoa Thịnh Đốn của Mỹ một thời gian ngắn, ở nhà một người Mỹ, ăn toàn đồ Mỹ, cũng cao lương mỹ vị, nhưng khi thấy bóng dáng người tình đã làm một cử chỉ thiếu tế nhị. Chỉ để gặp lại em…phở. *" Cho đến ngày Vicky chở tôi đến trường. Khi xe chạy qua một khu mua sắm nhỏ, tôi nhìn thấy… "Phở 75". Những bảng hiệu sặc sỡ khác bỗng chốc lu mờ. Bụng không đói mà tự nhiên cồn cào, tất cả các giác quan của tôi đều rạo rực. Tôi bảo Vicky dừng xe. Vicky ngồi đợi tôi. Chị lịch sự cầm tờ báo cao lên, dán mắt vào đó để tôi tự nhiên. Không biết chị có đọc được chữ nào trong khi tôi xì xoạp húp. Không phải bao giờ cũng có dịp để nhận ra, một giọt nước mắm cũng khiến ta nôn nao, một câu hát cũng có thể chạm vào nơi yếu nhất".*

Ông Huy Đức từ Việt Nam qua, tình với phở là tình thâm

sâu, thấy được người tình rực rỡ bên đường, hết hồn là phải. Ca sĩ Don Hồ, không phải chỉ biết ca mà biết viết nữa, đã ghi lại một cách hết sức hồn nhiên và dí dỏm những gì anh thấy trên đường lưu diễn. Em phở cũng làm anh quớ tại phi trường Sacramento. Số là trong các phi trường ở xứ Mỹ rộng lớn, chỉ có phi trường Sacramento có quán phở. Sống gửi nơi phi trường xứ người, em mang một cái tên Mỹ: *"Lemon Grass Noodles Bar"*. Có ai bỏ sả vào tô phở đâu! Nhưng không sao, tên Mỹ thì cần chi đúng…vị! Em ở đó nhưng một ngày kia, khi anh có dịp tới thăm thì em không còn ở đó nữa. Ca sĩ Don Hồ tiếc nuối: *"Chỉ mới ăn qua phở của chốn này đúng hai lần thôi mà đã lưu luyến, thích cái thú trước khi bắt đầu chuyến du hành được ngồi ăn tô phở ngon lành trong khi chung quanh bà con đang gặm hamburger khô lăn khô lóc. Tiếc là quán mở sau mười giờ sáng, mà mình thì toàn bay những chuyến sớm tinh mơ, nên phần lớn đành chỉ lạng tạt ngang qua quán liếc vào một cái, giống như xã giao chào hỏi người bạn cho vui thôi vậy... Và sáng sớm hôm nay cũng không ngoại lệ...Kéo valise đi qua một lần chẳng thấy quán đâu cả, ngỡ mình đã không để ý mà đi quá! Vòng ngược trở lại thêm lần nữa, vẫn chẳng thấy tăm hơi cái quán nho nhỏ màu lá non. Chút ngẩn ngơ. Chẳng lẽ quán đã dẹp tiệm, đóng cửa??? Quán phở nấu mà người Việt chính gốc như mình ăn khen ngon được thì có lẽ dân Mỹ bản xứ ăn thấy bị nặng mùi. Có lẽ vì thế mà quán không tồn tại? Bâng khuâng chút chút ...Tư lự chút chút..."Cọng Sả" không còn nữa thì phi trường Sacramento từ nay với mình sẽ bình thường như mọi phi trường khác ở trên nước Mỹ. Biết bao giờ sẽ có lại được cái cảm giác "hoan hỉ" khi xì xụp húp lè lẹ tô phở ngay trước khi leo lên máy bay! Ôi "Cọng Sả" của mình giờ đã héo rồi, tạm biệt luôn rồi tô phở nóng ngon lành trước giờ bay".*

Phở đã bén tình với ông nhà văn Huy Đức và ông nhà… hát Don Hồ nhưng phở nằm giữa chợ đời nên phất phơ trước gió. Phở lang chạ với…tây. Ông tây này là ký giả của một tờ báo lớn, báo *The Wall Street Journal.* *"Đáp máy bay đến Hà Nội trong một buổi sớm se lạnh, khi cảm giác lâng lâng, say say của máy bay vẫn còn khiến đầu óc "nửa mê nửa tỉnh," tôi bước vào một quán ăn nhỏ ven đường, tỏa ra mùi hương ngào ngạt, quyến rũ... Phở, tôi đã ăn nhiều lần. Đó luôn là món ăn đặc biệt đối với tôi. Kể từ lần đầu tiên được nếm thử hương vị phở ở đất nước quê nhà cách Việt Nam nửa vòng trái đất - nước Mỹ, tôi đã biết mình sẽ không bao giờ có thể quên món ăn này...Tôi cũng không bao giờ có thể miêu tả hương vị phở, nó quá sâu sắc và phức tạp, chẳng dễ nói bằng lời được. Bởi lẽ, để có tô phở đặt trước mặt tôi đây, người chủ quán đã phải chuẩn bị cầu kỳ từ trước đó nhiều tiếng đồng hồ...Trước khi bước ra khỏi quán, cô phục vụ thân thiện hỏi tôi: "Ông đã no bụng chưa?" Tôi chỉ cười. Làm sao có thể no được khi phở Việt Nam ngon đến vậy? Dù đã ăn hết cả tô nhưng tôi vẫn luôn thấy thòm thèm, đúng như người Việt vẫn nói: No bụng đói con mắt. Chắc chắn tôi sẽ còn nhiều lần ăn phở, ngay cả sau khi đã trở về Mỹ. Người Mỹ giờ đây cũng đã có nhiều người "nghiện phở" như tôi".*

Phở lả lơi khắp nơi, chinh phục con dân khắp thế giới. Nơi đâu có người Việt đặt chân tới là có phở. Nó đã nhập quốc tịch...Liên Hiệp Quốc. Hai ông bạn tôi, tung hứng với phở bằng thơ, cũng chẳng chỉ dùng tiếng Việt. Ông Bắc Phong ca tụng phở bằng tiếng Hồng Mao:

living abroad, I
see in the tonkinoise soup
my long lost country

Ông Hoàng Xuân Sơn không dịch nhưng là ghé chung nỗi buồn với ông Bắc Phong:

từ khi bứng khỏi cội nguồn
thấy trong tô phở
nỗi buồn lưu vong

Cái lả lơi của phở làm cho các bậc thơ văn bỗng hứng khởi đùa cợt với phở.

Nạc mỡ nữa làm gì, em nghĩ "chín" rồi, đừng nói với em câu "tái" giá.

Muối tiêu không đáng ngại, anh còn "gân" chán, thử nếm cùng anh miếng "gầu" dai.

Chín nạm, tái vè, gầu gân là phở, nhưng phở không chỉ có vậy. Có người ăn nỗi nhớ, có người ăn kỷ niệm và cũng có người chan nước mắt khi đụng đũa vào tô phở. Như tác giả An Đỗ nhớ lại: *"Thời đó còn nghèo khó lắm, tô phở với tôi là một bữa tiệc thịnh soạn chỉ có thể thực hiện được với tiền "viện trợ" của thằng bạn thân từ Pháp, và tất nhiên không phải thường xuyên. Hồi đó, vài tháng, nó mới chắt mót từ tiền học bổng và làm thêm gửi về cho nhóm bạn vài hộp thuốc ho, thuốc cảm để bán lấy tiền ăn phở, uống cà phê. Một hộp thuốc ho bán tại chợ trời thuốc tây giúp tôi được bốn tô phở. Cái "tỉ giá" ấy kéo dài suốt mấy năm đại học. Gần chục năm sau, gặp lại nhau trên đất Pháp, nhắc lại những hộp thuốc ho và tô phở, hai thằng đầu chớm bạc cười mà mắt đỏ hoe. Thì ra tô phở ngon để mà nhớ mãi đâu chỉ vì phở, mà còn vì nó mang theo biết bao kỷ niệm, hồi ức, chứa đựng bao nhiêu tình cảm. Các quán phở góc đường này cũng đã thay đổi nhiều, bà chủ năm nào già yếu rồi (giờ người bán là cô con gái, con dâu) và tôi cũng đã... già rồi, cậu sinh viên hăng hái năm nào nay đã là lão viên chức đầu bạc mệt mỏi chờ về hưu".*

Phở như một toa xe lửa cũ kỹ chuyên chở người ta về với những kỷ niệm. Tôi nghĩ không có phở, kỷ niệm về những người thân cũng sẽ về được qua các ngả khác. Nhưng với phở, đường về dường như ngậm ngùi hơn. Tác giả Nguyễn Công Khanh tìm về với người sinh thành qua "tái nạm, hành trần, nước trong": *"Anh lại nhớ hồi xưa ông cụ thân sinh ra anh, cũng là một vua ăn phở. Mỗi sáng đi làm, ông cụ thường ăn ở một quán phở sau sở Hỏa Xa Saigon. Quen quá đến nỗi như một tiền lệ bất di bất dịch, chú dọn bàn cứ thấy bóng ông cụ ở đầu phố là đã cất tiếng gọi vào trong bếp:"Một tái nạm hành trần, nước trong, một đĩa hành tây ngâm dấm!". Khi ông đến nơi là đã có sẵn sàng một tô phở ngon lành, nóng hổi bốc hơi trước mặt. Có lần, ông cụ đi qua giả vờ không ghé, khiến chú ta vừa bưng bát phở vừa kêu ơi ới:"Tái nạm hành trần, nước trong, một đĩa hành ngâm dấm, có ngay rồi đây cụ ơi!".*

Có nỗi nhớ người sinh thành đã khuất núi nào ngọt ngào như nỗi nhớ qua tô phở này không? Trong bài "Bố, Và Mẹ, Và Phở", tác giả Khôi An cũng nhớ lại ông cụ thân sinh, tuy chưa khuất núi nhưng cuộc sống ở xứ người nay còn buồn hơn vạn lần. Cô gái ngồi một mình trong tiệm phở Kim Long, bát phở trước mặt, chưa ăn đã nhớ: *"Bố tôi thích văn chương, và thích ăn phở. Tôi thừa hưởng của Bố cả hai điểm này. Tôi nghe nói có nhiều người ghiền phở, có thể ăn phở thay cơm cả tuần lễ. Bố và tôi thì không tới "đẳng cấp" đó, nhưng nếu phải ăn phở liên tiếp mấy ngày chắc tôi sẽ không thấy khổ sở, khó khăn gì lắm. Mẹ tôi thì lại không thích phở. Thời tôi bắt đầu biết nghĩ, cũng là lúc cả nước chìm trong cơn họa đói kém, tôi thường tự hỏi có phải Mẹ tôi nói vậy để nhường miếng ăn cho chồng con không (thuở đó, hầu hết các bà mẹ Việt Nam đều chẳng thích ăn gì cả.) Chứ, theo tôi, ai mà không thích ăn phở!"*.

Thời đó, Sài Gòn xác xơ dưới chế độ cộng sản , cơm còn không có huống chi phở. Chỉ khi bị ốm nặng mới có cơ hội nếm được tô phở. *"Một buổi tối, Bố dắt tôi đi ra phố. Đến đầu đường, ông dừng lại, bảo tôi "Con ăn phở nhé." Tôi ngạc nhiên, tròn mắt nhìn Bố. Hôm đó tôi không bị đau, cũng không làm được điều gì đặc biệt. Phải mất cả mấy phút tôi mới hiểu là Bố muốn tôi được ăn phở, chỉ vậy thôi. Bố gọi cho tôi một tô phở tái có cả bò viên, món mà tôi rất thích. Và ông ngồi bên cạnh, chờ tôi ăn. Được thưởng thức cả một tô phở dĩ nhiên là sung sướng, nhưng điều lạ là tới giờ tôi không còn nhớ hương vị tô phở đó mê ly cỡ nào. Tôi chỉ nhớ cảm giác thật hạnh phúc và đặc biệt, giống như tôi là vô cùng quan trọng đối với Bố, giống như tôi là con cưng nhất của Bố. Bây giờ, mấy chục năm sau, tôi đã hiểu rằng ngày đó bố không có đủ tiền để đãi cả sáu đứa con cùng một lúc. Tôi đoán rằng Bố đã lặng lẽ để dành tiền, đến khi vừa đủ, Bố dắt một đứa đi ăn".*

Thời gian trôi đi, hai bố con ra được hải ngoại, ăn phở là chuyện nhỏ, lúc nào cũng có thể kéo ghế được. Nhưng tới khi cả hai bố con cùng có thể ăn được phở thì anh thời gian đã phũ phàng chen chân vào. *"Lúc đầu, hai Bố con mỗi người một tô. Dần dần, Bố ăn uống không được gọn gàng như trước cho nên tôi không ăn, chỉ ngồi canh Bố. Những lúc đó tôi thường nhớ lại tô phở duy nhất đi ăn riêng với Bố. Ngày xưa, Bố ngồi bên cạnh, vui vẻ chờ tôi ăn. Ngày nay, tôi cũng ngồi chờ Bố ăn nhưng trong lòng man mác nghẹn ngào. Tôi nghĩ đến chu kỳ của đời người. Bệnh tật làm cho người già trở thành trẻ thơ, nhưng chăm sóc người già khó hơn rất nhiều. Bởi vì, khi ở bên trẻ thơ, nhìn chúng lớn như một cây non tươi đẹp, lòng mình hăng hái với những dự tính tương lai. Ngược lại, sự lụi tàn của cha mẹ già luôn đem lại nhiều xót xa, tiếc nuối. Tuy vậy, mỗi lần đi ăn với Bố, tôi đều tự nhắc rằng ngày hôm nay là một món quà của thời gian, và tôi nên trân trọng từng giây phút. Bởi vì, ở tình trạng của Bố, có thể tuần sau món quà đó không đến nữa. Điều tôi nghĩ đã thành sự thật. Những buổi đi chơi đơn giản đó đã chấm dứt khoảng hơn sáu tháng nay. Tôi vẫn đến thăm Bố cuối tuần, nhưng gần đây Bố không còn thích đi đâu và ông không còn tự ăn được nữa. Cho nên, đã lâu lắm, tôi mới trở lại tiệm Kim Long. Chỉ một mình".*

Phở không chỉ là nỗi nhớ, không chỉ là kỷ niệm mà còn có một thứ gọi là tình phở. Phở tìm tới những người bất hạnh, túng thiếu mà tô phở ngoài tầm tay với. Ông John Phạm, chủ nhân tiệm phở Ninh Kiều ở Harrisburg, tiểu bang Pennsylvania, có chương trình bán phở với giá một xu "*Bowls of Pho for a Penny*" cho những người thất nghiệp. Tại Việt Nam, anh Nam Đồng, sáng lập viên của quán cơm từ thiện Nụ Cười bán cơm với giá hai ngàn đồng một phần ăn no với ba món mặn, món canh và trái cây tráng miệng. Vào mỗi ngày thứ năm, quán cơm có chương trình "Ngày Thứ Năm Hạnh Phúc", mọi người sẽ được ăn phở với giá một ngàn đồng một tô! Phở xuống giá nhưng tăng thêm tình. Có nhiều người nhờ chương trình bán làm phúc này mới biết mùi vị tô phở!

Phở là đạo của tôi. Khai bút ngày xuân, tôi nói về đạo phở. Đạo, nói cho hết lý, chính là con đường đưa con người tới bến bờ hạnh phúc. Tôi nói tới cái tình của đạo phở. Phở đưa con người về những giây phút đánh động tình người trong khói phở. Mông lung nhưng đẹp hết biết.

Ngày xưa ông nhà thơ Tú Mỡ từng hạ bút: *Khách làng thơ, đêm thức viết văn / Được bát phở cũng đỡ băn khoăn óc bí.* Chắc bây giờ quý vị mới biết tại sao tôi lại chọn phở trong bài khai bút đầu năm Bính Thân. Phở gỡ bí cho những người mang phận con tằm. Cứ liên miên nhả tơ, quanh năm suốt tháng…

Mùng một Tết Bính Thân
08/02/2016.

KIỆN

Chắc nhiều người còn nhớ chuyện "bom" tại Dallas Texas xảy ra vào tháng 9 năm nay. Cậu học sinh 14 tuổi Ahmed Mohamed mang chiếc đồng hồ tự chế tới trường vào buổi học sáng thứ hai đầu tuần để khoe với giáo viên. Đây là chiếc đồng hồ điện tử cậu sáng chế vào ngày Chủ Nhật trước đó bằng những vật liệu phế thải. Xui một cái là cậu vừa tới trường, chiếc đồng hồ nằm trong ba lô đã phát ra những tiếng bíp bíp liên tục. Một cô giáo nghe thấy tiếng kêu, tưởng là tiếng khởi động bom nổ chậm nên tri hô lên. Cảnh sát được phái tới vội tóm cổ cậu bé, còng tay đưa về bót. Nhà trường lập tức đuổi học 3 ngày.

Phải công nhận nhà trường và cảnh sát đã làm quá. Chuyện chưa điều tra xong mà đã còng tay, phạt kỷ luật. Chị của cậu bé đưa tấm hình cậu bé bị còng tay lên Facebook. Lập tức mọi người phẫn nộ. Cha của cậu bé, ông Mohamed Elhassan Mohamed, nói với báo *Morning News* rằng con trai ông có óc sáng tạo, đã từng chế ra nhiều dụng cụ điện tử, nhưng gặp nạn chỉ vì cái tên Mohamed của cậu. Ông mà tên có tới hai chữ Mohamed này có thể đúng vì chuyện xảy ra vào lúc mà những vụ khủng bố liên quan tới những "thánh chiến" Hồi Giáo đang nóng hôi hổi.

Chuyện bé cái lầm của cảnh sát và nhà trường làm quê độ nhà chức trách khiến Tổng Thống Obama đã phải lên tiếng. Ông khen ngợi em Mohamed đã có "một phát minh tài tình và trẻ em phải lấy thành tích của Mohamed làm nguồn cảm hứng, bởi vì chính những phát minh đơn sơ như thế đã làm cho nước Mỹ trở nên vĩ đại". Và ông mời em Mohamed vào thăm và gặp ông tại tòa Bạch Ốc. Với chiếc đồng hồ!

Bà cựu Ngoại Trưởng Hillary Clinton, Tổng Thống chờ, cũng khuyên em thiếu niên Hồi giáo này " hãy phát huy óc tò mò và tiếp tục việc sáng tạo".

Đang từ một học sinh bình thường chẳng ai thèm biết tới, nhờ cái còng, em Mohamed đã bỗng chốc trở thành một nhân vật thời sự nổi tiếng. Người ta xúm vào ve vuốt em. Bà Chanda Prescod-Weinstein, Giáo sư môn Vật Lý Thiên Văn của trường Đại học danh tiếng MIT, ngôi trường mà Mohamed mơ ước sẽ được nhận vào khi em lên Đại học, đã nói chuyện với em trên đài truyền hình MSNBC và xưng tụng "em là mẫu sinh viên mà những trường như MIT và Harvard chúng tôi cần đến".

Dân biểu Keith Ellison của tiểu bang Minnesota, dân biểu theo đạo Hồi đầu tiên của Quốc Hội Mỹ, đã làm một cử chỉ tượng trưng: mang một chiếc đồng hồ đi khắp tòa nhà Quốc Hội để bày tỏ sự ủng hộ em Mohamed. Ông này nói: "Lòng kỳ thị không có chỗ đứng trên đất nước này. Em Ahmed học hành chăm chỉ và có óc sáng tạo. Thật xấu hổ khi một cậu bé như thế lại phải trực diện với sự bất công trên đất nước Hoa Kỳ. Tôi hãnh diện được sát cánh bên em và mang theo bên tôi một chiếc đồng hồ ngày hôm nay". Ông này quả là bậc siêu biết trình diễn ồn ào.

Các tên tuổi trong ngành kỹ thuật tin học như chủ nhân của Facebook, Twitter, Google, Box đều lên tiếng ca ngợi em. Sếp lớn của Facebook, ông Mark Zuckerberg, viết: "Có năng khiếu và tham vọng chế tạo một cái gì đó hấp dẫn, cần được khen ngợi thay vì bị bắt. Tương lai thuộc về những người như em Ahmed".

Ngày thứ hai 19/10, em đã vào tòa Bạch Ốc dự "Đêm Thiên Văn" và đã được tiếp chuyện với Tổng Thống Obama.

Vậy là cả nước Mỹ, kể cả ông lớn nhất nước, đều đã công kênh em Ahmed lên mây. Khoái chí tử là cái chắc. Nhưng không, tuy từ một hạt cát có cơ hội vươn lên thành một tảng đá, gia đình em vẫn phủi tay quay lưng đi. Em Mohamed dõng dạc cho biết em không thèm học ở cái trường mang tên ông tướng McArthur ở Irving nữa! Em qua Qatar ngay sau ngày vào thăm tòa Bạch Ốc. Xứ sở dầu hỏa này đã tặng em Mohamed một học bổng toàn phần. Em ra thông cáo báo chí trên mục tin tức của đài BBC News (oai chưa!): "Tôi thích thành phố Doha vì vẻ tân tiến của nó. Tôi thấy có rất nhiều trường học đáng nể phục. Các giáo sư rất giỏi. Tôi nghĩ tôi có thể thích thú và học hỏi được nhiều".

Chuyện tới đây tưởng như xong. Nhưng không xong. Họ

kiện! Hãng tin AFP vừa cho biết gia đình em Ahmed đã đệ đơn kiện với lý do em bị "chấn thương tinh thần trầm trọng". Luật sư của em biện luận là nhà trường, cảnh sát và các viên chức thành phố đã vi phạm quyền của em khi cáo buộc sai và bắt giữ em. Họ đòi học khu bồi thường 5 triệu đồng và thành phố Irving 10 triệu đồng. Tổng cộng là 15 triệu! Tôi thấy tội nặng nhất là tội của chiếc còng. Khi có chiếc còng dính trên tay, nhân phẩm con người đã bị xúc phạm. Cảnh sát quả có hơi lố khi tặng cho em Mohamed chiếc còng ngay khi tới bắt em đi. Cũng vì hình em bị còng được người chị bỏ lên Facebook mà xảy ra cớ sự làm ồn ào không chỉ riêng tại nước Mỹ mà khắp thế giới. Facebook, Google và ngay cả Liên Hiệp Quốc cũng mời em tới thăm. Ngoài ra em và gia đình đã được đón tiếp nồng hậu như…quốc khách khi về thăm Sudan, quê hương của gia đình em, và thánh địa Mecca của Hồi giáo. Nếu quy tội cho chiếc còng thì với cái giá 15 triệu phải là chiếc còng được nạm kim cương thứ nhiều *carat*! Tôi nghĩ mà sợ cho em. Sợ là trong trường hợp tòa án dễ dãi xử cho em nhận được 15 triệu thì lúc đó em sẽ thật sự "chấn thương tinh thần"! Tự nhiên có 15 triệu đô chạy vào nhà, chấn thương tinh thần hạng nặng tới điên người là cái chắc!

Vụ kiện của gia đình em Mohamed làm tôi nhớ tới một vụ kiện gần gũi với chúng ta hơn. Tôi chắc mọi người Việt vẫn còn nhớ vụ cô y tá Nina Phạm, người Mỹ đầu tiên bị lây bệnh Ebola tại Mỹ vào ngày 12 tháng 10 năm 2014 tại Dallas. Không khí lo sợ căn bệnh Ebola phát xuất từ Phi châu lúc đó khiến ai cũng lo ngại. Nhiễm vô bệnh này là tiêu tùng. Cô Nina Phạm là y tá của bệnh viện *Texas Health Pres-*

byterian ở Dallas được phân công săn sóc cho ông Thomas Eric Duncan, bị nhiễm bệnh sau khi về thăm quê hương Liberia và trở lại Mỹ. Ông này chết sau ca điều trị không kết quả. Chỉ ba ngày tiếp xúc với bệnh nhân, cô Nina Phạm bị nhiễm *virus* quái ác này. Cả nước Mỹ, nhất là những người gốc Việt, lo sợ cho tính mạng của cô. Hình ảnh cô được đưa lên khắp các hệ thống thông tin như một người hùng của đất nước. Khắp nơi tổ chức những buổi cầu nguyện cho cô được tai qua nạn khỏi. Sau đó cô được đưa đi chữa bệnh tại *National Institutes of Health* ở Bethesda, tiểu bang Maryland. Thời gian 12 ngày chữa bệnh của cô, cả nước Mỹ nín thở theo dõi. Hình ảnh cô đã nằm trong tim mọi người. Khi cô được các bác sĩ chữa hết bệnh, niềm vui ồ ạt tràn ra khắp nước. Ngày cô được xuất viện, một buổi lễ được tổ chức ngay tại cửa bệnh viện với sự tham dự đông đủ của báo giới. Nhìn những dàn máy chụp hình hướng về cô, ai cũng nghĩ cô đã trở thành một người con yêu của đất nước. Cô không về nhà ngay mà về tòa Bạch Ốc. Tại đây, Tổng thống Obama đã tiếp riêng cô và gia đình. Không sợ lây bệnh, *tonton* đã ôm chặt cô, như đón một người con thân thương trở về. Dân Việt ta ngẩng cao mặt tự hào có một thành viên danh giá như vậy. Không danh giá sao khi được tin cô khỏi bệnh, ông Obama đã chỉ thị ngay cho Thư Ký riêng, ông Josh Earnest liên lạc với cô "để thông báo với cô ấy rằng Tổng Thống có lời mời gặp mặt, nếu cô ấy không từ chối". Oai hết biết! Ông Josh Earnest đã kể nguyên văn như vậy với hãng tin AFP. Bộ Tổng Thống không sợ lây bệnh hay sao? Lúc đó ai cũng sợ lây căn bệnh chết người này. Ông Earnest nhún vai trả lời: "Vâng, ông ấy là tổng thống và ông ấy không lo lắng về bất cứ nguy cơ lây bệnh nào khi ôm chặt cô Phạm để tỏ lòng biết ơn". Sau khi gặp Tổng Thống, cô Phạm đã về thẳng nhà. Bữa đó là sáng ngày 24 tháng 10. Trả lời phỏng vấn của báo *New York Times,* cô cho biết việc mình bị bệnh là một thử thách và chính cô cũng rất căng thẳng khi biết mình bị bệnh. Nhưng cô nói: "Tôi tin vào sức mạnh của sự cầu nguyện vì tôi biết rằng có quá nhiều người đã cầu nguyện cho tôi".

Thiệt quá ngon lành cho cô gái di dân người Việt 26 tuổi của chúng ta. Vòng hào quang quá lớn của một nữ anh hùng bỗng bớt chói chang khi cô đâm đơn kiện *Texas Health Presbyterian* về những thiệt hại thể chất hay tinh thần của cô và về những tắc trách của bệnh viện khi không huấn luyện đầy đủ và không cung cấp đồ bảo hộ thích hợp khiến cô bị lây bệnh.

Theo văn hóa truyền thống của Việt Nam ta thì, với việc cả nước Mỹ đã nín thở theo dõi bệnh tình của cô, và với những đón tiếp long trọng trong tình yêu thương của mọi người, thì việc khiếu kiện của cô như một gáo nước tạt tắt hết những thân tình của người dân dành cho cô. Dư luận người Việt quanh vụ khiếu kiện này đã được phóng viên Đỗ Dzũng của nhật báo Người Việt ở Cali ghi lại trong một bài báo dài. Ông Nguyễn Trọng Dũng viết: "Lại vì tiền nữa rồi. Lương y tá có bèo đâu? Còn sống là phước đức rồi! So sánh với bệnh viện bên Việt Nam thì biết!". Độc giả Han Nguyen Su can gián: "Sống là quan trọng nhất, coi như đã chết đi sống lại, đó là Trời cho. Thôi bỏ qua đi, để giữ mãi cho thế giới biết người Việt chúng ta làm không vì mục đích thu lợi và luôn giữ trong lòng mọi người '*hero Nina Pham*'". Bà Ngoc Quynh Dang khuyên nhủ: "Ăn trông nồi, ngồi trông hướng! Lợi lộc là bao để quên đi cách cư xử khiêm tốn đáng yêu của một phụ nữ Việt. Đã đành là ở bầu thì tròn, ở ống thì dài, nhưng ý định này của cô sẽ xóa đi sự ngưỡng mộ, thương yêu mà đồng bào Việt cũng như người bản xứ đã dành cho cô. Danh dự và sự nghiệp trong tương lai của cô chắc chắn sẽ chẳng có gì tốt đẹp đâu. Cô có xem lại những ưu đãi và phí tổn mà cô và con chó cưng của cô đã được hưởng? Chưa kể đến những mến mộ vô giá về tinh thần. Rất đáng tiếc!".

Thật đáng tiếc. Tôi thấy như hụt hẫng khi nghe tin về vụ kiện này. Như một giá trị tinh thần bị xô đổ. Chuyện chưa ngã ngũ và cô Nina Phạm cũng chưa tiết lộ số tiền cô đòi bồi thường. Độc giả Le Lang tức tối: "Ở cái xứ tự do này, người ta dễ đi kiện quá. Cái gì cũng có thể kiện. Hèn chi đi đâu cũng gặp văn phòng luật sư!".

Dĩ nhiên cũng có những người ủng hộ vụ kiện. Đáng chú ý nhất là ý kiến của ông Tom Hà, Phó Chủ Tịch Cộng Đồng Người Việt Quốc Gia tại Tarrant County, nơi gia đình cô Nina Phạm cư ngụ: "Rõ ràng là bệnh viện *Texas Health Presbyterian* đã không chuẩn bị đầy đủ cho các y tá, hoặc cũng có thể là vì hai cô y tá bị nhiễm bệnh là người gốc thiểu số, một gốc Việt, một gốc châu Phi. Vụ kiện này không phải vì tiền, và tôi có bàn với gia đình cô Nina là bệnh viện này ở đây lớn lắm. Bệnh viện lớn mà còn như vậy, thử hỏi các bệnh viện nhỏ thì sao? Vụ kiện này là tấm gương cho tất cả các bệnh viện. Đây là bệnh Ebola, nếu xảy ra một vụ khủng bố lớn thì biết làm sao đây. May mà cô Nina còn sống, nếu chết rồi thì thôi chứ làm gì được. Cũng may là có mọi người cầu nguyện, và cô còn sống, để bảo vệ không những cho y tá mà cho tất cả các bệnh nhân".

Một gương mặt cộng đồng khác, ông Nguyễn Kim Khoa, cựu Chủ Tịch Cộng Đồng Người Việt Quốc Gia vùng Central Valley, California, hiện cư ngụ ở Fresno, cho biết: "Tôi ủng hộ cô Nina Phạm trong chuyện này, vì đây là một hành động bảo vệ quyền lợi của người Việt chúng ta. Một số bà con chúng ta chưa trải qua những gì cô Nina trải qua, nên có thể họ chưa hiểu cô bị tổn thương như thế nào. Tôi từng bị đụng xe, chỉ bị thương nhẹ thôi, nhưng bây giờ, mỗi lần đi ngang qua chỗ đó vẫn cảm thấy rùng mình!".

Đúng như ông Le Lang nói, ở cái xứ này người ta dễ lôi nhau ra tòa quá. Có những vụ kiện rất tào lao mà người Mỹ gọi là *vexatious litigation.* Tôi ghi ra đây một vài vụ để chúng ta cùng thưởng lãm. Nếu ai bị thương tích trong khi cười thì tôi không chịu trách nhiệm.

Không biết có ai thích ăn *sandwich* của tiệm Subway như tôi không. Đó là thứ bánh...tự do. Khách hàng có thể chọn lựa loại bánh, nhân bánh, các thứ rau quả và các loại sốt. Thứ bánh đắt hàng nhất của tiệm là bánh cỡ *footlong.* Chiếc bánh này dài 28 phân, nếu là người ăn khỏe thì có thể ngốn hết một mình, nếu ăn cỡ như người Việt loại từ tốn như tôi thì bảo họ cắt làm đôi cho hai người ăn là vừa. Một ông ở New Jersey đã đâm đơn kiện Subway với lý do: gọi là *footlong* thì phải dài bằng bàn chân người, vậy mà bánh chỉ ngắn có 11 *inches,* không dài đúng như tên gọi!

Nhiều người trong chúng ta có thói quen coi mục dự báo

thời tiết trên các đài truyền hình. Hầu như đài nào cũng có mục hữu ích này. Có đài chuyên môn thông báo thời tiết, lúc nào cũng chỉ có mỗi mục thời tiết, được rất nhiều người khoái vì tiện lợi. Một bà, tin tức không cho biết cư ngụ tại đâu, đã kiện đài truyền hình vì dự báo thời tiết không đúng. Đài nói là trời nắng đẹp và khô ráo nhưng hôm đó trời không chịu nghe lời các dự báo viên nên đổ mưa. Bà này kiện đài ra tòa vì đã cung cấp thông tin sai khiến bữa đó bà ra đường ăn mặc phong phanh, bị cảm khi trời đổ mưa. Bà đã phải nghỉ việc một tuần và phải tốn tiền mua thuốc. Bà đã thắng kiện, được bồi thường 1000 đô!

Kiện như vậy chưa ngon. Chúa cũng còn bị đưa ra tòa. Người khiếu kiện là anh Pavel M., dân Romania. Anh can tội giết người bị tòa xử 20 năm tù. Anh là người theo đạo Chính Thống giáo. Ngồi tù, anh đã nộp đơn kiện Chúa vì tội "không thể bảo vệ dân Chúa tránh khỏi sự cám dỗ của quỷ dữ"!

Tay chơi người Đức Rolf Eden, tuy đã 81 tuổi, nhưng lòng vẫn còn tươi. Ông thường hẹn hò với những cô gái trẻ. Một bữa ông dụ được một cô gái 19 tuổi về nhà ông vui vẻ, cô gái không cho ông tù ti đêm đó vì cô nói là ông quá già so với cô. Ông kiện cô gái với lý do kỳ thị. Ông lý luận: việc cô này chê ông già không cho ông hưởng phước là một loại kỳ thị. Kỳ thị tuổi tác!

Tưởng chỉ có ở các nước phương Tây văn minh mới có thứ kiện cáo bá láp này. Đừng bé cái lầm! Dân nước ta cũng kiện ngon lành không thua tên tây nào.

Bà Dương Thị Đinh Vân, 51 tuổi, ngụ tại thị trấn Bồng

Sơn, huyện Hoài Nhân, tỉnh Bình Định, kiện ông chồng cũ tên Nguyễn Dũng, 69 tuổi, phải trả cho bà tiền "công làm vợ". Hai người gặp nhau vào năm 2000 khi ông Dũng ghé quán của bà Vân uống cà phê. Cả hai đều đang góa. Họ đem lòng quý mến nhau. Cuối thu năm đó, bà Vân quyết định dọn về chung sống với ông Dũng sau một tiệc cưới nhỏ có sự tham dự của con cái và thân nhân của hai bên. Sau một thời gian mặn nồng, cơm không lành, canh cũng không ngọt, bà Vân dọn ra ở với con trai. Năm 2005, ông Dũng năn nỉ bà về lại, bà mủi lòng nhưng chỉ chịu về khi hai người làm giấy đăng ký kết hôn cho danh chánh ngôn thuận. Lần tái hồi Kim Trọng này họ mới trở thành vợ chồng hợp pháp. Bà Vân có con và cháu sống ở Mỹ thường gửi tiền về giúp đỡ. Năm 2012, "viện trợ Mỹ" bỗng dưng bị cắt, ông Dũng bèn thay đổi thái độ, kiếm chuyện hắt hủi vợ, đuổi bà ra khỏi nhà. Bà kiện. Tòa sơ thẩm xử ông Dũng phải bồi thường cho bà 30 triệu đồng. Bà không chịu. Gần 10 năm chung sống mà chỉ thường có bấy nhiêu, chi mà rẻ dữ vậy! Bà kháng án lên tòa án tỉnh. Lần này bà tính toán rất rành rọt. Bà yêu cầu tòa buộc ông Dũng bồi thường cho bà tiền công làm vợ, phí tình dục và phí hao mòn thân thể trong 9 năm 2 tháng với giá 100 ngàn đồng mỗi ngày. Tính ra là 300 triệu đồng!

Ai dám bảo ta thua người! Bà Đinh Vân của chúng ta chẳng là dân kiện thứ xịn sao?

12/2015

MỚI

Vèo một cái, một năm lại qua. Chữ "vèo" tôi mượn của Tản Đà, *vèo trông lá rụng đầy sân / công danh phù thế có ngần ấy thôi,* để cực tả cái nhanh lẹ của thời gian. Ngày xưa các cụ ví tốc độ của thời gian với *bóng câu qua cửa sổ.* Vèo một cái là mất hút. Ngày nay vó ngựa coi bộ còn chậm chạp, cái nhanh được biểu thị bằng những chiếc máy bay vượt tường âm thanh, nhanh hơn tiếng động. Vậy nên thời gian mới...vèo dễ sợ. Mấy ông bạn tôi, nhớ tới những ngày còn ở trong nước, cứ thắc mắc sao hồi đó thời gian nó từ tốn hơn bi chừ nhiều. Quả có vậy. Cuộc sống mỗi ngày hối hả hơn, vèo cái đã hết một ngày, vèo cái đã qua một tuần, vèo cái một tháng đã ra đi. Và vèo cái, một năm bái bai chúng ta.

Ngày xưa, khi cuộc đời còn thênh thang trước mặt, mỗi năm chúng ta "lên" một tuổi. Ngày nay, chân trời tím đã ngay trước mắt, mấy ông bạn già của tôi bảo là cứ hết một năm là chúng ta như hụt đi một bước sống. Quả có vậy. Nhưng chẳng lẽ cứ ngồi nguyền rủa bóng tối mà không thắp lên một ngọn lửa. Diêm quẹt đâu? (mốt ngày nay là không hút thuốc nên kiếm diêm quẹt không dễ!). Năm mới, dù không chờ đợi, đã tới, nói chuyện chi vui vui một chút. Chẳng có chi vui hơn những chuyện tình. Mà tình của mấy ông văn thơ là vui nhất.

Nhà văn Võ Phiến vừa bỏ chúng ta. Sự ra đi của ông còn nóng hôi hổi. Ông sống chín chục năm trên đời, biết bao là tình. Tôi mới đọc được trong cuốn *"Thư Võ Phiến"* một đoạn ông kể về mối tình của đời ông. Chắc phải mở một cái ngoặc tại đây. Một đời văn học rềnh rang nhưng ông Võ không viết hồi ký. Nhà phê bình Nguyễn Hưng Quốc, từ đầu thập niên 1990, đã dụ ông viết thư kể chuyện đời ông. Ông nhẹ dạ nghe theo. Bây giờ, sau khi ông ra đi, những bức thư này được in phổ biến, như một thứ hồi ký viết từng kỳ, mỗi kỳ không hơn sáu trang giấy vì ông sợ nặng quá tốn tiền tem. Trong bức thư đề ngày 4/12/1991, ông kể như ri về chuyện tình của ông với bà Viễn Phố, người đi chung với ông suốt đoạn đường đời: *"Trong lá thư viết ngày 2.7.91, có câu "Làm việc đoàn thể tôi quen với nhà tôi", khiến có thể hiểu lầm là tôi chỉ được biết nhà tôi sau 1945. Thực ra trong lá thư ngày 26.4.91 đã có đoạn nói rằng nhà chúng tôi ở gần nhau, thuở nhỏ chúng tôi cùng học một thầy v.v...Chúng tôi có duyên "tiền định", anh ơi. Nhớ lại thì thực sự là ngay từ hồi nhà tôi 5, 6 tuổi, chúng tôi đã lưu luyến nhau. Tôi có cô em gái (con của bà cô ruột tôi). Cô em gái ấy cùng tuổi với nhà tôi. Cô em gái (tên Trúc) có độ ở hẳn với bà ngoại (tức là bà nội của tôi) trong nhiều năm. Phố (nhà tôi) và Trúc cùng tuổi, chơi với nhau. Phố đến nhà; chúng tôi mến nhau. Nhưng về sau cái tình cảm thơ ấu ấy bị gián đoạn: vì chuyện học hành mỗi đứa sống mỗi nơi, không có cơ hội gặp lại...Chúng tôi tái ngộ hồi Phố mới 15 tuổi, từ đó dính... liền cánh, gỡ không ra! Phố mất mẹ hồi còn bú, lớn lên bên cạnh bà dì. Bà dì của Phố nói về chúng tôi: "Tụi nó như hai con sam". Ở nhà quê, chuyện như thế chắc là mới lạ, khó coi lắm!... Sau 1954, vừa ti toe cầm bút là tôi xin trước tịch những bút hiệu Võ Phiến và Hoài Vũ! Trong hơn hai mươi năm cái sự nhảm ngầm ấy được giữ bí mật, anh em ở Sài Gòn không ai khám phá ra cả...Còn chuyện sống với nhau trong gia đình cũng thiếu hẳn chân chính. Trong "Nguyên Vẹn" có cái đoạn một buổi trưa trong nhà, ăn cơm xong, anh nằm võng chị nằm divan thỉnh thoảng ngoéo tay nhau. Anh nhớ đoạn đó không? (Lúc đó, con đầu chúng tôi đã đậu bác sĩ, đã ra quân y!). Sống như sam không hẳn là hay. Tách rời nhau ra, chàng như mây trời thiếp như khói bếp, chàng đánh bạc đó đây và hát cô đầu suốt tháng, thỉnh thoảng gặp nhau tha hồ mặn nồng. Sống mà luôn luôn bên nhau thì thỉnh thoảng thế nào cũng sinh lục đục. Những lúc đó, nhà tôi than thở là vì tuổi ngọ, bả không may mắn! Cuộc sống "không may mắn" cũng gần nửa thế kỷ rồi".*

Chuyện tình của một nhà văn mà "sam" như vậy coi bộ "xoàng xĩnh" (chữ của Võ Phiến). Nó có dầu có đuôi nhưng thiếu hẳn những pha đột phá của...tiểu thuyết! Có phải vì vậy mà văn của Võ Phiến có cái nhẩn nha của một cuộc đời êm đềm, ít sóng gió. Chính Võ Phiến cũng nhận ra như vậy trong một đoạn thư khác: *"Thực ra chuyện cốt cách cũng có năm bảy đường cốt cách. Có thứ cốt cách tự nhiên, bẩm sinh của mỗi người. Tùy tính tình, ai có giọng nấy. Nguyễn Công Hoan (giễu cợt vô duyên), Thạch Lam nhẹ nhàng, Hồ Dzếnh thê thiết, Lê văn Trương ồn ào huênh hoang, Nguyễn Tuân khinh bạc...Cái ấy thời nào cũng có, thời nào tính nấy, tính nào giọng nấy; không có lý thuyết văn chương nào bày vẽ ra chuyện đòi hỏi sửa đổi từng nết na cá nhân làm chi".*

Thử coi cuộc đời tình ái của cái ông nhà văn "ồn ào huênh hoang" Lê văn Trương này ra sao? Quả là đời tình của nhà văn này ồn ào thiệt! Thứ nhất là ồn ào về nhân số. Các cụ ngày xưa cãi cối cãi chày cho những người nhiều vợ bằng câu đố chữ: *vợ cả vợ hai, hai vợ đều là vợ cả.* Câu này không áp dụng được cho ông Lê văn Trương: ông có ba vợ tất cả! Thứ hai là ồn ào về những cái không giống ai. Bà vợ cả Ngô Thị Hương đã đích thân mang trầu cau đi cưới vợ hai cho chồng. Vợ hai của ông là bà Nguyễn thị Đào, kém ông tới hai chục tuổi. Bà này ở Nam Định, do bị gia đình ép duyên, bỏ nhà lên Hà Nội và sa chân vào nghề gái nhảy. Hai bà vợ sống chung dưới một mái nhà và thương yêu nhau như chị em. Từ ngày có hai bà vợ êm đềm chung sống, sự nghiệp văn chương của Lê văn Trương lên như diều gặp gió. Đây là một điều mà giới cầm bút chúng ta nên suy gẫm! Bà vợ thứ ba của nhà văn là do chính văn chương của ông tác thành. Đó là bà Lan, kém ông rất nhiều tuổi. Ngay từ năm mới 17 tuổi, bà Lan đã mê văn của ông nên mặc dù là con nhà gia giáo, bà bất chấp tất cả để làm lẽ ông. Bà sống với ông được ba năm thì bỏ đi. Nguyên do khá lạ đời. Không phải vì xung khắc với hai bà vợ trước, cả ba người sống với nhau rất thuận hòa. Bà ra đi vì một nguyên tắc của ông: nhất định không có nhiều dòng con. Bởi vậy nên hai bà vợ sau đều không có dịp vào nhà hộ sanh. Khi bà Lan đòi có con, ông trả lời thẳng: "Nếu em muốn có con thì anh xin lỗi. Anh không bao giờ muốn có hai ba dòng con!". Bà ra đi vì câu trả lời mà bà cho là "đau lòng" này! Ông đã viết cho bà vợ cả, không biết vào thời điểm nào, mấy lời sau: *"Em thân yêu của anh. Em hoàng hậu của anh. Anh cúi xin em tha thứ cho cuộc đời nghệ sĩ lầm lỗi của anh. Anh chỉ có một mình em và những đứa con thân yêu thôi. Còn anh có chung sống với bao nhiêu người phụ nữ khác, chỉ là tình văn nghệ".* Văn nghệ nghe ra cũng được việc gớm!

Ông nhà văn Lê văn Trương đã phá cách một cách ngoạn mục đáng cho đám viết lách hậu sinh phải suy nghĩ. Nhưng lần giở những trang sách cũ, tôi kiếm được một ông cũng rất ngoạn mục, nhưng ngoạn mục kiểu khác. Đó là ông Trạng Nguyên Mạc Đĩnh Chi. Ông này học giỏi nhưng rất xí trai. Năm 1304, đời vua Trần Anh Tông, triều đình mở khoa thi lấy 44 tiến sĩ. Ông Mạc Đĩnh Chi, văn hay chữ tốt, dư sức ẵm một cái tiến sĩ. Bài thi của ông rất xuất sắc, xứng đáng Trạng Nguyên, nhưng khi các tiến sĩ tân khoa vào bái yết vua, vua thấy "nhan sắc" của Mạc Đĩnh Chi, bèn do dự chẳng biết có nên cho ông đậu đầu và bổ làm quan không. Kể cũng lạ, triều đình mở khoa thi để chọn người tài ra giúp nước chứ đâu phải thi hoa hậu mà so bì nhan sắc. Ông vội làm bài phú "Ngọc Tỉnh Liên Phú" (Hoa Sen Trong Giếng Ngọc), đọc xong vua bèn thay đổi ý kiến chọn ông làm tiến sĩ số một của khoa thi. Tôi nhắc tới ông trạng xí trai này chẳng phải vì cái trạng nguyên mà vì một chuyện tình. Tuy nhiên cũng nên ghé chút xíu vào bài phú đã thay đổi cuộc đời của ông tân Trạng Nguyên. Ngày xưa làm thơ hay chỉ mới là người có tài, làm phú hay mới là người hay chữ. Bài phú của Mạc Đĩnh Chi viết theo thể *Hán Phú* (Phú đời Hán) là thể phú khó làm nhất trong văn chương chữ Hán. Nội dung bài phú giả định một cuộc gặp gỡ giữa một đạo sĩ với một người khách *"mặc áo quê, đội mũ vàng, tiên phong đạo cốt"*. Theo suy đoán thì tác giả muốn ám chỉ người khách này là nhà vua. Bài phú hết lời ca ngợi hoa sen: *"Chẳng phải như đào trần lý tục / Chẳng phải như trúc cỗi mai gầy / Câu kỷ phòng tăng khó sánh / Mẫu đơn đất lạc nào bì / Giậu đào lệnh, cúc sao ví được / Vườn linh quân lan sá kể gì"*. Nội dung vừa ca tụng phẩm chất của hoa sen, vừa trách cứ người đời không biết đến thứ hoa quý này.

Ông Mạc Đĩnh Chi sau đó được cử đi sứ bên Trung Hoa hai lần. Ông có tài hùng biện và dùng văn chương kiệt xuất đối đáp với triều đình nhà Nguyên khiến họ phải nể phục. Năm 1308, nhân có người dâng lên vua Nguyên chiếc quạt, vua cao hứng thách sứ thần hai nước Đại Việt và Triều Tiên đề thơ. Bài thơ của Mạc Đĩnh Chi rất xuất sắc, vua xem xong rất vừa ý nên phong cho ông làm Lưỡng Quốc Trạng Nguyên, trạng xuyên quốc gia! Sứ thần Triều Tiên tuy thua tài nhưng rất nể phục, xin kết giao với ông. Sau đó hai người trở thành tri kỷ. Sứ thần Triều Tiên mời trạng nguyên Mạc Đĩnh Chi qua nước ông chơi. Mạc Đĩnh Chi nhận lời và qua ở luôn bốn tháng! Theo bài viết của Sơn Sa Lê Khắc Hòa *"Ông Trạng Mạc Đĩnh Chi ở Cao Ly"* đăng trên An Nam

Tạp Chí số 4, tháng 8 năm 1926, thì ông bạn sứ thần Cao Ly đã gả cháu gái cho Mạc Đĩnh Chi. Xí trai tới vua chê, chỉ nhờ tài văn chương mà lấy được vợ…ngoại! Sau thời gian vui vầy bên Cao Ly, ông mang người thiếp về Trung Quốc và bà sinh cho ông hai người con, một trai một gái. Năm năm sau, bà này dắt hai con trở lại xứ củ sâm. Lúc từ biệt, Mạc Đĩnh Chi có dặn bà ráng nuôi con nên người. Tưởng là từ biệt là bai bai luôn, ai ngờ mười năm sau, quan trạng của chúng ta lại mò qua Cao Ly. Lúc đó bà đang ngồi khâu vá, thấy quan trọng lừng lững đi vào, quá xúc động nên lăn đùng ra! Ông ở lại chơi sáu tháng. Khi ông về Đại Việt thì bà đang có mang được ba tháng. Sau đó, bà lập bàn thờ, ngày đêm hương hoa để tỏ lòng biết ơn và kính trọng người chồng dị quốc. Bà ở với đứa con trai út một thời gian rồi vào chùa tu , thọ tới 93 tuổi!

Tôi khoái mối tình xuyên biên giới của ông trạng này. Người xấu xí như vậy mà lấy vợ Cao Ly rất hiển hách. Lúc đó chưa có phim bộ Hàn Quốc như ngày nay nên không biết bà thiếp của quan trạng của chúng ta có chân dài đẹp đẽ như các nữ tài tử phim bộ không. Nhưng đức thờ chồng nuôi con của bà thì nhất. Người con trai cả sanh được 12 con. Người con trai út sanh được bốn con. Họ không quên dòng dõi nên đã nhiều lần tìm về Việt Nam thăm quê cha đất tổ. Ngay trong bài viết năm 1926, tác giả Lê Khắc Hòa đã gặp một hậu duệ của Mạc Đĩnh Chi trên một chuyến xe đò ở Hưng Yên. Sau đó có nhiều hậu duệ tìm về nhận họ hàng cả ở miền Nam trước năm 1975 và miền Bắc sau này.

Hình như sau một cuộc tình không trọn, người đàn bà

thường tìm tới cửa thiền để nương thân. Tôi vừa đọc được một bài viết của Đỗ Trường về một chuyện tình kết thúc bằng sự nương náu chốn thiền môn như vậy. Đây không phải là chuyện tình của một văn nhân mà là của một nạn nhân thời đại, một sĩ quan bị đi tù cải tạo. Trong số hàng trăm ngàn quân cán chính bị Việt cộng nhốt sau cuộc chiến, có bao nhiêu mối tình nảy nở giữa chốn âm u đó? Không nhiều. Vì toàn nam nhi thì đào đâu ra tình. Đây là một trong những chuyện tình hiếm hoi đó. *"Xe chạy một đoạn, chẳng hiểu sao Navi chỉ đường lại giở chứng tậm tịt, tôi buộc đi theo trí nhớ. Một lúc, trí nhớ cũng tậm tịt nốt. Lòng vòng khá lâu, xe lạc đúng vào cổng chùa Linh Thứu. Tôi phải dừng lại, để hỏi đường ra* Autobahn Leipzig. *Đường phố vắng và trong chùa tĩnh lặng. Tôi men theo hè phố, tìm một quán đêm để hỏi. Bất chợt tôi ngoái lại, dường như có bóng một ni cô thấp thoáng đang đi về hướng cổng chùa. Tôi quay lại, rảo bước. Đến cổng, thấy ni cô dừng lại, có lẽ chờ tôi. Tôi đang lúng túng, tìm cách xưng hô, chợt thấy ni cô hơi sững người, nhưng giọng lại chùng xuống: "Cậu Trường, đội lò mổ Leipzig phải không?". Tôi giật thót cả người, nhìn thẳng, nhưng vẫn còn mơ hồ. Một giây im lặng. Đến khi chiếc răng khểnh của ni cô lộ ra, sau nụ cười thoáng buồn, tôi mới chợt vuột ra: "Chị Tuyên! Sao chị lại ở đây?".* Chị Tuyên sanh ra và lớn lên tại ngõ chợ Khâm Thiên, Hà Nội. Năm 1972, khu này bị dội bom, gia đình chị chết hết, chị đi sơ tán trước đó nên còn sống sót. Sau đó chị gia nhập bộ đội. Chiến tranh kết thúc, chị được lệnh tới tiếp quản một kho tiếp liệu của quân đội Việt Nam Cộng Hòa. Sau đó khu này biến thành một trại cải tạo nhốt sĩ quan cấp úy của Việt Nam Cộng Hòa. Chị Tuyên vẫn ở lại, giữ chức thủ kho. Thỉnh thoảng chị mượn tù cải tạo tới sửa chữa hoặc bốc dỡ hàng hóa. Nhờ vậy chị quen một sĩ quan tù là anh Chu Bá Trạc. Trước đây anh là giáo sư dạy toán bậc trung học. Chị nhờ anh và các sĩ quan gốc giáo sư khác hướng dẫn học tập cho nhóm của chị gồm toàn là các học sinh đang sửa soạn về học lại. Họ phải ngụy trang những buổi học ngoài rừng bằng các công tác đẵn tre, xẻ gỗ về làm giàn trồng bầu bí và sửa kho. Sau vài tháng chị đem lòng yêu anh Trạc. Trong một buổi lao động, chị quyết ngỏ tình yêu với anh Trạc: *"Chị kéo Trạc vòng ra sau, đi lên phía triền đồi. Nơi có sắc vàng của hoa và của nắng như đang tan chảy vào nhau. Một loáng thôi, bóng của họ đã chìm trong cái vàng óng hòa tan ấy của trời đất. Họ lặng đứng bên nhau. Dường như có một khoảng cách rất mong manh trong lòng mỗi người. Gió... và từng cơn gió rít lên, làm chị hơi lạnh, nhưng không phải cái lạnh buốt da, cắt thịt như gió bấc nơi quê nhà. Bất chợt, Trạc xoay người nắm lấy bàn tay chị. Như viên than hồng nhóm lửa, chị hơi co người lại, có luồng khí nóng chạy dọc cơ thể... và cháy bùng lên. Ôm chặt lấy Trạc, chị ngả người, làm cả hai đổ vật xuống".*

Sau tết âm lịch 1976, một nửa trại bị chuyển trại trong đó có Trạc. Chị Tuyên quay quắt. Thuấn, một cảnh vệ người Sơn Tây vẫn thầm yêu chị, thấy chị nằm bẹp ở nhà, đã bắt chị lên bệnh xá khám bệnh. Chị thay thường phục, nhờ Thuấn chở lên thành phố, tới một phòng mạch tư. Bác sĩ cho biết chị đã cấn thai. Thai nhi đã lớn không thể trục ra được. Chị toát mồ hôi. Mối tình vụng trộm với một cải tạo viên sĩ quan "ngụy" sẽ đầy đọa chị tới địa ngục nếu bị phát giác. Rõ chuyện, Thuấn an ủi chị và tìm cách giải quyết. Anh đề nghị hai người làm đám cưới. Biết Thuấn thầm yêu mình nhưng chị Thuấn chỉ có cảm tình với một đồng đội chứ không hề yêu. Tuy nhiên, trong bước đường cùng, chị không còn con đường nào khác. Đám cưới vội vàng được tổ chức. Nhưng cái bụng của chị đã làm cấp trên nghi ngờ. Rất may, đúng lúc đó, Thuấn thi đậu vào Đại học Bách Khoa Hà Nội. Chị cũng đủ điểm vào trường Trung Cấp Tài Chánh. Họ dọn lên Hà Nội, tránh được những con mắt chế giễu của đồng đội. Bà mẹ của Thuấn tuy thương chị hiền lành nhưng vẫn buộc chị phải gửi đứa bé cho người khác nuôi để tránh dị nghị. Đứa bé sanh ra bị bệnh đường hô hấp và sau đó bệnh ung thư ruột. Mẹ không thường xuyên thăm viếng được nên con rất xa lạ. Chị cũng không thể cho con về với cha là anh Trạc vì anh đã có gia đình trước năm 1975. Rồi chị có thai bé thứ hai. Kỳ này với người chồng…thế chấp là anh Thuấn. Dù sao chị cũng tìm liên lạc với gia đình anh Chu Bá Trạc để báo tin về đứa con. Nhưng người hàng xóm cho biết toàn thể gia đình anh Trạc đã chết trên đường vượt biên vào năm 1980. Vợ chồng chị sống trong thời bao cấp, rất túng thiếu. Năm 1987, để con lại cho chồng, chị đi hợp tác lao động bên Đức. Bức tường Bá Linh sụp đổ mang chị qua xứ tự do. Thằng con của chị với Thuấn, nay đã 17 tuổi, đòi sang với mẹ. Chị bảo lãnh qua nhưng nó sống cuộc đời giang hồ và bị đồng bọn bắn chết tại Berlin vào năm 1995. Con chết, năm 1998 chị về nước làm giấy ly dị với Thuấn. Anh không chịu nhưng cuối cùng cũng phải chấp nhận. Vài năm sau, dưới áp lực của gia đình, anh lấy vợ khác và có thêm hai con nhưng cả hai đều bị dị tật. Bây giờ Thuấn đang làm Tổng Giám Đốc một công ty lớn, rất giàu có. Chính anh đã chu cấp tiền chữa bệnh cho đứa con gái của chị và Chu Bá Trạc. Anh cho biết anh giúp cháu như vậy không chỉ vì yêu chị mà còn để trả ơn dậy học của Chu Bá Trạc từ những ngày còn trong rừng. Ni cô Tuyên thở dài: "Đời chị có Trạc để yêu và có Thuấn để trọng, như thế là đủ phải không em? Thế hệ chị đã lao vào cuộc chiến, nghiệp chướng còn nặng lắm, kiếp này không thể trả hết đâu em ạ!".

Ngày mới, tháng mới, năm mới, tưởng vịn vào chuyện tình của các văn nhân trí giả để mua một niềm vui. Ai ngờ lại vướng vào một chuyện tình của thời nhiễu nhương giữa những người đã từng ở hai chiến tuyến. Thế là hỏng! Kiếm một niềm vui vào ngày đầu năm xem ra cũng không phải là chuyện dễ dàng. Đành mượn lời Giáo sư Hoàng Ngọc Hiến: cái nước mình nó thế!

12/2015

MÙ

Ông Jacques Demers tuy là một Thượng Nghị Sĩ ở Canada nhưng chắc ít ai biết tới ông. Thượng Viện ở Canada chúng tôi không phải do dân bầu lên mà do Thủ Tướng chỉ định. Ông Jacques Demers được Thủ Tướng Stephen Harper bổ nhiệm vào Thượng Viện ngày 28 tháng 8 năm 2009. Thủ Tướng Harper thuộc đảng Bảo Thủ đang cầm quyền lúc đó nên ông Demers cũng là Thượng Nghị Sĩ thuộc đảng Bảo Thủ, như Thượng Nghị Sĩ Ngô Thanh Hải của chúng ta. Ông vừa được các cơ quan truyền thông nhắc tới khi ông quyết định rời đảng Bảo Thủ vào ngày thứ năm 3 tháng 12 vừa qua để trở thành Thượng Nghị Sĩ độc lập.

Tôi nhắc tới ông không phải vì chuyện ông rời đảng Bảo Thủ trong khi đảng này đang gặp khó sau kỳ bầu cử vào tháng 10 vừa qua đưa tới việc Thủ Tướng Harper mất chức. Thủ Tướng hiện nay là ông Justin Trudeau, con của cố Thủ Tướng Elliott Trudeau nổi tiếng là một Thủ Tướng tài ba.

Không biết ông Trudeau con, mới 43 tuổi, có làm nên danh phận giống cha không, chưa biết nhưng ông này được cái đẹp trai, rất nhiều người mê. Chuyện chính trị tôi vốn không ưa. Tôi nhắc tới ông Demers vì trước khi là một Thượng Nghị Sĩ, ông đã là một *coach* rất nổi đình nổi đám của môn *hockey,* môn thể thao vua của người Canada.

Trong sự nghiệp làm bầu môn *hockey,* ông đã dẫn đội Canadiens của Montreal chúng tôi tới chiếc cúp Stanley vào năm 1993. Đội *Canadiens* đã đoạt tổng cộng 24 cúp Stanley, phần lớn vào trước năm 1979. Trước chiếc cúp vào năm 1993 do ông Demers làm *coach* đoạt được là cúp năm 1986. Sau đó thì đội *Canadiens* của Montreal chúng tôi cứ dọa hoài mà không ẵm được cúp. Tính ra cũng đã 22 năm đói cúp! Kê ra như vậy mới thấy ông Jacques Demers mang về được chiếc cúp hiếm hoi như thế nào. Vậy mà chỉ hai năm sau, năm 1995, đội *Canadiens* không được vào vòng chung kết *playoff* lần đầu tiên kể từ năm 1970. Tới mùa bóng sau, đội Canadiens thua luôn 5 trận đầu mùa, ông Demers bị đuổi việc! Sự nghiệp làm *coach* của ông bị một vết đen to tổ chảng sau khi đã từng cầm quân cho các đội *Nordiques* của thành phố Quebec, đội *Blue* của thành phố Saint Louis, đội *Red Wings* của thành phố Detroit trước khi về với đội *Canadiens.* Rời khỏi đội *Canadiens* của Montreal, ông qua làm *coach* cho đội Lightning của thành phố Tampa Bay. Sau đó làm tới Tổng Giám Đốc của đội Lightning. Đó là 15 năm huy hoàng trong sự nghiệp của ông. Sau đó ông về làm bình luận viên *hockey* cho đài truyền hình RDS ở Montreal.

Chuyện tôi nhắc tới ông trong bài này cũng không phải

vì sự nghiệp lẫy lừng của ông trong môn *hockey* tuy tôi rất khoái môn thể thao năng động và hấp dẫn này. Tôi nhắc tới ông vì, với tất cả công việc quan trọng mà ông đã làm, từ *coach* và bình luận viên truyền hình môn *hockey* tới Thượng Nghị Sĩ Canada, không ai có thể ngờ là ông mù chữ. Chuyện nghe như giỡn mà có thật!

Ngày 2 tháng 11 năm 2005, ông cho ra đời cuốn hồi ký về đời ông mang tên *En Toutes Lettres,* ông mới tiết lộ chuyện...mù này. Đây là phút của sự thực mà ông rất can đảm khi tiết lộ. Trước đó chuyện bí mật của đời ông chỉ có bà vợ ông biết. Bà này biết cũng chỉ vì một chuyện tình cờ chứ ông không chủ động "xưng tội". Vợ ông tên Debbie về với ông vào năm 1984. Một bữa kia bà nói ông viết điền vào cái hợp đồng thuê nhà, ông cứ loay hoay không biết làm sao mà không nói ra được. Cuối cùng ông khóc và đành phải nói thật với vợ là ông không biết chữ. Bà vợ sau đó đã dậy ông đọc nên ông biết đọc sơ sơ. Ông không thể đọc được nguyên một bài viết. Còn chuyện viết lách thì quên đi!

Không biết chữ thì làm sao có thể tạo nên sự nghiệp như vậy được? Ông vốn ma lanh nên qua mặt được tất cả mọi người. Trong cuốn hồi ký ông tiết lộ hết sự thực. Cuốn sách này gồm 26 chương, không đánh theo số thứ tự như thường thấy ở các cuốn sách khác, mà đánh bằng 26 chữ cái từ A tới Z. Chữ nghĩa chưa? Chữ chưa đầy chiếc lá mít của ông làm sao mà viết được cả một cuốn sách? Ông phải thuê ông Mario Leclerc, Chủ Bút của báo *Journal de Montreal* chấp bút. Ông chỉ kể lại. Ngộ một điều là tuy không biết chữ, ông nói hai thứ tiếng Anh và Pháp nổ như bắp rang!

Ông kể lại chuyện mánh mung ra sao để qua mặt các bồ chữ quanh ông. Khi được mời làm *coach* lần đầu tiên cho đội *Nordiques* ở Quebec ông ngậm câm chuyện mù chữ. Ngu chi mà nói! Ông cho biết: "Tôi không thể tiết lộ vì nếu người ta biết thì mộng làm *coach* cho một đội *hockey* trong liên đoàn NHL của tôi không bao giờ thành". Sau khi cuốn hồi ký của ông được phát hành, người ta hỏi ông: liệu Chủ Tịch đội *Nordiques* Maurice Filion, người đã thuê ông làm *coach* hồi đó, nếu biết ông mù chữ, có thuê ông không? Ông Demers trả lời ngay tức khắc: "Không bao giờ! Nhưng nếu như vậy tôi cũng không thể trách ông ta được". Phải công nhận ông Demers rất khéo léo và tải giỏi. Không vậy làm sao ông có thể làm *coach* tới 1007 trận *hockey* đầy chiến thuật cần nhiều tới đầu óc.

Nhưng chuyện vượt khó cam go nhất của ông là khi làm Tổng Giám Đốc cho đội *Lightning*. Chức vụ này cần nhiều việc giấy tờ, vậy chữ nghĩa đâu mà ông qua cầu được? Ông khôn lỏi bằng cách mướn ngay hai ông phụ tá chữ nghĩa đầy mình. Đó là các ông Cliff Fletcher và Jay Feaster. Sau này ông thú thật: "Tôi biết tôi không bao giờ là một Tổng Giám Đốc đúng nghĩa. Tôi thuê hai phụ tá vì tôi biết là tôi không thể tự mình hoàn thành được công việc. Tôi có thể đọc được chút đỉnh nhưng viết rất dở. Tôi đã phải tạo một bức tường chắn chung quanh để tự bảo vệ. Nhưng khi nói thì khác. Tôi nói rất thạo và chính điều này đã cứu tôi". Sau khi cuốn sách tự thú của ông Demers ra đời, ông phụ tá Feaster, một luật sư chuyên về luật thương mại, mới nhớ lại là ông sếp nhiều lần vào văn phòng của ông, vẫy vẫy tờ giấy ra điều bận rộn và hỏi ông hồ sơ này nói chuyện gì. Vậy mà hồi đó ông luật sư không đủ thông minh để nghi ngờ chi về chuyện sếp không biết chữ!

Một mánh khác của ông Demers là quên kính nên không đọc được. Ông tiết lộ với phóng viên đài truyền hình ESPN trong ngày ra mắt sách: "Bao nhiêu lần tôi quên kính? Không biết nhưng tôi biết là tôi quên kính nhiều hơn bất cứ ai trên cõi đời này!".

Với các khán giả ủng hộ ông muốn xin chữ ký, ông đã cố nhớ thuộc lòng cách viết tên mình và vài chữ thông thường để viết cho các người mộ điệu. Thường thì là: *"Best Wishes, Jacques Demers"* hoặc *"Thank You, Jacques Demers"*. Chữ nào chữ nấy to như con gà mái!

Cuốn sách tự thú của ông Demers được tung ra làm mọi người chết sững. Ai cũng ngạc nhiên trừ vợ ông, người duy nhất biết sự thực trước khi cuốn sách ra đời. Bà không ngạc nhiên nhưng nhẹ mình. Ông đã can đảm nói ra được bí mật của cuộc đời ông, bà cũng giải tỏa được nỗi lòng canh cánh bên mình.

Ông Demers có bốn con. Chẳng đứa nào biết được bí mật này của ông bố. Trước khi công bố cuốn sách ông mới thổ lộ cho chúng biết. Đứa con út tên Jason, 24 tuổi, hiện sống tại Indianapolis, phản ứng bằng một tiếng "Wow" và cho biết cậu rất hãnh diện về ông bố tài tình. Ba em ông, hai gái một trai, được ông nuôi nấng từ sau khi bố mẹ ông mất, rất ngạc nhiên trước tiết lộ của ông.

Tôi cũng ngạc nhiên. Phải nói ngay là tôi rất mến ông. Có lẽ ông là một người *coach* đáng yêu nhất của các cầu thủ. Ông luôn tươi cười, vỗ về, an ủi họ. Khi đội *Canadiens* thắng, ông vồn vã ôm chầm lấy từng người như một lời cám ơn. Khi ông làm bình luận viên trên đài truyền hình RDS, trông ông cũng bảnh chọe như mọi người. Kính trắng gọng vàng, đồng hồ vàng chóe (ông vốn thích chơi đồng hồ!), tập tài liệu trước mặt. Thỉnh thoảng cũng thấy ông liếc nhìn tài liệu nhưng thực ra ông đang đóng kịch. Ông thú thật là có đọc chữ nào đâu!

Đọc những tiết lộ của ông trong cuốn sách, thấy mà thương. Tại sao ông mù chữ? Vì người cha nát rượu và gia trưởng của ông. Ông cha này tên Emile, đô con, nặng tới 90 kí, chuyên đánh đập vợ con. Bà vợ nhỏ thó, chỉ nặng 47 kí, bị đòn liêng chiêng nhưng vẫn chịu đựng. Đó là thân phận của những người đàn bà muốn giữ nếp nhà của dân Pháp tại Quebec vào hai thập niên 1950 và 1960. Với con cái, ông luôn hành hạ. Ông Demers nhớ lại: "Cha tôi luôn bảo tôi là một S.O.B. (cố dịch cho văn vẻ thì là "đồ chết tiệt"!) và tôi sẽ chẳng làm nên trò trống gì trong đời. Tôi bị đánh đập trong nhiều năm nhưng tôi không thèm để ý tới và luôn luôn cố gắng tạo cho mình một cuộc sống tích cực hơn". Ông nói tiếp: "Tôi chỉ muốn cha tôi đối xử với tôi một cách tình cảm hơn. Không đánh đập tôi khi tôi làm điều chi lầm lỗi. Và cũng đừng đánh đập mẹ tôi. Điều đó ảnh hưởng nặng đến tôi vì tôi bị tước đoạt mất tuổi thơ. Một điều tôi muốn nói là nếu tôi không biết đọc và viết là vì tôi có quá nhiều chuyện phải đau lòng trong gia đình. Đêm đêm tôi không ngủ được. Tuy có tới trường nhưng tôi chẳng học được gì". Cuối cùng ông phải nghỉ học vào năm lớp 8.

Chắc sẽ có nhiều người thắc mắc là học tới lớp 8 sao ông này mù chữ? Có nhiều cách mù chữ. Theo tổ chức Giáo Dục, Khoa Học và Văn Hóa Liên Hiệp Quốc mà chúng ta thường gọi tắt là UNESCO, mù chữ không hẳn chỉ là không biết đọc mặt chữ. Đó là mù chữ theo nghĩa truyền thống mà chúng ta hiểu từ xưa. Hiểu như vậy thì tại Canada chỉ có 0,1% mù chữ. Đó cũng là tỷ lệ chung của các nước tân tiến như Pháp, Úc, Áo, Bỉ, Đức, Đan Mạch, Phần Lan, Anh, Thụy Sĩ v..v.. Điều đáng ngạc nhiên là tại Mỹ tỷ lệ mù chữ lên tới 3%, dưới cả Hy Lạp và Argentina, ngay sát trên Cuba với tỷ lệ 3,1%! Bên các nước Á châu thì Thái Lan có 7,4% dân số mù chữ, Singapore là 7,5%, Trung Quốc 9,1% và Việt Nam 9,7%.

Nhưng theo cách hiểu hiện đại thì mù chữ không phải chỉ là lạ mặt chữ nhưng còn là mù chữ chức năng *(functional illeteracy)*. Đó là trường hợp một người biết chữ nhưng thiếu khả năng đọc, viết, hiểu. Tôi nghĩ ông Demers thuộc vào loại mù chữ này. Ông tiết lộ một cách can đảm sự mù chữ của ông vào năm 2005 nhưng năm 2009 ông vẫn được bổ nhiệm làm Thượng Nghị Sĩ. Ông vẫn nhận chức vụ mới đòi hỏi nhiều kiến thức vì ông vẫn tự hào là ông luôn luôn học hỏi để hoàn thiện khả năng đọc hiểu của mình. Trả lời một cuộc phỏng vấn của đài truyền hình CBC ở Montreal, ông nói: "Tôi lắng nghe, tôi chú ý. Người ta bảo tôi có ý thức phổ quát, điều này rất quan trọng. Khi có chỗ nào trong một văn bản mà tôi không hiểu, tôi không bỏ qua và đọc xuống dòng kế". Ông nhận chức Thượng Nghị Sĩ vì ông thấy có bổn phận làm một số chuyện. Đó là chống nạn mù chữ, xóa nghèo cho trẻ em và chống nạn bạo lực trong gia đình. Toàn những thứ ông đã có kinh nghiệm trong thời thơ ấu. Ông cũng hy vọng là cuộc đời của ông sẽ tạo được cảm hứng cho mọi người. Với nỗ lực của ông, tôi nghĩ ông đâu có mù chữ!

Mù chữ, hiểu theo nghĩa rộng hơn nữa, là những người tuy có học nhưng không trau dồi thêm kiến thức. Ngày nay khoa học kỹ thuật tiến nhanh như gió, không theo kịp những kiến thức mới thì sẽ tụt hậu, ngơ ngác trước những đổi thay của xã hội. Người không cập nhật kiến thức của mình, học xong một trình độ nào đó nơi trường ốc đã tự mãn nằm phè nhai lại những kiến thức có được từ nhà trường cũng bị coi như một loại mù chữ. Ngưng việc trau dồi kiến thức không chỉ có nghĩa là ngưng tiến bộ mà còn là thụt lùi vì công việc ngày nay đòi hỏi những kiến thức hiện đại, bắt kịp thời gian. Đọc sách, nhất là những sách chuyên môn theo ngành nghề của mình, là một cách tránh nạn mù chữ của mỗi cá nhân. Tác giả Trường Giang, trong bài viết "Ngày Nay, Không Đổi Mới Nhận Thức Cũng Coi Như Mù Chữ" đã viết: *'Một cuốn sách hay sẽ giúp chúng ta gặt hái thêm những kiến thức quý báu, khám phá những giá trị mới bổ ích cho bản thân đồng thời tâm hồn mình cũng được tĩnh lặng và thanh thản hơn. Hơn nữa, mỗi khi đọc sách chúng ta có cơ hội luyện tập trí não của mình vì sách luôn mang đến cho chúng ta trí tưởng tượng phong phú hơn phim ảnh, truyền hình. Những người đọc sách thường xuyên sẽ cảm thấy hài lòng hơn và luôn thấy cuộc sống mới mẻ, tươi đẹp vì với họ, mỗi quyển sách sẽ mở ra trước mắt ta một chân trời mới"*.

Liên Hiệp Quốc còn đi xa hơn nữa khi cho là những người mù *computer* cũng là một dạng mù chữ! *Computer* ngày nay là cánh cửa mở ra những tri thức mới. Chúng ta học hỏi được từ anh mặt vuông này rất nhiều. Có chi không rõ ràng, cứ vào *internet* là mọi sự sáng tỏ. Tri thức của nhân loại nằm gọn trong cái bấm tay của chúng ta. Khi tôi ngồi viết phiếm, có điều chi còn nghi ngờ hay chưa có đầy đủ dữ kiện và chi tiết, cứ *google* là thế nào cũng ra được những giải đáp cho thắc mắc của mình.

Mù chữ được hiểu một cách rộng rãi như vậy thì có lẽ chúng ta ai cũng có lúc mù chữ. Đây là một tai hại cho đất nước quê hương của chúng ta. Không có những kiến thức cập nhật với thời gian, nhận thức của con người sẽ què quặt, cổ lỗ sĩ. Nếu những người lãnh đạo đất nước không có kiến thức hoặc không cập nhật kiến thức sẽ không theo kịp sự tiến hóa của lịch sử và của thời đại mới. Nhà văn hóa Alvin Tofler đã khẳng định trong một cuộc hội thảo: "Trong thời đại ngày nay, không đổi mới nhận thức sẽ bị coi như mù chữ!".

Nhìn vào tầng lớp cầm quyền ở Việt Nam hiện nay, những con người bằng cấp đầy mình (sic!), nhưng trí óc còm cõi, cứ khư khư ôm giữ những giáo điều xưa cũ mà thiên hạ đã bỏ vào sọt rác từ khuya, thì đó cũng là một loại mù chữ. Một đất nước bị dẫn dắt bởi những tên mù sẽ đi tới đâu, đất nước chúng ta đang phải nhọc nhằn trả lời cho câu hỏi này.

12/2015

NGÃ

Mùa đông, tuyết rơi, mưa đá rơi, mưa băng rơi, làm đường sá trơn trượt. Thành phố có những xe gạt tuyết sang hai bên đường, xe trải muối và chất chống trơn trên mặt đường cũng như trên lề đường dành cho người đi bộ. Dù vậy, xe cộ vẫn cứ trơn trượt xoay ngang xoay dọc và dân cuốc bộ vẫn cứ ngã xoành xoạch. Được cái là ông trời lo liệu cả nên đường trơn trượt cặp kè với thời tiết giá lạnh, ra đường là phải áo quần lớp nọ lớp kia kín mít từ đầu tới chân. Vậy nên có té cũng ít khi bị thương tích. Cái nệm quần áo đỡ đần tất cả. Chuyện té là chuyện thường ngày ở thành phố rét mướt Montreal chúng tôi. Nhưng khi một văn nhân té, chuyện lại khác. Té văng ra thơ.

Ông Hồ Đình Nghiêm, cái tên nghe ra đã nghiêm chỉnh, đi đứng đàng hoàng, vậy mà cũng gia nhập vào làng đo đất. Dù là nhà văn, có cây viết trong người, nhưng cây viết thì có ích gì cho cái té. Cây viết của bạn bè vội đứng lên. Ông một cẳng rưỡi Luân Hoán, chuyên viên té, nguyên năm nay đã hai lần hôn đất, đồng cảm với bạn, tự tình với mình.

lạng quạng rớt một bàn chân
còn một cẳng rưỡi gắng lần mò đi
cong thẳng cùng đường chữ chi
cuối cùng đến được xứ gì thần tiên
đất lành chỉ có chút phiền
mỗi năm ba tháng liên miên lạnh lùng
ra đường quen bước lung tung
cơ hội đo đất thẳng lưng chuyện thường.

Ông Hồ Đình Nghiêm, sau bốn ngày nằm bệnh viện cho người ta khoét thịt, bắt vít vào cái xương chậu bị nứt gãy, thân vẫn còn nằm trên giường, cặp nạng và cái *rolling walker* còn đứng chờ bên cạnh, đã tìm ra chân lý: chưa té chưa phải là dân Canadiens! Ông khoe bi chừ mới đúng là dân…điên có cầu chứng tại tòa tuy đã tuyên thệ nhập quốc tịch từ ba chục năm trước. Cái giá ông trả cũng không đắt: thân xác ông có tí dao kéo vọc vào nên mất *gin*. Nhưng cũng có điều an ủi là từ nay mỗi lần muốn lên máy bay, máy dò tại phi trường sẽ reo hò chào mừng ông. Và có ông Luân Hoán mang thơ ra cho ông vịn.

hôm qua nghe tin rùng mình
tác giả Nguyệt Thực thình lình ngã chơi
ông này vững bước cả đời
thanh niên phơi phới còn ngời nét xuân
sớm mai đủ bộ áo quần
cổ khăn mũ đội tưng bừng ra đi
chưa gặp gái đã tức thì

nằm nghiêng nhìn vọng nữ nhi mơ hồ.

Ngoài ông Luân Hoán, ông Hoàng Xuân Sơn, dân cùng quê xứ Huế với ông Hồ Đình Nghiêm, cũng mang thơ ra té chơi với đồng hương và đồng…nghiệp.

chỉ là xoạc cẳng đấy thôi
bắt chước bà chúa tới hồi xang ca
té chơi một cú đó mà
ếch mô nỏ chộ toàn là tuyết trơn
ba hồi để vuột da lươn
một hồi nằm cứng nỗi buồn khơi khơi
à thì chơi rồi thì chơi
chào nghiêm một thế đứng ngồi tuyệt luân

Bà chúa mà ông nhà thơ xứ Huế hài ra ở trên là bà chúa thơ nôm Hồ Xuân Hương. Bà này chắc thuộc loại xí xọn nên ra đường, chẳng tuyết tiếc chi, cũng té chơi một phát. Con gái hơ hớ bỗng nằm phơi trên đường, mắc cở chứ! Nhưng vốn là bà chúa thơ nôm nên mang thơ ra xí xóa. *Giơ tay với thử trời cao thấp / Xoạc cẳng đo xem đất ngắn dài.*

Tôi phôn hỏi thăm ông bạn văn khi được tin ông…xoạc cẳng. Ông đo đất ngay trên vỉa hè trước cửa nhà vào sáng sớm khi ông khăn gói đi mần. Tuy là bạn nhưng ông này thuộc thế hệ sanh sau đẻ muộn nên vẫn còn nặng nợ cơm áo. Các bạn văn của ông ở thành phố này, ông nào cũng lên chức quý tộc từ lâu, ngồi chơi ở nhà mà tháng tháng vẫn được chính phủ trả lương. Người cũng thuộc loại via nhưng vẫn cố bám trụ vào phòng mạch là ông tu bíp Trang Châu vừa thông báo là ông dứt khoát rời kim chích ống nghe vào đầu tháng 3 vừa rồi. Ông này thơ văn hai tay nên về đuổi gà (nói bâng quơ vậy chứ không biết nhà ông có gà không!) mà cũng thơ thẩn. Bài thơ được viết vào buổi sáng đầu tiên không phải đi làm, có cái tựa rất hách: Ta Về.

Ta về, giữ một niềm vui
Bỏ ưu tư lại cho người lãng quên
Bỏ băn khoăn, bỏ muộn phiền
Một thời cơm áo bon chen bạc đầu

……

Ta về, gác nghiệp làm dư
Gác cây về cội, gác từ về ngôn
Tưởng vui sao gợn chút buồn
Sao nghe thanh vắng trong hồn sáng nay?

Ông Hồ Đình Nghiêm vẫn phải nghiêm chỉnh ra đi mỗi sáng, chưa được "ta về" như ông Trang Châu và các bạn văn của ông. Hỏi coi ông ngã sấp hay ngã ngửa, ông thở dài: có biết chi mô, trời đất quay cuồng biết mô là phương hướng!

Ông này không được tỉnh táo như tôi. Năm ngoái, tôi cũng ngã một cái trên vỉa hè đường Saint Denis, ngay khu chợ Việt Nam. Đang tung tăng, mặt nghếch lên kiếm coi cái xe đậu ở chỗ nào, bỗng như trò ảo thuật, thấy mình nằm ngửa nhìn trời. Một bà Việt Nam đi bên cạnh vội cúi xuống bên cạnh hỏi: "Chú có sao không?". Tôi vội đứng lên, bụng hơi mắc cở, lắc đầu và cám ơn bà. Lúc đó chỉ thấy thẹn thùng, vội đứng lên, chứ chẳng ý thức được là mình đang làm chi. Cái lắc đầu lúc trên bỗng bay đi mất tiêu, nhường chỗ cho cái lo lắng. Vội sờ lên ót coi có máu me chi không. May phước có trời lo, ban cho cái rét mướt, nên mũ mãng đàng hoàng. Chiếc mũ dày cộm đã đỡ cho cái ót. Chắc không sao. Nhưng lo vẫn lo. Vội phôn cho ông Trang Châu khai bệnh nghiêm chỉnh. Ông này phán là trong vòng 48 tiếng, nếu thấy nhức đầu hoặc cảm thấy đầu óc choáng váng thì phải vào cấp cứu làm *scan* ngay. Hai ngày trời nghe ngóng bắt mệt, nghĩ là bà chúa thơ nôm phét lác, lo sốt vó chứ ở đó mà giơ tay với xoạc cẳng!

Người ngoài thường sáng suốt hơn người trong cuộc, tôi ngày đó mừng muốn chết khi thấy người ngợm vẫn đầy đủ sau cú vồ ếch, đâu nghĩ tới chuyện kiện cáo chi. Nay thấy bạn vồ ếch (lạ nhỉ, tôi tưởng ếch ở Montreal đã tuyệt chủng khi bị dân chúng vồ lia chia), làm tài khôn xúi đi kiện thành phố. Xúi cho vui miệng thôi chứ đời nào xeo được ông Hồ Đình Nghiêm làm đơn ra tòa kiện cáo. Nhưng dân chúng thành phố này khác. Hơi một chút là kiện. Tôi vừa nói chuyện té với ông bạn văn thì đọc được trên tờ *The Gazette* ở Montreal một bài báo nói tới chuyện kiện tụng khi ngã vì đường trơn trượt trong mùa đông. Theo thống kê thì từ năm 2011 đến 2015, có tất cả 160 vụ kiện vì té ngã trên đường phố, trong đó có 100 vụ do đường và vỉa hè trơn trượt trong mùa đông. Kết quả có 25 vụ người kiện rút đơn, 58 vụ thành phố thắng, 15 vụ người dân thắng và 62 vụ dàn xếp ngoài tòa. Như vậy, tổng cộng có 77 vụ, vừa thắng kiện vừa dàn xếp ngoài tòa, người kiện được bồi thường, chiếm 48%. Người được bồi thường ít nhất là 179,67 đô, nhiều nhất là 158.951,23 đô. Trong 77 ca được đền có tới 48% nhận được dưới 5 ngàn đô.

Nhận được tiền đền bù như vậy cũng trần ai khoai củ. Trong 5 năm từ 2011 đến 2015, thành phố chỉ tốn có 1.264.751 đô đền bù, trung bình mỗi năm 252.950 đô. Vớ được một mẩu trong số tiền không nhiều nhặn này cũng vất vả lắm.

Nếu cần theo dõi một vụ kiện điển hình, chúng ta có thể nắm áo bà Gertrude Woschitz Fordtinger, ngụ tại LaSalle. Tháng giêng năm 2012, bà ăn vận cẩn thận dắt chó đi dạo trên đường LaSalle. Trời đang đổ tuyết, nhỏ thôi, cỡ từ 1 tới 2 phân. Bà gặp một người hàng xóm, đứng lại nói chuyện một lát, tiếp tục đi chừng chục bước thì gặp một đoạn băng nằm kín dưới lớp tuyết mới phủ, giăng ngang kín vỉa hè. Bà té bổ chửng, gãy cổ tay mặt. Vỉa hè không được rắc muối hay chất chống trơn. Tấm hình chồng bà chụp và lời chứng của người hàng xóm là những chứng cớ đệ trình trước tòa. Bà là một y tá và phải nghỉ làm một năm. Bà kiện thành phố lơ là trong việc giữ cho vỉa hè an toàn làm cho bà bị gãy cổ tay, chịu đau đớn và mất lợi tức. Phải mất tới ba năm vụ kiện mới được xét xử. Bà chánh án Susanne Courchesne xử cho bà thắng với số tiền đền bù được ấn định là 132.236 đô.

Điều cốt lõi để thắng thành phố trong vụ kiện là chứng minh được sự bất cẩn của họ. Luật sư của bà Forstinger cho biết: "Thành phố, cũng như các chủ nhân khác, có trách nhiệm giữ gìn sự an toàn cho bộ hành trên đường. Dĩ nhiên đang khi trận tuyết đổ xuống, thành phố không thể làm sạch lòng đường và vỉa hè ngay lập tức, nhưng khi trận bão tuyết đã xong, họ phải trải muối và chất chống trơn ngay. Đó là trách nhiệm đương nhiên của một chủ nhân trên tài sản của họ. Cũng như chủ các căn nhà trong thành phố, họ cũng phải dọn tuyết, trải muối trên đoạn đường từ nhà ra tới vỉa hè. Nếu xảy ra trường hợp có người bị té trên khúc đường này, chủ nhà phải đền. Nói tạt ngang qua chuyện thời sự đang nóng hiện nay một chút. Bưu Điện đang thiết lập những thùng thư công cộng để chấm dứt việc đưa thư riêng tới cửa nhà hầu có thể cắt bớt chi tiêu trong lúc *internet* giết chết việc gửi thư tay. Mùa đông năm nay, đường vào lấy thư tại các thùng thư công cộng này trơn trượt khiến dân chúng kêu ca. Đã có người bị té khi lấy thư. Họ hỏi ngược lại Bưu Điện: tại sao trước đây, nhằm giữ an toàn cho các bưu tá đi phát thư, nhà nào không xúc tuyết và trải muối trước cửa thì bưu tá không vào đưa thư, nay, tại sao Bưu Điện không xúc tuyết trải muối để giữ an toàn cho dân chúng tới lấy thư tại các thùng thư công cộng? Ông Bưu Điện còn á khẩu chưa trả lời được!

Luật sư Olivia Pajani lý luận: "Có nhiều người nói: "Này! Đây là Quebec, bạn trông mong gì hơn được?". Đúng, đây là Quebec, nhưng sau một trận băng tuyết mà thành phố không làm chi trong vòng 24 tiếng để vỉa hè trở thành trơn trượt thì đó là bất cẩn!". Trong trường hợp bà Forstinger, thành phố LaSalle có trải muối 48 tiếng trước khi bà này bị tai nạn nhưng sau đó nhiệt độ bất thần hạ xuống. Bà tòa Courchesne phán quyết là trong trường hợp này, chính sách của thành phố quy định là phải trải muối lại nhưng họ không làm. Chánh án Courchesne viết trong án lệnh: "Có chứng cớ hiển nhiên là đường bị trơn trượt và không có trải muối và chất chống trơn, được hiểu là công nhân của thành phố không duy trì cũng như kiểm soát vỉa hè một cách đầy đủ".

Số tiền bồi thường bà Forstinger nhận được tương đối cao so với các vụ khác, được chiết tính như sau: 60 ngàn đền bù cho việc giải phẫu tay, chịu đau đớn và thiệt hại tinh thần, số còn lại là đền bù cho số tiền lương bị mất khi phải nghỉ làm việc.

Mùa đông năm nay việc xúc tuyết lòng đường và vỉa hè tương đối nhanh hơn các năm trước. Thành phố Montreal có nhiều kinh nghiệm và dụng cụ xúc tuyết hơn các nơi khác vì tuyết là thổ sản năm nào chúng tôi cũng được mùa bội thu! Coi những *video* xúc tuyết của các thành phố Bắc Mỹ khác thấy mà nản, thiệt ầu ơ ví dầu! Nhưng năm nay, vì lý do ngân sách dọn tuyết bị cắt giảm nên vỉa hè thiếu muối, nhạt phèo! Ông bạn văn Hồ Đình Nghiêm có đo đất cũng là một điều dễ hiểu. Có điều ông gieo người xuống đất hơi mạnh nên xương cốt mới nứt vỡ. Phải chi ông nhè nhẹ một chút thì cuộc đời đã đỡ vất vả hơn.

Tới lúc tôi viết bài này thì trời đất đã sáng sủa hơn. Nàng tuyết đã bỏ đi. Tàn dư của tuyết trên vỉa hè đã theo nhiệt độ không có dấu trừ dẫn trước, tan ra hết cả. Chúng tôi như những con vật ngủ đông đang thức tỉnh, chân cẳng lại ngứa ngáy, hô hoán nhau gặp mặt cà phê cà pháo. Thương cho ông bạn mới làm cái oạch, hông mang vết thương, không lê bước tới nói nói cười cười với nhau, cho bõ những ngày kéo kén cô đơn trong băng giá. Ông Hồ Đình Nghiêm là người quả cảm. Nghe tiếng ới nhau, ông dọa sẽ chống nạng tới. Ông này ít khi dọa suông lắm. *Ngày trở về có anh thương binh chống nạng cày bừa, vì thương yêu anh nên ngày trở về, có con trâu xanh hết lòng giúp đỡ.* Anh thương binh của ông Phạm Duy chống nạng cày bừa được thì ông Hồ Đình Nghiêm chống nạng đi uống cà phê là chuyện nhỏ. Xong ngay! Nói theo ngôn ngữ của ông nhà văn họ Hồ: ba mươi giây!

03/2016

NHẦM

Chuyện xảy ra tại bệnh viện Saint Paul cũ vào đầu thập niên 1980. Trong phòng nha có khoảng gần chục ghế. Tôi ngồi chiếm một ghế há miệng ra cho anh bạn nha sĩ nhổ chiếc răng hàm thiếu kỷ luật, nằm ngang đẩy cả hàm răng xô lệch trông nhấp nhô chẳng ra sao cả. Hồi đó có sự phân biệt giữa nha sĩ "ngụy" và nha sĩ ngoài Bắc vô. Ai cũng chỉ muốn "ngụy". Anh bạn chuyên nghề đục và nhổ răng đang chích thuốc tê cho tôi. Bỗng có tiếng la thất thanh từ ghế bên cạnh. Một bà hét lên: "Ông nhổ lộn chiếc răng không đau của tôi rồi!". Ồn ào một lúc, ông nha sĩ mặt tái mét, kéo bà ta ra ngoài. Tôi bình chân như vại, có muốn nói chi cũng chịu vì miệng đã tê cứng, nhưng trong lòng rất bình thản. Anh bạn nha sĩ đang kềm búa làm thịt cái răng của tôi nhất định là "ngụy". Lo chi!

Đó là một nhầm lẫn mà người ta gọi là "nhầm lẫn y tế". Thực ra ai cũng có thể nhầm lẫn được. Chỉ có nhầm nhiều và ít. Nếu ít lương tâm chức nghiệp, hoặc tính tình cẩu thả, hoặc ít coi trọng bệnh nhân thì có nguy cơ nhầm lẫn nhiều hơn. Ông nha sĩ này chắc làm ăn tắc trách nên mới ra nông nỗi. Răng là "góc" của con người. Bà bệnh nhân mất thêm một chiếc răng một cách lãng xẹc khiến vừa xí gái vừa khó nhai!

Tôi kể ra trường hợp nhầm lẫn này vì tôi tận mắt chứng kiến. Có những trường hợp nhầm lẫn y tế khó thương hơn nhiều. Người ta có tới 32 cái răng nên khó đếm, nếu nhầm âu cũng dễ hiểu. Nhầm vì bên phải bên trái mới trời ơi. Nhưng đó lại là cái nhầm hay xảy ra nhất.

Lại nhớ chuyện xưa. Tôi đọc trên báo, báo nào chẳng nhớ, nhớ làm sao được vì lúc đó tôi còn nhỏ, một chuyện cười xả ga. Chuyện kể các ông nông dân đi lính khố đỏ cho Pháp. Vào lính chuyện đầu tiên là đi ắc ê một hai cho đều hàng. Trung Sĩ chỉ huy hô: "Chân trái, bước!". Thế là các tân binh loạng quạng. Chân nào là chân trái? Anh chân trái, anh chân phải, lộn xộn. Sau vài tiếng đồng hồ tập tành, một anh tân binh vẫn cứ loạng quạng không biết chân nào trái chân nào phải. Cuối cùng ông Trung Sĩ phải lấy một mảnh lá chuối khô, quấn vào chân trái cho anh tân binh tối dạ. Vậy là cứ lá chuối bước. Nhờ đó anh mới nhấc đúng chân tuy không chắc anh đã nhớ được chân nào là chân trái!

Anh tân binh ít học nhầm chân trái chân phải thì có thể hiểu được. Một ông bác sĩ, ngồi tới mòn ghế nhà trường, mà cũng lộn trái phải thì thậm khó hiểu. Vậy mà lộn, không phải ít lần, mà liêng chiêng. Nói chuyện lầm ở Việt Nam trước. Cũng chỉ nêu ra một trường hợp mới xảy ra. Bé Lê Nguyễn

Quốc Hào, 6 tuổi, ngụ tại huyện Vũng Liêm, tỉnh Vĩnh Long, nhập bệnh viện đa khoa tỉnh Vĩnh Long sáng ngày 27/7/2015. Em được chẩn đoán u khoeo chân trái. Hai ngày sau, em lên bàn mổ. Ca mổ được báo cáo thành công. Hai ngày sau nữa em được cho về nhà. Sau đó, cha của em mới khám phá ra là thay vì mổ chân trái, bệnh viện đã mổ chân phải! Giám Đốc bệnh viện, Bác sĩ Nguyễn Thành Nhôm, thừa nhận ê kíp mổ có nhiều sai sót.

Chuyện xảy ra tại bệnh viện thuộc Đại Học Tampa, tiểu bang Florida. Năm 1995, ông Willie King, 65 tuổi, được chẩn đoán giải phẫu chân trái nhưng bác sĩ giải phẫu đã cắt nhầm chân phải. Ông bị tàn tật suốt đời. Cũng phải trái lộn tùng phèo, lần này tại bệnh viện loại xịn thuộc trường Đại Học danh tiếng Pennsylvania, tiểu bang Philadelphia. Nạn nhân là cụ ông Morson Tarason, 79 tuổi. Cụ phải giải phẫu lá phổi bên trái nhưng bị cắt nhầm lá phổi tốt bên phải! Tại bệnh viện ở Rhode Island, Mỹ, mới hết thuốc chữa. Trong vòng một năm, các bác sĩ đã ba lần mổ lộn bên. Tháng 2 năm 2007, một bệnh nhân bị mổ não nhầm bên. Tháng 8 năm 2007, một bệnh nhân 86 tuổi cũng bị mỗ não lộn bên. Ông đã qua đời ba tuần sau ca mổ nhầm! Cùng năm, ngày 23 tháng 11 năm 2007, một bệnh nhân nữ 82 tuổi được mang vào phòng mổ để mổ ngăn chặn việc xuất huyết giữa não và hộp sọ. Chuyên gia phẫu thuật đã khoan phía bên phải đầu nạn nhân dù trong hình chụp bà bị chảy máu ở phía não bên trái.

Phân biệt trái phải là chuyện dễ ợt, cớ chi lại lầm chết người như vậy? Chuyện không giản dị . Phần lớn nhân loại trên thế giới bối rối khi phân biệt trái phải. Đây là một quá trình thần kinh – tâm lý phức tạp liên quan đến một số chức năng thần kinh cao, tỷ như khả năng tích hợp các thông tin cảm giác và thị giác, chức năng ngôn ngữ và trí nhớ. Vì vậy, đối với một số người chuyện phân biệt phải trái rất dễ dàng, hầu như một bản năng, nhưng với một số người khác lại là một thách thức. Trí thức cũng bị thách thức. Trong một thí nghiệm với 364 giáo sư và 1185 sinh viên, có 71 giáo sư, tức 19,5%, và 311 sinh viên, tức 26,2%, được xác nhận mắc chứng khó phân biệt trái phải! Sự việc khó khăn hơn khi thăm khám bệnh, bác sĩ thường ngồi đối diện với bệnh nhân nên trái phải ngược nhau. Thực ra các bác sĩ có vấn đề không đến nỗi kém như vậy. Nếu họ khám bệnh một mình trong phòng mạch, chuyện nhầm lẫn hầu như không có. Nhưng khi phải làm việc chung với nhiều người, trong một không gian lộn xộn như trong phòng mổ, nhầm lẫn mới xảy ra. Để tránh những nhầm lẫn thuộc loại…ngộ nghĩnh này, trước khi mổ, người ta xác định bên phải mổ bằng cách đánh dấu bằng mực không phai. Vậy là chắc như bắp!

Lầm bên trái và phải nghe ra thật khôi hài. Nhưng đó là một sự nhầm lẫn…quốc tế. Rất nhiều ca mổ bị lộn như vậy tại bệnh viện của nhiều nước. Lầm bệnh nhân là một lầm lẫn tức cười khác. Bà Joan Morris, 67 tuổi, vào bệnh viện để chụp động mạch não. Ngày hôm sau người ta đưa bà đi đo điện tâm đồ. Vậy là từ đầu, bà được săn sóc tới tim! Sự nhầm lẫn xảy ra vì sau khi chụp não, bà được đưa về một tầng lầu khác chứ không về giường của bà tại tầng lầu lúc ban đầu. Các chuyên viên chụp não đã cho bà xuất viện vào ngày hôm sau. Nhưng thay vì ra về thơ thới hân hoan, bà bị đưa vào phòng mổ tim. Bà đã nằm trên giường mổ được một tiếng, bác sĩ đã rạch dưới háng, xuyên thủng một động mạch, luồn vào một ống dẫn tới tim. Đúng lúc đó, điện thoại reo vang, một bác sĩ của khoa não hỏi: "Các anh đang làm gì với bệnh nhân của tôi thế?". Vị bác sĩ đang dao kéo trên bệnh nhân giật mình ngưng lại. Lúc đó ông mới biết mình bé cái lầm. Cuộc giải phẫu ngưng lại. Bà Joan Morris tai qua nạn khỏi, chỉ phải mang vết sẹo trên háng!

Đó là những nhầm lẫn ngớ ngẩn. Còn có những lầm lẫn khác…thông minh hơn. Có thể kể ra: định bệnh sai; phương thức chữa trị không đạt được kết quả như dự trù; áp dụng cách trị liệu không hợp với bệnh nhân; cho thứ thuốc bệnh nhân bị dị ứng; cho thuốc quá liều lượng; dược phòng trao nhầm thuốc; đưa nhầm thức ăn cho bệnh nhân; nhân viên sơ sót trong khi chăm sóc bệnh nhân; không có sự giải thích rõ ràng cho bệnh nhân.

Nhầm lẫn y tế gây ra những hậu quả khôn lường. Năm 1984, một nhóm nghiên cứu thuộc Đại Học Harvard do Giáo sư Lucian Leape cầm đầu đã đọc hồ sơ bệnh lý của 30 ngàn bệnh nhân được chọn một cách ngẫu nhiên trong 51 bệnh viện tại tiểu bang New York và đi đến kết luận có 3,7% bệnh nhân bị thương tích vì nhầm lẫn y tế. Một phần ba là do cẩu thả trong khi điều trị và 70% là do lỗi lầm của các nhân viên y tế bao gồm bác sĩ, dược sĩ, chuyên viên và y tá. Dựa theo kết quả của bản nghiên cứu này, Viện Y Khoa *(Institute of Medicine)*, trực thuộc Hàn Lâm Khoa Học Quốc Gia Mỹ *(National Academy of Sciences, USA)*, phỏng đoán rằng trên toàn nước Mỹ, hàng năm có khoảng 100 ngàn người bị thiệt mạng vì những lỗi lầm liên quan tới điều trị trong bệnh viện.

Không riêng gì tại Mỹ, tại các nước Âu Châu hay Úc châu cũng nhầm lẫn như điên. Trong một cuộc nghiên cứu trên 14 ngàn hồ sơ bệnh lý tại Úc vào năm 1995, do Đại Học Newcastle thực hiện, người ta đã tìm ra có tới 8% bị thương tật vì nhầm lẫn y tế. Tỷ lệ này còn cao hơn tỷ lệ 3,7% tại Mỹ. Trong số 8% nhầm lẫn này, một nửa là do nhầm lẫn trong chẩn đoán, điều trị và giải phẫu, tức là những nguyên nhân có thể tránh được.

Trong những nhầm lẫn xảy ra trong bệnh viện thì phòng mổ là nơi xảy ra thường xuyên nhất. Theo nghiên cứu của Giáo sư Lucian Leape, thuộc Đại Học Harvard và Bác sĩ Wilson ở Úc , từ 40% đến 50% nhầm lẫn là ở phòng giải phẫu. Điều này chúng ta không lấy làm lạ vì lúc bị giải phẫu là lúc tính mạng con người có độ lâm nguy cao nhất. Chuyện banh da xẻ thịt là chuyện trầm trọng. Vậy mà tại Mỹ có khoảng 20 triệu người phải giao du với phòng giải phẫu mỗi năm. Cứ nghĩ tới chuyện nằm bất động phó mặc mọi chuyện cho những bàn tay dao kéo đã thấy đổ mồ hôi. Vậy nên nếu tránh được thì nên tránh. Nói như chuyện khôi hài! Khi cần mổ là nằm ình ra chứ tránh chi nổi. Không hẳn vậy.

Theo các nhà chuyên môn thì chúng ta chỉ vào phòng mổ sau khi không còn cách nào khác. Muốn biết có thiệt cần thiết chui vào nơi ít vui này hay không, chúng ta phải tham khảo ý kiến của nhiều vị chuyên môn khác nhau. Chuyện này người ta làm hà rầm đến nỗi đã thành tên. Đó là *second opinion,* ý kiến thứ hai. Chúng ta hãy nghe một nhà chuyên môn, Bác sĩ Nguyễn Ý Đức, khuyên: *"Một điểm quan trọng trước khi quyết định giải phẫu, là phải nắm vững các vấn đề. Nếu vẫn chưa đả thông thì lấy ý kiến thứ hai, thứ ba. Đó là* Second Opinion. Second Opinion *là để mình hiểu rõ bệnh tình của mình hơn trước khi quyết định. Đây là một quyền của ta và các bác sĩ cũng khuyến khích bệnh nhân sử dụng. Đừng ngần ngại, sợ mích lòng "Ông Bà Thầy từ trước tới giờ vẫn tốt và thực thà với mình. Tin nhau là quý". Có thể xin thầy thuốc giới thiệu cho một bác sĩ chuyên khoa khác hoặc hỏi bạn bè, nhân viên y tế giúp tìm người chuyên môn, kinh nghiệm về giải phẫu của mình, để xin thêm ý kiến.* Second opinion *có thể không khác mấy với ý kiến ban đầu, nhưng sẽ làm mình yên tâm hơn.* Medicare *và hầu hết các bảo hiểm sức khỏe đều đồng ý trả y phí cho việc tham khảo thêm này. Vâng, vì lòng người đôi khi cũng không trong sáng. Một số môn đệ Hoa Đà, Hippocrates đặt lợi nhuận trên lợi ích điều trị, cảm nghĩ cá nhân trên luận cứ y khoa học. Thống kê đã nêu ra các giải phẫu không vì mục đích điều trị thường thấy nhất là cắt bỏ tử cung và túi mật,* by pass *động mạch tim. Thầy thuốc nói nghẹt bốn năm mạch máu trên tim, mà mình chẳng thấy triệu chứng gì, nên còn do dự. Nhưng "không mổ thì tiêu tùng đấy nhé". Thế là nhắm mắt lên bàn, hít thở thuốc mê, tỉnh dậy trả* bill...*Dân gian mình vẫn thường nói "Phúc chủ , Lộc thầy". Ngoài kinh nghiệm chuyên môn trị bệnh, người thầy thuốc cũng nhờ cái âm đức tốt của bệnh nhân để giúp mình được tiếng là mát tay, chữa khỏi. Không kể những trụ lang băm, bịp bợm, người thầy thuốc vốn vẫn được coi trọng "Lương y như từ mẫu". Tương quan thầy thuốc bệnh nhân vốn bao dung, thông cảm. Những sơ sót đa số đều là vô tình. Những lời chân thành xin lỗi, những hành động cải thiện, đều đưa tới "xính xái". Ngày nay, tương quan này thường bị chi phối của nhóm tài phiệt, thương mại. Thầy thuốc bị giới hạn trong việc trị bệnh. Bệnh nhân bị hạn chế quyền được chăm sóc y tế. Lương y trở thành người cung cấp dịch vụ, bệnh nhân là người tiếp nhận. Tương quan trở nên lỏng lẻo, sòng phẳng, đôi khi căng thẳng. Vì sơ hở từ phía này hoặc phía kia là đáo tụng đình, làm giầu cho nhóm mưu mẹo, nhiều pháp lý. Nhầm lẫn y tế là một sự thực. Nhầm lẫn đưa tới thiệt hại cho cả bệnh nhân lẫn giới cung cấp dịch vụ chăm sóc sức khỏe. Chữa lợn lành hóa lợn què. Bệnh nhân trở thành nạn nhân. Theo nhiều giới chức có thẩm quyền, 68% các nhầm lẫn đều có thể tránh được. Nếu giới cung cấp dịch vụ chấn chỉnh nghiệp vụ của mình. Và nếu người bệnh tích cực hợp tác. Để đôi bên giữ được mối giao hảo tốt đẹp".*

Khi mối giao hảo không tốt đẹp như ý muốn thì đáo tụng đình, bệnh nhân lôi thày thuốc hoặc bệnh viện ra tòa. Nhưng thường rất khó khăn khi lấy quyết định này. Chuyện giải phẫu là chuyện phức tạp, kiến thức y khoa của gia đình bệnh nhân lại mỏng manh, biết kiện có ăn thua chi hay chỉ tổ tốn thêm tiền thuê luật sư. Thành ra chuyện kiện tụng là chuyện hi hữu. Bà bạn tôi, ngay tại Montreal, bị mổ cục bướu trong não. Ca mổ thành công. Nhưng khi ra phòng hậu giải phẫu, bị bỏ lơ, chẳng y tá hay bác sĩ nào thăm hỏi, biến chứng xảy ra. Khi biết được thì đã quá muộn. Đáng lẽ trở lại thành người bình thường, bà đã trở thành *handicap* lê lết khó khăn trong cuộc sống. "Tôi giờ chỉ muốn chết! Sống như thế này thì sống làm chi!". Hỏi tới chuyện kiện tụng, cả nhà đều lắc đầu. Chắc như con kiến kiện củ khoai thôi! Chuyện rút lui như gia đình bà bạn tôi cũng là chuyện phổ biến, trong giới người Việt chúng ta cũng như người bản xứ. Nó có một cái tên đàng hoàng: *culture of silence,* "văn hóa im lặng"!

Một công ty tư vấn vừa được Bác sĩ Roger Hodkinson ở Edmonton, Canada, thành lập để xóa bỏ thứ văn hóa cam chịu này. Đó là công ty *Malpractice Check.* Với một lệ phí vừa phải là 350 đô, công ty sẽ điều tra, phỏng vấn coi xem có sự nhầm lẫn trong ca điều trị không. Nếu câu trả lời là có, khách hàng sẽ trả thêm 700 đô để nhận một hồ sơ y khoa chi tiết. Sau đó sẽ thuê luật sư kiện ra tòa. Kiện như vậy sẽ có nhiều cơ may thắng hơn. Công ty hoạt động trên khắp thế giới. Tuy luật lệ mỗi nước mỗi khác nhưng những nguyên tắc y khoa thường giống nhau. Bác sĩ Roger Hodkinson nói: "Nếu có một văn hóa im lặng, thứ mà tôi có kinh nghiệm trong khi hành nghề, thì những bệnh nhân nghèo có rất ít cơ hội cầu cứu để xác định chuyện gì đã xảy ra. Họ bị bỏ rơi trong thắc mắc. Những gì chúng tôi cố gắng làm là bịt lỗ hổng này bằng một phương cách hữu hiệu với một số tiền phải chăng".

Nhầm lẫn là bản chất của con người, nhất là những người phải làm việc trong một tình thế cấp bách và nhiều bất ngờ. Chúng ta nên thông cảm với các nhà giải phẫu. Nhưng người ta ước lượng có từ 50% tới 60% nhầm lẫn y tế có thể tránh được. Giải pháp nào để tránh?

Câu trả lời là máy móc. Việc săn sóc sức khỏe ngày nay là "thực hành y tế" hơn là "khoa học y tế". Các bác sĩ định bệnh một phần bằng những lời kể của bệnh nhân, một phần bằng những triệu chứng cùng những kinh nghiệm gặt hái được trong thời gian hành nghề và những bài học xưa cũ còn nhớ được từ hồi còn ngồi trong trường thuốc. Có một số bác sĩ yêu nghề thường tham dự những buổi *conference* về chuyên môn nên kiến thức được cập nhật vững vàng hơn. Người ta nói, chẳng biết có phải muốn giễu hay không, là ba ông bác sĩ khám một bệnh nhân sẽ có ba cách định bệnh và ba cách chữa chạy khác nhau! Không có một con người nào có thể sở hữu kiến thức và phân tích một cách rạch ròi cho bằng chiếc *computer.* Trong tương lai, *computer* sẽ làm tới 80% công việc mà bác sĩ làm bây giờ. Chúng sẽ lấn sân nhưng đồng thời tạo cơ hội cho bác sĩ có những quyết định nhanh chóng hơn, chính xác hơn. Kết quả là chúng ta cần ít bác sĩ hơn và bác sĩ có thêm thời gian chuyện trò, tạo thông cảm và an ủi bệnh nhân nhiều hơn. Phần "người" của bác sĩ và bệnh nhân được chú trọng hơn.

Ngày nay người ta tự động hóa những công việc mà chúng ta tưởng chỉ có con người mới làm được. Phần lớn máy bay thương mại đã được điều khiển tự động bằng máy móc. Chiếc xe hơi không người lái của Google đã nuốt 300 ngàn dặm đường mà không hề có một tai nạn nào cả. Tại sao kỹ thuật không thể tham dự vào việc tự động hóa việc định bệnh. Lấy thí dụ như bệnh tim mạch chẳng hạn. Ngày nay chúng ta chỉ cứu bệnh nhân sau khi họ đã bị nhồi máu cơ tim. Với *computer* bệnh nhân có thể được biết tình trạng tim trước và có những chăm sóc phòng ngừa trước khi bị ngất xỉu.

Dĩ nhiên chúng ta chưa có những máy móc tinh xảo ngay từ bây giờ nhưng kỹ thuật của năm 2020 sẽ khác xa với những gì chúng ta có ngày hôm nay. Khác như chiếc điện thoại di động kềnh càng thô tháp của năm 1986 với chiếc *iPhone* bây giờ. Máy móc cũng như con người, phải khởi đi từ những bước chập chững mới tới thời chạy nhảy được. Ngày chúng ta được *robot* khám bệnh sẽ không xa. R*obot* ngày nay đã làm được khá nhiều trò. Thêm trò khám bệnh nữa chắc chẳng khó. Nghĩ tới lúc được khám bởi những *robot* mỹ miều, mềm mại như người thật trong những quảng cáo của Nhật Bổn mà khoái ngang. Với các em *robot* dễ thương này, chắc chắn không có nhầm lẫn chi ráo!

11/2015

NHẬT

1.

Thập niên 1950 và 1960, tại Sài Gòn có phong trào tìm kiếm lịch của Nhật để treo tại phòng khách. Lịch càng lớn, chủ nhân càng hãnh diện. Tôi nhớ lịch Nhật hồi đó thường trình bày một cô gái Nhật mặc *kimono* đứng bên cạnh một tấm hình phong cảnh của Nhật. *Kimono* gồm nhiều kiểu rất đẹp, phong cảnh thường nhất là núi Phú Sĩ và hoa anh đào, hai thứ coi như biểu tượng của nước Nhật. Ngoài ra còn có những mái đình chùa và những tòa cao ốc tại thủ đô Tokyo. Những hình ảnh thấy hàng ngày trong phòng khách trở nên quen thuộc. Nhật không phải là nơi xa lạ dù chưa hề đặt chân tới Nhật.

Ít nhất đó là cảm tưởng của tôi khi đặt chân tới Nhật vào những năm 1967 và 1970 khi còn làm công chức. Hai chuyến đi xa đó hoàn toàn vì công vụ. Hầu như toàn thời gian chỉ ở trong phòng hội và các buổi tiệc tùng. Nước Nhật chỉ lớt phớt bên ngoài cửa kính xe hơi lúc di chuyển. Vài ngày ở

Đầu tầu tốc hành shinkansen trông như đầu cá mập.

Nhật trong hoàn cảnh đó chẳng có thể coi như là "cưỡi ngựa xem hoa". Lần này tôi cũng chỉ coi như "cưỡi ngựa xem hoa" dù thời gian ở Nhật là hai tuần lễ và toàn thời gian chỉ để rong chơi nơi xứ mặt trời mọc. Lịch sử Nhật tôi lõm bõm, dân Nhật tôi chỉ biết qua các nhân vật tiểu thuyết của các tác giả Nhật đoạt giải Nobel văn học như Yasunari Kawabata và Kenzaburo Oe và một vài tác giả nổi tiếng khác. Vậy thì tôi đâu có tư cách gì mà viết về Nhật. Thôi thì, như một du khách, tôi chẳng có tham vọng chi hơn là nhìn nước Nhật một cách phiến diện qua chính mắt mình. Một kiểu "nước Nhật dưới mắt tôi". Hai tuần cưỡi ngựa, mỏi lưng hết biết, nên phải hạ mã. Xuống ngựa, tôi đi xe lửa.

Nói tới xe lửa ở Nhật phải nói ngay tới tầu tốc hành. Hình ảnh của chiếc tầu tân kỳ có đầu tầu như đầu cá mập này tôi đã được coi từ lâu. Và cũng đã từ lâu tôi ấp ủ ước mong được cưỡi trên mình con cá mập này. Khi tới bến ga tôi quả có hồi hộp. Lúc mũi con tầu vào ga tôi ngây người đứng nhìn đoàn tầu vùn vụt chạy trước mắt trước khi ngừng lại đúng ngay chỗ vạch đứng chờ cho từng toa. Chính xác là chỉ dấu của con tầu tân tiến này. Tầu tới không sai một giây, ngừng không sai một phân.

Lòng tầu như trong một chiếc máy bay với những hàng ghế sang trọng và tiện nghi y như ghế máy bay. Phải nói hơn ghế máy bay mới đúng vì dưới chân ghế, phía ngoài, có một bàn đạp nhỏ, dùng chân đạp nhẹ bàn đạp, người ta có thể xoay cả hàng ghế ba chỗ ngồi từ trước ra sau. Nếu sáu người trên hai hàng ghế sát nhau là bạn bè thân hữu thì hai hàng ghế xoay mặt vào nhau tha hồ chuyện trò rôm rả hoặc đánh

Quay ghế trên tầu tốc hành để xòe!

bài hay ăn uống với nhau.

Các tiếp viên trên tầu cũng ăn diện đẹp đẽ như các tiếp viên hàng không. Có nhiều nàng rất bảnh gái. Tôi có gặp một cô nàng đẩy xe đi bán đồ ăn xinh như...*robot.* Tôi nghĩ các nhà sáng chế ra búp bê *robot* đã dựa vào nhan sắc này để tạo thành khuôn mặt thơ ngây, ngơ ngác như thiên thần. Tất cả các tiếp viên, dù nam hay nữ, mỗi khi vào hoặc rời toa tầu để làm phận sự đều cúi đầu chào các hành khách. Tôi thích phong cách điều hành tầu, chẳng phải vì cô tiếp viên búp bê tôi gặp, mà vì một câu nhạc mở đầu trước khi có thông báo chạy trên màn ảnh của tầu. Đó là một câu nhạc cổ điển tây phương nghe rất phấn khởi. Hàng chữ thông báo ga tới hoặc thông báo hành trình của tầu bằng tiếng Nhật và tiếng Anh

Cô tiếp viên xinh xắn trên tầu tốc hành: người hay robot?

rất tiện lợi cho du khách mù tiếng Nhật.

Tầu tốc hành tiếng Nhật kêu là *shinkansen* có tốc độ đáng nể 320 cây số/giờ. Nghe thấy mà chóng mặt. Nhưng khi ngồi trên con tầu lướt nhanh, người ta không cảm thấy chóng mặt. Phong cảnh hai bên đường vụt qua khá nhanh nhưng mắt vẫn ngắm cảnh được một cách bình thường. Hiện nay đoàn tầu gồm có năm đoàn mang các tên Hikari, Sakura, Kodama, Mizuho và Nozomi. Trong hai tuần ở Nhật, tôi chỉ được đi trên các tầu Hikari và Sakura. Mỗi con tầu thường gồm 16 toa hoặc 8 toa. Trong giờ cao điểm tầu có thể hết chỗ ngồi, hành khách có thể đứng hoặc nếu thương cặp giò thì chờ chuyến sau. Tôi chưa bao giờ phải đứng trên "viên đạn" lao nhanh này, dù đi tầu hàng ngày, vì đã cẩn thận giữ chỗ trước. Nếu tàu có 16 toa thì 5 toa đầu dành cho hành khách không giữ chỗ trước. Nếu tầu có 8 toa thì chỉ có 3 toa đầu là dành cho hành khách…tự do. Các toa khác dành cho những người đã ghi tên giữ chỗ. Muốn giữ chỗ chỉ cần mang vé tới quầy ghi số ghế.

Hành khách Nhật mua vé ra sao, tôi không biết nhưng du khách có thể mua vé tầu trước khi tới Nhật bằng *internet.* Có thể mua vé từ một tới ba tuần. Chúng tôi ở Nhật hai tuần nên mua vé hai tuần. Ngay khi tới phi trường là có thể tới quầy lấy vé sử dụng liền. Vé có hạng thường hạng sang. Giá vé hạng thường: 1 tuần: 260 đô; 2 tuần: 415 đô; 3 tuần: 531 đô. Hạng sang: 1 tuần: 348 đô; 2 tuần: 563 đô; 3 tuần: 732 đô. Hạng sang khác hạng thường ra sao, tôi đã có lần đi lạc vào một toa hạng sang nên đã biết rõ. Ghế bọc nhung rộng rãi, ngồi rất êm ái và thoải mái. Đại khái cũng như ghế máy bay hạng thường và hạng *business.* Vé này của công ty Japan Railways nên không những có thể dùng cho xe lửa tốc hành mà còn có thể dùng cho tất cả các xe lửa thường, xe buýt, *metro* và phà qua sông miễn là thuộc công ty JR. Tại các thành phố có thể có các phương tiện chuyên chở công cộng khác do thành phố hoặc các công ty vận chuyển khác điều hành thì dù có vé tuần của công ty JR hành khách vẫn phải móc túi trả tiền cho chuyến đó sau khi lên xe. Nói trả tiền vé sau khi lên xe là nói ngược, nhưng ở Nhật chuyện chi cũng ngược ngạo. Lái xe bên trái là chuyện không giống phần lớn các nước khác đã đành. Lên xe buýt hoặc lên tầu bằng cửa sau, chẳng có ai hỏi vé, nhưng khi xuống xe phải xuống bằng cửa trước, trình thẻ hoặc bỏ tiền vào hộp dưới mắt kiểm soát của tài xế. Kiểu ăn bánh xong mới trả tiền là một điều khác thường với chúng ta. Ở Montreal chẳng hạn, lên *metro* hay xe buýt, hành khách phải trả tiền trước khi leo lên xe. Tại sao lại có chuyện ngược đời như vậy ở Nhật? Biết hỏi ai, thôi thì lòng hỏi lòng. Tôi nghĩ có lẽ người dân ở đây đặt lòng tin vào con người cao hơn ở những nơi khác. Chuyện của rơi ngoài đường không bao giờ mất tôi có đọc được trên báo chí nhưng trong thời gian ở Nhật tôi chưa thấy. Nhưng chuyện tôn trọng, tin tưởng nhau một cách tuyệt đối tôi đã thấy. Thường thì khi xuống xe, hành khách phải xuống bằng cửa trước để chi tiền hoặc trình vé với bác tài, nhưng khi khách xuống đông, bác tài mở cả cửa sau cho khách xuống. Nếu khách có ý gian thì cứ phơi phới bỏ đi, bác tài đang tíu tít với khách đâu có biết. Nhưng tôi để ý thấy các khách xuống bằng cửa sau bao giờ cũng bước lên thềm cửa trước để trả tiền hoặc trình vé đang hoàng, chẳng có ai trốn vé cả.

Tầu tốc hành chạy kiểu…ăn cướp như vậy nên việc đi từ

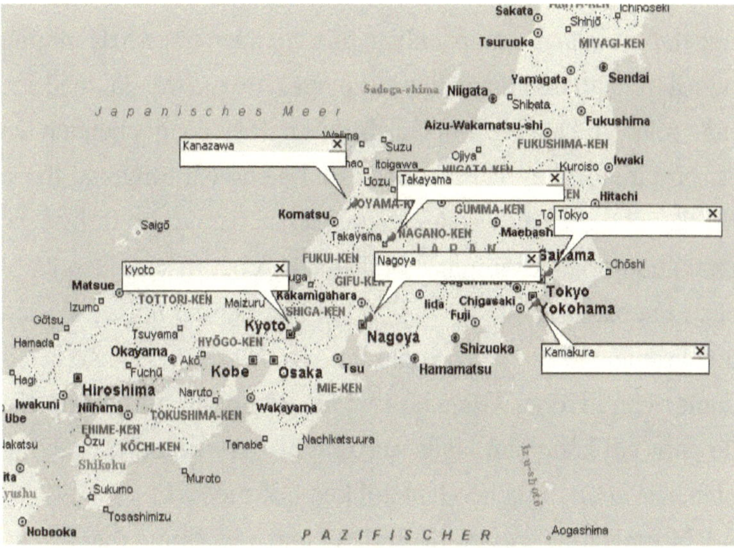

Bản đồ các tỉnh miền Nam nước Nhật.

thành phố này tới thành phố khác rất nhanh chóng và tiện lợi. Chuyến du lịch này chúng tôi đặt trọng tâm tại miền Nam, từ Tokyo trở xuống, nên chỉ cần thuê khách sạn cố định tại một nơi (dĩ nhiên là tìm nơi nào có giá khách sạn rẻ nhất) và di chuyển đi du hí ở các thành phố khác trong vòng một hoặc hai tiếng. Nhanh như dùng xe nhà. Thành phố chúng tôi đóng đô là Okayama, nằm ngang với Kobe và Osaka, dưới Kyoto và nhích trên Hiroshima và Himeji. Đó là các nơi mà chúng tôi định thăm viếng. Sáng bảnh mắt ra đi, chiều tối trở về, cứ *shinkansin* mà cưỡi, tiện hết biết.

Ngoài tầu tốc hành, chúng tôi đã leo lên đủ các loại tầu của Nhật. Hành khách hầu như lúc nào cũng đông đảo, giờ đi làm và giờ tan sở thì ôi thôi, chen chúc nhau như nêm. Chưa bao giờ tôi lại phải chen chúc trên tầu như vậy. Người chật kín trong các toa, vậy mà tại mỗi ga, đoàn người đứng chờ lên tầu vẫn đông nghẹt. Người ta nhắm mắt nhắm mũi chen lên tầu, xô dạt những người trên tầu dồn thành cục cứng ngắc, trẻ già trai gái mặc sức mà…thân ái. Dân Nhật đi tầu chuyên nghiệp có lối chen lên tầu rất hữu hiệu. Thay vì bước vào tầu, họ cho cái lưng vào trước rồi đẩy cho tới khi nào thân người họ sát vào được trong cửa, mặc không biết khối người bị đẩy sống chết ra sao. Đàn bà bị chen lấn sát sạt như vậy coi bộ bất tiện nên có những toa tầu dành riêng cho các bà các cô. Làm sao biết được toa nào là toa dành riêng? Dễ ẹt. Trên chỗ chờ tầu có những nơi in mũi tên đỏ chót với hàng chữ Nhật và Anh ghi *"women only"*. Không phải…*woman* đừng héo lánh tới kẻo quê một cục!

Nhưng có lẽ các toa dành riêng như vậy không đủ nên các bà các cô vẫn phải chen vai thích cánh với đám đông. Trong hoàn cảnh chật chội như vậy, họ vẫn ngủ được như thường. Các cô gái cũng mặc sức gật gà gật gù dù phải đứng trong một không gian chỉ có thể ngước đầu lên thở. Nhất là khi họ đi làm về. Người nào người nấy mặt mũi bơ phờ. Ít thấy họ cười. Và cũng ít thấy họ nhường chỗ cho người khác dù những người này thuộc diện già cả hoặc có con nít. Một lần, một bà mẹ trẻ có hai con khoảng năm, sáu tuổi, có được một chỗ ngồi trên tầu. Hai đứa trẻ ngồi trên đùi mẹ khóc nhèo nhẹo vì chật chội. Anh thanh niên ngồi cạnh vẫn tỉnh bơ không nhúc nhích. Bà xã tôi ngồi bên cạnh anh thanh niên chịu không nổi nên đứng lên nhường ghế. Anh thanh niên lúc đó mới chịu nhích người sang chỗ bà xã tôi vừa nhường để đứa trẻ có chỗ ngồi cạnh mẹ. Thấy thì kỳ nhưng quả thật thanh niên Nhật thiếu ga lăng. Suy nghĩ thêm một chút thấy cũng phải có lý do. Họ quá mệt cho một cuộc sống quá vất vả. Khuya lắc khuya lơ vẫn còn có những người tan sở về nhà. Người nào cũng đóng bộ vét đen với cà vạt đàng hoàng. Hình như những người làm văn phòng đều đồng phục trang trọng như vậy. Tôi thấy thương hại họ quá cực nhọc trong một xã hội đầy cạnh tranh. Họ không đi mà chạy! Chạy ngoài đường và nhất là chạy trong các nhà ga xe điện ngầm. Đã nhiều lần họ va vào tôi mạnh đến làm tôi lao đao nhưng họ vẫn tỉnh bơ...chạy tiếp, không thèm quay lại coi người họ đụng ra sao. Chín chục phần trăm dân Nhật dùng các phương tiện công cộng. Số người có xe hơi không là bao. Hỏi mới biết là xe hơi có thể mua được nhưng chỗ đậu xe hơi thì không thể kham nổi. Xe họ dùng thường là loại xe nhỏ vuông vức cho lợi chỗ trong xe. Tại một số vùng ngoại ô, nơi các ngôi nhà nhỏ, tôi thấy có những chiếc xe hơi đậu lòi đuôi xe ra

Dân cổ cồn cà vạt chen chúc nhau qua đường.

ngoài vỉa hè. Không phải ai cũng có thể sở hữu được căn nhà bé tí tẹo như vậy. Có những người phải thuê những hộc nhỏ để ở. Một du học sinh Việt Nam tôi gặp trên tầu còn cho biết có những người đi làm, không một chốn nương thân, đêm đêm phải ngồi ngủ trên tầu chờ sáng đi làm tiếp! Sống như vậy thì ăn uống ra sao? Tôi đã thấy họ "tọng" thức ăn khi tan sở cũng vội vàng như khi chen lấn trên tầu. Các cửa hàng ăn uống bé tí tẹo, thường không có bàn ghế. Họ ăn đứng trên những quầy dài. Tôi thấy những người áo vét cà vạt đóng bộ, vội chọn thức ăn, đứng húp xì xụp nhanh như gió, móc tiền trả và biến ra khỏi cửa trong chỉ vài phút. Cũng xong một bữa! Cuộc sống như vậy dễ làm người ta bị *stress.* Số người tự tử không ít.

Con số du sinh Việt Nam học tại Nhật không rõ bao nhiêu nhưng tôi nghĩ là nhiều. Tôi đã gặp họ trên phố phường, trong

Quán ăn nhỏ ăn vội.

các công viên và nhất là những em làm thêm trong các nhà hàng, tiệm bán đồ lặt vặt. Một em cho biết đời sống của các du sinh rất chật vật. Em tính chi ly: tiền học 146 triệu/năm, tiền *share* phòng 18 triệu/tháng, tiền ăn và tiêu vặt 20 triệu/tháng. Em tính bằng tiền Việt Nam nên tôi không hình dung ra được số tiền. Nhưng biết rằng 100 đô Mỹ tương đương khoảng trên hai triệu đồng thì con số trên không phải nhỏ. Có những em rất dễ mến. Tại một tiệm ăn nhỏ gần khách sạn chúng tôi ở, có một du sinh nữ tên Yến, có khuôn mặt xinh xắn rất giống khuôn mặt người Nhật. Khi nghe chúng tôi nói tiếng Việt với nhau, đã mừng rỡ ra hỏi chuyện. Lúc chúng tôi dùng bữa xong, em đã tặng riêng mỗi người món tráng miệng. Ngọt ơi là ngọt. Chắc có pha tình em trong đó!

Các em thường vô tình làm thông ngôn cho chúng tôi. Dân Nhật hiếm người nói được tiếng Anh. Người ta bảo không phải vì họ thiếu thông minh nhưng lòng tự hào dân tộc khiến họ không thèm học và nói tiếng ngoại quốc. Nghe vậy chẳng biết có đúng không nhưng đó là một trở ngại khiến du khách rất mỏi tay. Nửa thế kỷ trước, khi tôi tới Nhật, hầu như chỉ có nhân viên làm tại các khách sạn mới nói được chút ít tiếng Anh. Ngày nay tương đối khá hơn, thỉnh thoảng những người chúng tôi gặp trên đường phố có thể nói được tiếng Hồng Mao. Họ là những người trẻ. Trẻ nên họ có nhu cầu hội nhập với thế giới bên ngoài. Các tiệm *fast food* như Subway, KFC, Burger King và nhất là MacDonald's có mặt tại khắp nơi. Giá tại các tiệm…ngoại này khá mắc so với các tiệm Nhật. Vậy mà giới trẻ Nhật, cả nam lẫn nữ, vẫn chiếu cố đông đảo.

Người Nhật nói tiếng Anh giỏi nhất mà chúng tôi gặp là

một người khoảng lục tuần. Thấy ông ngồi đọc tờ *New York Time* trên xe lửa, một người bắt chuyện với ông. Ông cho biết đã làm cho một hãng tài chánh Nhật tại New York trong bảy năm. Ông đang về lại quê nhà để họp mặt với bạn cũ. Sẵn có thời giờ, cả ông và chúng tôi, nên ông tình nguyện làm hướng dẫn viên cho chúng tôi ngay tại quê hương Tsuyama của ông. Ông đưa chúng tôi tới lâu đài *Castle Niro,* nơi ông vẫn lên chơi đùa ngày còn thơ. Lâu đài và chùa chiền, lăng miếu ở Nhật có một đặc điểm chung là xây trên lưng những ngọn đồi khá cao. Lâu đài này cũng vậy, có phần cao hơn. Leo hết các bậc gạch này tới các bậc gạch khác. Hai chân tôi mỏi nhừ. Lên tới đỉnh cao mới thấy đáng công leo. Phong cảnh thật đẹp. Những cây anh đào thả hoa xuống theo mỗi cơn gió. Hoa tơi tả bay lượn bám lên đầu, lên áo chúng tôi. Nhìn xuống phía dưới, thành phố san sát những mái nhà toàn một màu xám buồn. Khác với văn minh Trung Hoa với những mái nhà màu gạch đỏ, văn minh Nhật trầm buồn u uất hơn với những mái nhà màu xám. Phong cảnh toàn một màu u uẩn trang nhã. Ông Nhật chỉ cho tôi mái trường tiểu học của ông ngày xưa. Mắt ông nặng hoài niệm về những ngày tháng cũ. Chiều nay ông sẽ gặp lại những bạn bè thời thơ ấu tại ngôi trường ông đang cố nhắc lại những hình ảnh cũ cho tôi, một người xa lạ, từ một nơi xa lắc xa lơ, tình cờ có mặt với ông, chỉ trong khoảnh khắc, trong một buổi chiều buồn. Cha mẹ họ hàng ông không ai còn ở lại nơi làng cũ. Chỉ còn những người bạn. Con đường ông đi dần xa chốn quê nhà. Bậc trung học ông lên trường tỉnh, bậc Đại học ông ở thủ đô Tokyo. Rồi những tháng ngày làm việc ở Tokyo, những tháng ngày ở New York. Ngày ông trở về, ông đâu có ngờ lại trút niềm tâm sự với một người xa lạ như tôi. Tôi cảm thông được với ông vì tôi cũng đã trải qua những giây phút chạnh lòng đó khi tôi trở về Hà Nội, trở về Hàm Long, mười bốn năm trước, nhìn lại những lớp học cũ thời tiểu học giờ đã nhiều lớp rêu phong. Tôi đã chạm tay vào bức tường cũ, nơi tôi nghịch ngợm vẽ những hình ngu ngơ trên tường ngày xưa. Tôi nói với ông cảm nghĩ của tôi ngày đó. Mắt ông rười rượi. Tôi nắm tay ông. Hình như tình quê là thứ chung chung của con người, bất luận màu da, quốc tịch, văn hóa. Nó nằm trong tim của mỗi người. Tim nào mà không máu đỏ!

Chuyến tầu đưa ông về quê là chuyến tầu chỉ có một toa. Vậy mà vẫn có những chiếc ghế đói khách. Chúng tôi đang tới một vùng đồi núi. Hai chuyến tầu tiếp nối nhau đưa chúng tôi lên cao. Những hàng thông dựng đứng trên vách núi, nơi con tầu len lỏi leo lên. Dừng chân tại ga nhỏ, chúng tôi đổi qua xe buýt. Bác tài chăm chú lái chiếc xe kềnh càng men theo vách núi. Tôi nói giỡn: mình đang lên Pleiku. Pleiku của Vũ Hữu Định "đi dăm phút đã về chốn cũ", Pleiku của Nhật nhà cửa khang trang nằm hai bên đường. Như một thị trấn trù phú miền ngược. Chiếc xe buýt không già nua cũ kỹ như những chiếc xe đò hậm hực leo dốc ở Việt Nam. Chúng khá tân tiến với ghế nệm đỏ bọc vải trắng trên chỗ tựa đầu. Máy sưởi làm ấm lòng khách. Bảng chỉ dẫn điện tử chạy loang loáng những thông tin cần thiết. Tới bến cuối, xe dừng lại. Trời mưa lâm thâm đủ ướt những viên đá trên mặt đường. Chúng tôi tới một nơi mang nặng phong cách Nhật Bổn: tắm tiên dưới suối nước nóng lộ thiên ngay cạnh đường lưu thông của xe cộ.

2.

Suối nước nóng mà chúng tôi phải vất vả qua hai chuyến xe lửa, một chuyến xe buýt để tới, mang tên Yubara Onsen. *Onsen* đọc theo âm Hán-Việt là "ôn tuyền". "Ôn" là ấm, nóng, "tuyền" là suối. Tại đất nước Nhật có nhiều núi lửa còn đang hoạt động. Yếu tố thiên nhiên tưởng chừng như khắc nghiệt này lại tạo ra được hơn 20 ngàn nguồn suối nước nóng. Những con suối thường tập trung ở vùng nông thôn, nơi có cảnh sắc thơ mộng và tĩnh lặng. Không phải tất cả các suối nước nóng đều được mang danh hiệu *onsen* cả đâu. Chỉ có những suối đáp ứng được đúng tiêu chuẩn về nhiệt độ và khoáng chất mới được coi là một *onsen.* Những khu tắm nước nóng trong các khách sạn hay nhà nghỉ thường chỉ là nước nấu nóng nên không được coi là *onsen.* Thứ nước nóng tắm hạng hai này được gọi là *sentou.*

Phe ta tắm suối nước nóng.

Tắm suối nước nóng *onsen* là một khía cạnh văn hóa của đất nước này. Ngày xưa, khi các nông dân gặt xong mùa màng, thời khắc rảnh rang này họ tìm tới các suối nước nóng, mang theo thức ăn, ngâm mình trong nước nóng để phục hồi sức khỏe. Sống giữa thiên nhiên, họ cũng…thiên nhiên. Trai gái, già trẻ đều tô hô không một mảnh vải che thân khi xuống tắm. Theo văn hóa…tô hô này thì cởi bỏ tất cả những vướng víu trên thân xác là một cách hòa nhập với thiên nhiên. Ngoài ra, khi thoát ra khỏi vải vóc che thân, mọi người đều bình đẳng, không còn giầu nghèo, không còn địa vị, tất cả đều giống nhau như khi mới chào đời. Giao tiếp với nhau khi trần truồng khiến con người đồng cảm và thân thiết hơn, phá bỏ mọi rào cản về chức tước, địa vị, nghề nghiệp. Vì các suối nước nóng *onsen* thường chỉ có ở vùng quê nên dân thành thị muốn tìm được nơi để xả *stress* thường phải dùng xe lửa về các miền quê. Họ đi theo từng gia đình, công sở hay từng nhóm bạn bè để có thể tâm tình với nhau trong hơi nước khoáng nóng.

Tắm tiên có văn hóa cao như vậy nên du khách tới Nhật mà chưa tắm *onsen* thì coi như chưa tới Nhật. Câu người ta thường nói: "Du lịch Nhật Bản mà chưa tắm tiên thì mới chỉ coi như đang ở biên giới". Có lẽ chúng tôi muốn chứng tỏ là mình đã thực sự vượt biên giới nên chịu vất vả đi tắm *onsen*.

Biên giới nam nữ trong việc tắm suối nước nóng là chuyện gây nhiều tranh cãi. Nguyên thủy nam nữ cứ tô hô tắm chung. Dân Nhật coi đây là chuyện thường không thành vấn đề nhưng từ khi văn hóa phương Tây du nhập vào Nhật

Các tiên ông đội khăn che hạ bộ trên đầu khi xuống nước.

Bản, dân Nhật mới phải xét lại vấn đề. Tới thời Minh Trị Thiên Hoàng thì đã có những nhà tắm nam nữ riêng biệt hoặc chia giờ tắm cho nam nữ khác nhau.

Nơi Yubara Onsen mà chúng tôi tới thì không hiểu sao vẫn nam nữ hòa đồng. Trời mưa lất phất nên suối không đông lắm, chỉ khoảng mươi…tắm sĩ đực rựa. Nhóm chúng tôi thì có cả nam lẫn nữ. Nhìn người ta tắm mà phân vân, xuống hay không xuống. Không xuống thì uổng, vượt bao nhiêu đường đất, mất cả ngày trời mới tới chẳng lẽ chỉ đứng nhìn khói nước bốc lên. Đúng lúc đó có một cặp vợ chồng già tới tắm. Ông chồng tô hô như những ông khác, chỉ có một chiếc khăn bé tí tẹo như khăn rửa mặt. Khi ở trên bờ thì che hạ bộ, xuống nước thì đội chiếc khăn trên đầu. Tuyệt đối không được thả khăn dưới nước. Thấy bà tiên khoác một chiếc áo khoác rộng xuống tắm, phe ta mới vỡ lẽ. Không có áo khoác thì mặc áo tắm.

Phòng thay quần áo chỉ vẻn vẹn là một cái hành lang dài làm bằng cây gỗ. Phía sau có vách chia thành những ngăn để mỗi người bỏ quần áo và vật dụng vào. Phía trước trống rỗng, chẳng màn che trướng rủ chi, được chia thành hai bên, cách nhau chỉ một tấm ván mỏng, một bên dành cho các ông, một bên cho các bà. Người đang tắm dưới suối có thể nhìn thoải mái lên chỗ thay quần áo. Mấy tiên ông dưới nước, ông nào ông nấy to mắt ngó lên. Dĩ nhiên mục tiêu của họ là bên các bà. May mà bên các bà còn có một chiếc màn nhỏ che một góc phòng thay đồ.

Thời buổi bây giờ, cái tâm của con người không còn được thanh thản như trước. Vậy nên các khu *onsen* đã bị vẩn đục nhiều. Nhiều người lợi dụng nhìn trộm thân thể người phụ nữ. Quá hơn nữa còn có những người mà người ta gọi là biến thái. Bữa chúng tôi tới tắm có một thanh niên trạc ba chục tuổi, người gầy gò nhưng có bộ đồ lòng khá hùng vĩ. Anh biết nói tiếng Anh nên cứ bám lấy chúng tôi để nói chuyện. Phiền một cái là anh không có lấy một mảnh vải để che chắn khi lên bờ. Anh tỉnh bơ như người tiền sử. Anh nhông nhông lượn qua lượn lại trước khu thay quần áo của mấy bà như có ý…khoe hàng. Tôi đồ chừng anh là một loại biến thái, mắc bệnh “triển lãm” *exhibitionism.*

Ngâm mình trong nước suối thiên nhiên nóng vừa phải khiến người ta thấy sảng khoái. Ngâm một lúc thì thấy mọi thúc phọc của cuộc đời đã bỏ đi xa lắc xa lơ. Ngâm thêm một lúc nữa, mặt người nào người nấy đã đổi sang màu đỏ. Thường cứ 15 phút là phải leo lên nghỉ rồi mới xuống tiếp. Thời gian của chúng tôi không nhiều. Phải ra về cho kịp giờ chuyến xe buýt chót trong ngày nên ham hố. Mặt ửng đỏ như vừa nốc cả một chai rượu mạnh cũng thây kệ. Đường ta ta cứ đi, mình ta ta cứ…ngâm. Chàng thanh niên nồng nỗng theo đúng sách vở, cứ lên xuống xoành xoạch. Thiệt phiền!

Bên đường phía trên suối là một khách sạn nhiều tầng. Khách có thể thuê phòng để tắm nhiều ngày. Có lẽ đó là những người tắm *onsen* để chữa bệnh nên cần tắm nhiều ngày. Từ các tầng lầu khách sạn, khách trọ có thể nhìn xuống suối một cách rõ ràng. Người Nhật có câu nói: "Tắm *onsen* một lần da dẻ mịn màng, tắm hai lần bệnh tật tiêu tan".

Bệnh tật là thứ tôi nghĩ dân Nhật không phải lo lắng nhiều. Trong suốt thời gian ở Nhật tôi không thấy một người béo phì. Các cô gái cô nào cũng da dẻ mịn màng, má hồng khỏe mạnh. Trong một lần trên xe lửa, tôi ngồi đối diện một em học sinh miền quê có nét mặt Nhật trăm phần trăm, trông rất dễ thương. Hình như cô bé ít gặp người ngoại quốc. Thấy chúng tôi nói thứ tiếng không phải là tiếng Nhật, cô hỏi bằng thứ tiếng Anh giản lược. Tôi cho cô biết chúng tôi tới từ Canada. Canada hình như là một nơi chốn mà người Nhật rất quen thuộc. Chúng tôi chẳng dại chi mà xưng mình là Việt Nam khi một số người Việt ở Nhật cũng như các phi công và tiếp viên của Hàng Không Việt Nam đã làm hoen ố thanh danh của người Việt qua những hành động ăn cắp và buôn lậu. Đã mấy lần, khi gặp các du sinh Việt Nam, tôi đã định hỏi về chuyện nhức nhối này, nhưng tôi không mở miệng được. Gian lận, ăn cắp là chuyện hết sức tồi bại ở Nhật. Người ta nói của rơi ngoài đường ở Nhật không bao giờ mất. Tôi không gặp nên không biết có đúng như vậy không nhưng tôi tin là đúng. Điều tôi thắc mắc là tại sao tất cả các xe đạp để trên vỉa hè đều có khóa. Mà họ khóa rất cẩn thận. Có lần tôi thấy một thanh niên để xe đạp trước một cửa tiệm, khóa cẩn thận rồi mới vào tiệm. Chỉ chừng hai phút sau, anh ra lại với gói đồ vừa mua trên tay, mở khóa xe và đạp đi.

Cô nữ sinh quê mùa nhưng xinh xắn dễ thương này thích thú hỏi chúng tôi về Canada. Cô bé vui tính và duyên dáng đã khiến tôi buột miệng thốt ra một chữ Nhật trong vài tiếng ăn đong của tôi: *kawaii,* nghĩa là dễ thương. Cô cười tít mắt, bắt chéo hai tay lên ngực. Đó là cử chỉ mang nghĩa từ chối. Người Nhật thường bắt chéo tay như vậy để từ chối. Như khi tôi hỏi một món hàng, người bán hàng không có, họ cũng bắt chéo tay trên ngực như vậy. Ngược lại, khi xin phép, họ giơ một bàn tay để dọc trước ngực. Tôi thấy cử chỉ này khi trên xe buýt, thấy có chỗ trống bên cạnh chỗ tôi ngồi, họ để tay xin phép rồi mới ngồi vào chỗ trống bên cạnh.

La cà chuyện cô bé học sinh miền quê, tôi chỉ muốn chứng minh là dân tộc Nhật rất khỏe mạnh. Tôi nghĩ có lẽ nhờ cách ăn uống và giữ gìn vệ sinh sạch sẽ.

Sạch sẽ là một huyền thoại ở Nhật. Đường phố không một cọng rác. Trước khi tới Nhật, tôi đã dặn lòng phải coi xem cái huyền thoại này có đúng không. Đúng thật. Nhưng tôi lại thấy một nghịch lý: trên đường phố không hề có thùng rác! Sau ít ngày quan sát tôi mới vỡ lẽ. Dân Nhật bỏ rác vào…túi. Tại các nhà ga xe điện, thùng rác đầy rẫy, hầu như cứ để mắt tìm là thấy. Người dân đi tầu đi xe, rác giữ trong túi, khi xuống nhà ga, họ thi nhau bỏ rác vào thùng. Trong các công viên, nơi người ta ăn uống, công nhân vệ sinh đứng ở các thùng rác hướng dẫn bỏ rác cho đúng từng loại rác.

Trên đường phố, mỗi người dân là một công nhân vệ sinh. Thấy rác là họ nhặt, không cần biết ai xả ra, bỏ vào túi, mang về nhà vất. Tôi để ý thấy hai trường hợp nhặt rác. Một bà ăn vận rất sang, mang ví loại xịn, khi thấy một mảnh giấy trên đường, vội rút chiếc kẹp nhỏ ra kẹp tờ giấy, bỏ vào túi xách. Một lần khác, tôi gặp một bà già còng lưng, vai đeo ba lô, hai tay xách hai chiếc giỏ khá lớn, đi đứng khó khăn, vậy mà khi thấy một cọng rác trên lề đường, bà bỏ hai cái túi xuống, cúi gập người nhặt rác bỏ vào túi, rồi mới tiếp tục đeo giỏ đi tiếp. Người dân hành động như vậy thì còn ai dám xả rác ngoài đường. Những chiếc xe buýt chở du khách, khi thả khách xuống một địa điểm thăm viếng, thường phát cho mỗi hành khách một túi nhựa để bỏ rác.

Nhà vệ sinh công cộng là một điểm son của Nhật. Đi đường chừng vài trăm thước là bắt gặp bảng chỉ nhà vệ sinh. Cái nào cái nấy sạch như ly như lau, không có mùi chi. Ngay cả các nhà vệ sinh trong công viên cũng sạch sẽ hết biết. Nhật có hai…trường phái nhà vệ sinh: một giống như nhà vệ sinh của chúng ta bên Bắc Mỹ, một ngồi xổm như ngày xưa ở Việt Nam. Khác một chút là ngày xưa chúng ta ngồi xổm quay ra cửa, Nhật giơ bàn tọa ra ngoài cửa. Đã nói là ở Nhật chuyện chi cũng ngược ngạo mà! Biết là du khách không quen ngồi xổm (mỏi chân chết!), nên trên cửa của mỗi nhà vệ sinh có dán hình vẽ bàn cầu bên trong một cách rõ ràng.

Họ vẽ ngay trên tấm bảng hình bàn cầu cao hoặc xổm. Muốn dùng thứ nào thì cứ nhìn hình mà vào. Chẳng cần là họa sĩ cũng nhìn ra ngay!

Nói tới nhà vệ sinh thiết tưởng cũng nên quẹo qua chuyện nhà vệ sinh tại các khách sạn một chút. Trong thời gian ở Nhật, tôi ngụ tại hai khách sạn, một ở Tokyo, một ở Okayama. Bàn cầu trong cả hai khách sạn đều được sưởi ấm áp, ngồi thật dễ chịu. Bên cạnh chỗ ngồi, đèn đỏ nhấp nháy. Cứ như đi trảy hội. Nghiên cứu một hồi mới biết bàn cầu này phục vụ rất đắc lực khi chúng ta hoàn thành nhiệm vụ. Nói là nghiên cứu cho oai chứ chỉ dẫn toàn bằng hình, đứa con nít cũng nhìn ra. Một hình vẽ cái bàn tọa có một vòi nước xịt lên, một hình vẽ người đàn bà. Vậy là có sự kỳ thị nam nữ. Hình trước chỉ thị vòi nước xịt lên để làm sạch bàn tọa, hình sau chỉ thị vòi nước xịt phía trước. Chuyện này các bậc nam nhi không cần đến. Vậy là phái nữ dùng được hai thứ trong khi phái nam chỉ dùng được có một thứ. Nút chót có màu đỏ chói ai cũng biết đó là...*stop*. Khi nào thấy sạch sẽ rồi thì bấm vào nút này để hoàn tất công đoạn. Tôi khoái cái vụ này vì nước xịt ra là nước nóng ấm khiến rất mê ly rùng rợn.

Dân Nhật ít có người dắt chó ngoài đường. Người đã vệ sinh thì chó cũng vệ sinh. Bên Canada chúng tôi, dắt chó ra đường là phải thủ sẵn một túi nhựa. Khi chú chó ngửi ngửi chạy quanh rồi dừng lại sản xuất, chủ phải dùng túi nhựa hốt mang về làm kỷ niệm. Bên Nhật cũng vậy. Thực ra còn hơn vậy nữa. Nếu chú chó cưng không làm chuyện lớn mà chỉ làm chuyện nhỏ, chúng ta ở bên này có quyền làm ngơ bỏ

Chờ đèn đỏ tại ngã năm giữa khu Shibuya.

đi, mưa gió sẽ làm công việc rửa đường. Bên Nhật khác, chủ nhân phải cụ bị thêm một chai thuốc rửa trong túi xách. Nếu các chú chó ngửi ngửi rồi dừng lại gác cẳng lên, chờ cho chú cầu làm xong nhiệm vụ, chủ nhân rút ngay chai thuốc tẩy ra xịt lên vũng nước liền. Chuyện dẫn chó ra đường đã hiếm, chuyện chú cầu gác cẳng còn hiếm hơn. Vậy mà bữa đó tôi đi với một ông bạn từ Pháp qua, đã dược mục kích màn lạ mắt này. Tôi phục lăn dân xứ mặt trời mọc, không quên nhắn nhủ ông bạn cố quay phim chụp hình mang về cho dân Paris học tập.

Nhưng chuyện gì cũng có mặt nọ mặt kia. Một buổi chiều tối, tôi thả bộ nơi khu Shibuya, khu *downtown* của Tokyo, được mệnh danh là Times Square của thủ đô Nhật, thì chuyện lại khác hẳn. Đây là khu nam thanh nữ tú tụ tập để vui chơi, giống như khu Tự Do-Nguyễn Huệ của chúng ta tại Sài Gòn xưa. Chỉ khác là ngày xưa chúng ta thanh thản đi dạo phố với người yêu, ngày nay thứ…xa xỉ đó không thể có ở khu vui chơi Shibuya này được. Người chật như nêm, chen lấn vất vả. Nơi đây có một ngã năm rất rộng lớn. Mỗi lần đèn cho người đi bộ hiện lên là tất cả năm ngả túa xuống đường, trông còn quá đi biểu tình. Trong hoàn cảnh bát nháo như vậy, những chai và lon, giấy ăn, giấy gói được vất tứ tung trên lề đường. Kể cũng lạ! Giữa một thành phố mà vứt một miếng giấy xuống đường là một cử chỉ…tội lỗi, vậy mà rác rến khu này lềnh khênh, đập vào mắt du khách. Chẳng lẽ thế hệ thanh niên Nhật ngày nay đang mất…truyền thống? Câu hỏi tôi mang ra khỏi nước Nhật mà vẫn chưa có được câu trả lời.

Xong chuyện đầu ra, bi chừ nói chuyện đầu vào. Dân Nhật ăn uống rất…*healthy.* Vậy nên mặt mày họ mới phơi phới. Tôi không nói tới mặt mày mấy trự đi làm về, trông thảm hại lắm. Họ khỏe mạnh là vì họ chỉ dùng đồ biển, rong biển, tàu hũ và rau trái. Món ăn của họ rất phong phú. Không biết cơ man nào là biến tấu. Nhưng bói ra miếng thịt coi bộ khó. Nếu có thì chỉ có thịt gà. Thịt bò thịt heo vắng bóng. Vậy mà thứ cơm hoặc mì của họ ăn rất ngon, nêm nếm rất vừa, không phải xịt thêm xì dầu chi cả. Tôi nhớ lại, gần nửa thế kỷ trước , khi tôi tới Nhật, thức ăn của họ rất ngọt, khó ăn với dân ngoại quốc. Tôi nhớ mãi lần nhìn vào tô mì bằng *plastic* bày trong tủ kính thấy khá hấp dẫn. Vào tiệm, dẫn anh chạy bàn ra, chỉ vào tô mì, rung đùi chờ thưởng thức, cứ tưởng như sắp được ăn tô mì Lacai. Khi anh chạy bàn mang tô mì ra, húp tí nước, dội liền. Vị ngọt ngọt ngang ngang. Cố lắm cũng chỉ hết nửa tô là chịu không nuốt nổi nữa. Không biết họ...cách mạng ẩm thực từ khi nào mà ngày nay ẩm thực của họ khá như vậy. Tô mì này đã cản trở con đường tình tôi đi. Số là trước khi tới Nhật, tôi ở bên New York, có chơi thân với hai tên Nhật đi du học. Chẳng biết làm sao hai tên này rất khoái tôi, một tên dặn dò tôi là tới Nhật nhớ điện thoại cho cô em gái hắn để dẫn tôi đi chơi. Hắn nheo mắt bảo là nếu tôi muốn thì có thể ở luôn Nhật cũng được. Hắn cho coi hình thấy cô bé cũng hiền thục dễ thương, tôi hứa với hắn là sẽ điện thoại cho em hắn. Chặc lưỡi một cái, định nghe lời xúi của các cụ: ở nhà Tây, lấy vợ Nhật, ăn đồ Tàu. Vừa tới Nhật, lấy phòng khách sạn xong, tôi ra phố và bắt gặp tiệm mì. Ăn được nửa tô, tôi nghĩ là nếu suốt đời phải ăn thứ mì ngang phè phè như thế này thì còn chi là cuộc đời. Vậy là tô mì đã làm tôi hụt cái có thể là một cuộc tình. Tô mì ngày nay khác, ngọt thanh và nêm đúng khẩu vị. Vọc đũa vô là ăn ngon lành.

Khách sạn tôi ở nằm gần một cửa hàng siêu thị, cả tầng trệt chỉ bán thức ăn làm sẵn. Nghêu sò ốc hến, tôm cá *scallop* tràn đầy. Toàn thứ tươi rói. Buổi tối, khoảng bảy tám giờ, họ bán đại hạ giá 30%, rồi 50%, dân chúng xúm vào mua hết. Họ không bao giờ để thức ăn qua ngày hôm sau.

Thịt thà có là nỗi thèm thuồng của dân Nhật không, tôi không rõ. Muốn ăn thịt, nhất là thịt bò, phải tìm tới những tiệm *fastfood* của Mỹ. Các thương hiệu Mỹ thuộc loại này

Một tiệm McDonald's ở Kobe.

ngày nay nhan nhản khắp nơi. Đi đâu cũng thấy. Khách hàng của họ là những nam thanh nữ tú. Không biết vì họ thèm ăn thịt hay thèm lối ăn uống Tây phương. Tôi tìm tới tiệm Subway bữa đó chỉ vì tò mò, xem cái *beefsteak* cỡ *footlong* bên Nhật nó ra sao. Cái "ra sao" đầu tiên là giá đắt gấp đôi bên Canada! Chất lượng coi bộ cũng thua kém cái tôi thường gặm bên Canada. Chuyện chi chẳng phải trả giá. Thường thì cái thứ tò mò phải trả giá rất đắt. Mới trả gấp đôi thì nhằm nhò chi.

Nói dân Nhật không ăn thịt bò cũng không đúng. Nếu đúng tại sao có cái thứ vang danh thế giới là bò Kobe. Tới Nhật mà không tìm tới bò Kobe là một thiếu sót lớn, rất lớn. Vậy là một ngày đẹp trời, chúng tôi cưỡi tàu tốc hành *shinkansen* đi Kobe.

3.

Cưỡi tàu tốc hành từ Okayama, nơi chúng tôi đặt…đại bản doanh, tới Kobe chỉ mất khoảng một tiếng. Chính xác là 57 phút. Nói tới tàu tốc hành là phải nói tới chính xác trăm phần trăm. Chín giờ sáng chúng tôi đã tới thành phố nổi tiếng vì thứ thịt bò quý phái này. Nơi tới được ghi trên vé tàu là *shin-Kobe.* Lúc đầu thấy những cái tên lạ hoắc như *shin-Osaka, shin-Kobe* trong khi các địa danh Kyoto, Hiroshima thì lại chẳng có chữ *shin* ngồi ở trước, tôi thắc mắc: bộ có một thành phố Osaka thứ hai sao? Tìm hiểu ra mới biết *shin* là chữ viết tắt của tên tàu tốc hành *shinkansen.* Những thành phố nào mà ga tàu tốc hành nằm ở phía ngoài thành phố thì mang tên ga *shin.* Ngồi trên tàu vào thành phố tôi lại ngạc nhiên với một thứ không phải là thịt bò. Toàn thành phố đều có phủ sóng *wifi!*

Nhưng tới Kobe là tới với…bò. Nhiều người cho là bày vẽ, bò Kobe chỗ nào mà chẳng có. Tại thành phố Montreal của chúng tôi đã có phở bò Kobe. Ngay tại Việt Nam cũng có bò Kobe mắc đắng họng bán tại các tiệm chỉ có các đại gia và cán bộ đông địa lui tới. Vậy thì bò Kobe tại Kobe cũng rứa thôi chứ có chi quý! Đừng nói như vậy mà mấy con bò Kobe chúng cười cho. Bò Kobe chỉ có ở Kobe! Bò gọi là Kobe ở những nơi khác là thứ dỏm trừ Macao và Hồng Kông. Kể từ năm 2011, Macao là nơi duy nhất được nhập khẩu bò Kobe. Một năm sau, vào tháng 7 năm 2012, Hồng Kông mới theo gót Macao.

Bò Kobe là thứ bò chi mà hách xì xằng như vậy? Đó là một trong ba giống bò Wagyu cho thứ thịt ngon nhất thế giới.

Hiện đàn bò Kobe chỉ có 3 ngàn con và không có con nào không mang quốc tịch Nhật Bổn. Chúng được nuôi dưỡng một cách hết sức trưởng giả. Thực phẩm của chúng là những thứ bổ dưỡng như bắp non, lúa mạch, cỏ tươi của vùng Kobe. Thức uống là nước chiết xuất từ nguồn nước tinh khiết, đôi khi chúng còn được nhậu bia nữa! Hàng ngày chúng đều được tắm bằng nước ấm và *massage* bằng rượu *sake* đặc trưng của Nhật. Nhạc Mozart, Chopin hay Beethoven được mở cho bò nghe mỗi ngày. Thiệt tội cho các đại nhạc sĩ này bị mang nhạc ra gảy vào tai…bò. Chính cách nuôi sang cả quý phái này đã khiến cho những lớp mỡ nằm dọc ngang trong thịt quyện vào lớp thịt nạc khiến cho thịt bò Kobe trở nên béo ngậy và thơm ngon. Thứ mỡ này không có *cholesterol* thường được gọi là mỡ vân cẩm thạch. Bò được giết thịt khi được một tuổi rưỡi. Mỗi năm chỉ có khoảng ba tới bốn ngàn con bò đủ tiêu chuẩn ra lò. Thịt bò Kobe được phân thành 5 loại, từ A1 đến A5 với mức giá chênh lệch khá lớn.

Thứ thịt bò Kobe chúng tôi được thưởng thức không biết thuộc loại A mấy nhưng phải công nhận là chưa bao giờ tôi được ăn một miếng thịt bò như vậy trong đời. Nó mềm nhưng không bở, vị thịt thơm lừng, vị béo quyện vào những thớ thịt như tan dần trong miệng.

Chẳng phải vì miếng ăn mà chúng tôi là những người đầu tiên xếp hàng vào tiệm, nhưng vì đi chơi thường xuất phát rất sớm vào buổi sáng kẻo uổng một ngày nên chúng tôi tới nơi sớm. Tiệm chỉ mở cửa vào lúc 11 giờ sáng. Cái lợi của những kẻ sớm sủa như chúng tôi là được ngồi ghế chờ. Hành lang của tiệm có một dãy ghế sát tường để khách ngồi

Thịt bò Kobe.

đợi. Những người tới sau không có ghế ngồi nhưng còn được xếp hàng trong nhà đỡ gió máy lạnh lùng. Tới trễ hơn nữa phải đứng xếp hàng ngoài vỉa hè!

Tiệm có khoảng hơn trăm chỗ được phân bố khá lạ. Họ chia thành từng cụm bàn, mỗi bàn có 14 chỗ. Nằm chính giữa bàn là một miếng kim loại hình tròn khá lớn dùng làm bếp. Bếp lại được chia ra làm hai theo hình bán nguyệt, mỗi bên có 7 chỗ ngồi vây quanh. Đứng giữa hai bàn hình bán nguyệt là hai đầu bếp mặc đồng phục trắng, đội mũ cao trông rất tư cách. Mỗi người phụ trách nửa bàn gồm 7 thực khách. Trước mỗi thực khách đã được dọn sẵn một chén súp *miso,* một chén kim chi, một chén sà lách cà chua, một chén cơm và ba chén nước chấm. Trước hết họ xào tỏi đã được cắt thành lát lớn trông như miếng *chip.* Mùi thơm bốc lên. Sau đó đầu bếp gạt lớp tỏi qua một bên, lấy ra một phần thịt làm *steak.*

Họ để nguyên miếng thịt 150 gram (thịt bò quý phái nên mỗi khẩu phần chỉ có vậy!), hỏi ý người khách muốn ăn thịt chín, trung bình hay hơi sống. Cũng giống như các nhà hàng làm *steak* khác. Làm chín sơ quanh miếng thịt xong, họ cắt thành từng miếng vuông vức vừa một miếng ăn, lật quanh bốn bề cho chín đều từng miếng nhỏ, gạt qua một bên. Tiếp theo là giá và hành được xào sơ. Bỏ thịt bò và tỏi vào một đĩa, hành và giá vào một đĩa khác. Vậy là xong một người. Lần lượt họ làm cho tất cả bảy người. Mời mọi người…thời!

Thưởng thức xong món thịt bò Kobe mong đợi từ lâu, chúng tôi hân hoan ra về. Lúc ra mới thấy quang cảnh chung quanh. Trước đó chắc miếng thịt bò tuyệt vời đã che mắt chẳng thấy chi. Hàng người xếp hàng từ trong ra ngoài đông nghẹt. Ngoài vỉa hè họ căng dây thành từng khối người, mỗi khối cũng cả vài chục nhân mạng. Tôi đếm ít ra cũng cả trăm người đang chờ diện kiến miếng thịt bò!

Sở dĩ họ phải phân ra từng khối là để tránh làm trở ngại cho việc lưu thông trên vỉa hè. Vỉa hè tại các thành phố ở Nhật rất rộng. Xe đạp và khách bộ hành dùng chung. Họ chia ra làm đôi, chiều lên và xuống. Xe cộ dưới đường chạy theo lằn trái thì khách bộ hành trên vỉa hè cũng theo luật như vậy. Cứ bên trái mà đi. Có chỗ có mũi tên chỉ, có chỗ không, nhưng người đi bộ vẫn tuân theo thứ tự như vậy. Đặc biệt chỉ có ở Osaka là ngược lại: giữ bên phải. Tôi thắc mắc chẳng biết tại sao.

Cũng thắc mắc là vạch phân chia vỉa hè ra làm hai bên phải, trái. Thường vỉa hè được lát bằng gạch màu xám vuông vức, mỗi cạnh khoảng 30 phân. Gạch vàng phân chia vỉa hè cũng cùng kích cỡ nhưng đặc biệt có những đường nổi cỡ ba phân chạy dọc trên viên gạch. Nếu chỉ để phân chia thành hai bên thì cần chi phải dùng viên gạch màu vàng lớn như vậy. Chú ý thêm thì thấy khi tới đầu mút vỉa hè, chỗ tiếp giáp

Xếp hàng chờ ăn thịt bò Kobe.

Nơi thư giãn nằm chìm giữa hai lằn đường phía trên.

với đường xe chạy cắt ngang, thì có thêm đường gạch vàng chặn ở đầu vạch vàng. Loại gạch nằm ngang này không có dọc nổi mà có những chấm nhỏ nằm khắp viên gạch. Suy ra mới biết là đường vạch vàng này dành cho người khiếm thị di chuyển. Không những trên vỉa hè của tất cả các con đường lớn nhỏ mà đường đi trong các công viên, nhà ga đều có gạch vàng như vậy. Khi đèn giao thông đổi màu xanh cho lưu thông thì có tiếng chim kêu báo cho người khiếm thị biết có thể qua đường an toàn. Với tất cả tiện nghi tốn kém như vậy mà trong suốt thời gian ở Nhật, tôi chỉ thấy có một người khiếm thị đi bằng gậy, nhưng ông này có cô con gái kẹp tay dẫn đường!

Làm sao giữa những con phố ồn ào mà có thể lo cho dân chỗ nghỉ ngơi yên tĩnh thanh thản? Nhật làm được. Chuyện này tôi thấy ở hai thành phố Tokyo và Kyoto. Thường giữa hai làn đường xe chạy ngược xuôi, chúng ta làm giải phân cách bằng những con lươn, hàng cây hay vẽ những vạch vàng kẻ xéo cấm lưu thông. Nhật làm khác, họ đào thành một đường hào lộ thiên sâu chừng chục thước, có cây leo trên tường, hoa trồng dưới đất, ghế đá công viên và nhất là có con suối nhân tạo nước chảy qua những bờ đá gập ghềnh. Dân chúng có thể chạy, đi bộ, tập thể dục hoặc đơn giản ngồi nghỉ ngơi giữa khung cảnh thiên nhiên yên tĩnh ngay giữa hai làn đường xe cộ nhộn nhịp tối ngày.

Lo cho đời sống của người dân hầu như là trách nhiệm hàng đầu của người cầm quyền. Tôi thấy người dân Nhật khi làm việc thì làm cật lực, khi vui chơi cũng chơi tới bến.

Sinh viên Nhật quyên tiền giúp nạn nhân động đất tại khu downtown Tokyo.

Người trẻ hòa vui đã đành, người già cũng xôn xao tươi vui trong những dịp hội hè đình đám. Có lẽ họ có chung một niềm tự hào là con dân của xứ thái dương thần nữ. Họ luôn vươn lên mỗi khi gặp nghịch cảnh như sóng thần, mưa bão và động đất. Khi tôi đang ở miền Nam nước Nhật thì xảy ra hai trận động đất tại Kumamoto cách nhau chỉ có hai ngày. Trận sau mạnh hơn đo được 7.3 trên địa chấn kế Richter. Con số này tương đối là mạnh. Có tất cả 41 người thiệt mạng và 110 ngàn người được di chuyển ra khỏi nhà. Bạn bè khắp nơi gửi *mail* thăm hỏi. Thiệt tội! Chúng tôi không cảm thấy chi. Chỉ khi coi ti-vi mới biết cớ sự. Ngay ngày hôm sau của trận động đất thứ hai, chúng tôi tới Hiroshima, gần trung tâm động đất hơn. Thành phố vẫn bình thường, chỉ có một vài chuyến tàu xuôi Nam bị bãi bỏ. Sau đó, tại khu *downtown* của thủ đô Tokyo, tôi gặp từng toán sinh viên đứng ngoài đường quyên góp cứu trợ rất sôi nổi.

Dân Nhật đã cam chịu nhiều thiên tai nhưng họ vẫn vươn lên sau mỗi nghịch cảnh. Nhân tai cũng đổ xuống đầu dân Nhật khi họ là nước duy nhất hứng chịu hai quả bom nguyên tử tàn phá Hiroshima và Nagasaki trong Thế Chiến thứ hai. Theo một số tài liệu thì đáng lẽ thành phố hứng bom là Kyoto nhưng vì Kyoto có nhiều di tích lịch sử nên Hiroshima bị lãnh búa thay cho cố đô Kyoto.

Kyoto quả thật là một thành phố của quá khứ. Đi bất cứ khu nào cũng đụng vào lịch sử và văn hóa Nhật. Những hàng cây có dáng đẹp như những cây *bonsai* khổng lồ, những mái nhà cách điệu cổ kính, và nhất là những chùa chiền, đền đài, cung điện. Tôi không phải là nhà nghiên cứu văn hóa, nhất

Chùa Vàng Kinkakuji.

là văn hóa Nhật, nên không có con mắt chuyên môn để nhìn ra những tầng lớp văn hóa Nhật nằm chồng chất trên những kiến trúc cổ kính nơi cố đô này. Tôi cảm được cái đẹp rêu phong đầy sắc màu thiền định, cái trầm uất của những viên gạch, mái ngói, cái phong cách đặc trưng của đất nước Phù Tang. Nhưng chỗ nào cũng cùng một sắc thái tương tự dễ làm cho con mắt tầm thường nhàm chán. Coi vài ba cảnh chùa, viếng vài ba cổ tự, nhìn vài ba cung điện là đủ. Riết rồi như thấy chỗ nào cũng như chỗ nào. Tình cờ chúng tôi gặp ông Đỗ Thông Minh nơi một cửa chùa ở Kyoto. Ông gợi ý phải tới thăm chùa Vàng.

Tên Nhật của Chùa Vàng là *Kinkakuji,* đọc theo âm Hán Việt là Kim Các Tự. Chùa được xây vào năm 1397 và dùng làm nơi nghỉ ngơi cho tướng quân Yoshimitsu Ashikaga. Về sau, con của ông cho đổi hành cung này thành chùa và thiền viện cho tín đồ Phật Giáo. Trong cuộc chiến *Onin* vào nửa cuối thế kỷ thứ 15, chùa bị đốt cháy rụi. Sau đó được xây lại. Chùa được đưa vào sách giáo khoa tại các trường học trên khắp nước Nhật và được UNESCO công nhận là di sản văn hóa thế giới. Đây là một trong những thắng địa nổi tiếng nhất của Nhật. Năm 1950, một tiểu tăng nổi loạn đốt chùa. Chùa được xây lại vào năm 1955 nhưng không còn được coi là quốc bảo nữa. Chùa có ba tầng, hai tầng trên được dát vàng nguyên chất phía tường bên ngoài.

Khi tới Chùa Vàng, tôi không chú ý nhiều tới chuyện dát vàng thật của chùa mà người ta nói tốn hết 20 kí vàng. Nhưng phong cảnh nơi đây thật tuyệt vời. Chùa nằm soi bóng xuống ao *Kyoko-chi,* đọc theo âm Hán Việt là Kính Trì, nghĩa là ao gương. Mặt nước ao trong vắt khiến bóng chùa soi xuống như có tới hai cảnh chùa nằm lộn ngược nhau. Phong cảnh chung quanh thật hài hòa. Khách viếng thăm chỉ được đứng từ xa ngắm nhìn. Chắc sợ cho khách tới gần có thể có người táy máy bóc vàng chăng! Lớp vàng này được dát thêm vào năm 1987.

Cuộc đốt chùa của vị tiểu tăng vào năm 1950 đã được nhà văn Mishima Yukio dựa vào để viết thành cuốn truyện *Kinkaku-ji* đã được Đỗ Khánh Hoan và Nguyễn Tường Minh dịch và xuất bản tại Sài Gòn vào cuối thập niên 1960 mang tên "Kim Các Tự". Tác giả Yukio Mishima được cho là người hiệp sĩ *samurai* Nhật cuối cùng. Ông đã tự sát theo nghi lễ hiệp sĩ đạo *harakiri* vào năm 1970, lúc 45 tuổi, để phản đối chính phủ Nhật.

Tượng Phật khổng lồ và hoa đào tại chùa Kangetsudo ở Tokyo.

Ngôi chùa tôi thích nhất khi tới thăm là chùa Kangetsudo ở Tokyo. Ngôi chùa này không giống ai. Sau khi mua vé vào cửa, người ta chỉ nhìn thấy một tượng Phật khổng lồ ngồi trên bệ cao giữa những cây hoa anh đào. Bức tượng bằng đồng này cao 11 thước 30, nặng 121 tấn, được dựng nên vào năm 1252. Thoạt đầu tượng được đặt trong ngôi chùa mang tên *Daibutsu-den* nhưng ngôi chùa này đã bị bão lụt tàn phá vào năm 1334 và 1369, và nhất là trận động đất vào năm 1498. Từ đó tới nay tượng trơ thân cùng tuế nguyệt.

Du khách thắp nhang cầu nguyện trước tượng Phật không chùa. Tôi luồn qua phía sau mới thấy một ngôi chùa nhỏ có rào cản chỉ được nhìn từ xa. Trong chùa vắng lặng, không có một chỉ dấu nào là có sự sống. Nhìn vào tấm bia ghi ở phía ngoài mới biết ngôi chùa nhỏ này trước đây được dựng

Cây anh đào cổ thụ.

Áo dài Việt Nam với hoa anh đào.

Cây anh đào cổ thụ bị xén cành vẫn tiếp tục ra hoa.

trong hoàng thành ở Seoul, Đại Hàn. Chùa được ông Kisel Sugino tặng vào năm 1924. Tôi ngồi trên một tảng đá phía trước chùa. Phong cảnh yên tĩnh lạ thường. Phía trước nơi có tượng Phật khổng lồ nhộn nhịp thiện nam tín nữ, phía sau nơi ngôi chùa nhỏ bé này vắng bóng người. Hình như thế gian thường tình chỉ chuộng những gì to lớn vĩ đại! Tôi chụp được vài bức hình có hoa anh đào ngả vào tượng.

Tới Nhật vào đầu tháng 4 là mùa anh đào nở rộ, anh đào chào đón chúng tôi trên mỗi bước di chuyển. Vườn hoa quốc gia *Shinjuku Gyoen* tập trung những gốc đào cổ thụ. Anh đào là hoa của Nhật đã được phát triển tại các thành phố lớn khắp năm châu bốn biển. Tôi đã từng tới coi anh đào tại Thủ đô Washington của Mỹ, tại Vancouver của Canada, nhưng không nơi nào có những gốc đào cổ thụ như ở công viên này.

Có những cây đã già nua bị cắt cụt tất cả cành và lá nhưng từ thân cây vẫn túa ra những cành hoa rậm rạp rực rỡ. Không biết có bao nhiêu giống anh đào. Mỗi cây là một kiểu hoa khác. Người ta mang những tấm bạt trải ra trên cỏ, dưới gốc đào, cả gia đình bày ra ăn uống vui chơi. Có những cặp tình nhân, tìm tới một gốc cây khuất, ngồi tình tự dưới những cánh hoa đào rụng xuống theo từng cơn gió nhẹ. Tôi chưa thấy nơi nào anh đào toát hết ra vẻ đẹp như ở đây. Hằng hà sa số những máy hình chĩa vào hoa cố thu hết vẻ đẹp hiếm có. Những cây gậy *selfie* ngổn ngang khắp chốn. Tôi bắt gặp một du sinh Việt Nam mặc áo dài đứng làm mẫu cho bạn bè chụp hình liên miên trên từng gốc đào.

Bất cứ nơi nào tôi đi qua, trên đường phố, bên ven hồ, dưới những cây cầu cong cong, những cánh đào nhởn nhơ

Đôi tình nhân dưới cội hoa đào tại Tokyo.

đùa cợt với gió. Cả thành phố phô ra vẻ đẹp với những chùm hoa hồng đỏ. Tại Osaka, trong một công viên, tràn ngập hoa đào, một ông già ôm cây tây ban cầm có loa khuếch âm ngồi đàn say sưa. Tôi chợt nhớ tới bài hát *Sakura*, có nghĩa là hoa anh đào, và yêu cầu ông đàn cho mọi người nghe. Ông già vểnh tai nghe tôi nói nhưng lắc đầu không hiểu. Tôi nhấn mạnh chữ *sakura.* Ông vẫn ngớ ra. Lạ thật! Dân Nhật mà không biết *sakura!* Tôi vận dụng tay để diễn tả. Tay tôi chỉ lên cây anh đào đang rộ hoa. Ông già nhe răng cười, đầu gật gù. Ông nói lại: *sakura!* Nghe ông phát âm mới thấy khác với lối phát âm của tôi tới cả cây số! Phát âm của tôi thẳng đuồn đuột, phát âm của ông lên xuống, chỗ nhấn mạnh chỗ buông nhẹ, ông không hiểu là phải. Ông ôm cây đàn, gẩy bài Sakura. Tiếng đàn mộc mạc vang lên giữa những cánh hoa rụng coi bộ có hồn hơn đĩa nhạc tôi nghe ở Montreal. Chuyện chi cũng có nơi có chốn cả!

Nói tới hoa đào phải nhắc tới một vật kỷ niệm mà ai đi Nhật cũng tìm mua. Đó là cây dù đặc biệt của xứ hoa đào. Mở ra cây dù trông bình thường như mọi cây dù khác. Nhưng nếu gặp mưa, lớp vải trên dù sẽ nở ra những cánh hoa anh đào! Nói vậy cho thêm phần hấp dẫn chứ thực ra người ta vẽ những cánh hoa anh đào trên vải lợp dù bằng một chất gì đó mà khi gặp nước những cánh hoa vẽ mới hiện ra.

Thường những cây dù này không có bán tại các tiệm bán dù mà bán tại các địa điểm nhiều du khách tới viếng thăm như trước các chùa chiền, di tích, thắng cảnh. Hầu như chẳng ai không vác về ít nhất một cây. Có bà vớ vội năm bảy cây về làm quà cho người thân. Dù có thứ ngắn, có thứ dài. Ai thích ngắn, ai thích dài, nhân tâm tùy mạng mỡ!

Trên máy bay rời Nhật, những bó dù nhiều khi tới ba bốn cây cột lại với nhau, được các bà vác như những kiếm sĩ *samurai* trong các phim cổ trang Nhật. Nếu một ngày mưa gió nào đó, các bạn bỗng thấy hoa đào nở rộ trên dù tại Montreal thì cũng đừng ngạc nhiên. Phe ta đó!

4.

Khi tôi đang ở Tokyo thì một ông Nhật, nghe tôi nói sắp đi Hiroshima, đã cho biết là Ngoại Trưởng Mỹ John Kerry hiện đang ở Hiroshima, vậy là tôi chậm chân hơn ông ngoại Mỹ. Nhưng tôi nhanh chân hơn ông *tonton* Obama. Mãi tới cuối tháng 5 này, sau khi thăm Việt Nam, ông Obama mới tới Hiroshima. Đây là vị Tổng Thống Mỹ đương nhiệm đầu tiên tới thăm Hiroshima. Sở dĩ tôi kẹp hai ông lớn Mỹ này vào chuyện tôi đi Hiroshima vì nơi đây đã hứng trái bom nguyên tử đầu tiên trên thế giới vào lúc 8 giờ 15 phút sáng ngày 6 tháng 8 năm 1945 theo lệnh của Tổng Thống Mỹ lúc bấy giờ là ông Harry S. Truman. Khoảng từ 90 ngàn tới 146 ngàn người đã bị đốt cháy trong tổng số 350 ngàn dân của thành phố. Chuyện liên quan như vậy nên chuyện các ông lớn Mỹ tới Hiroshima là chuyện được dân Nhật chú ý. Ông Tập Cận Bình cũng chú ý vì chuyện thăm viếng và đặt vòng hoa tưởng niệm này khiến hai nước cựu thù xích gần nhau hơn, bất lợi cho Trung Cộng. Hai ông tới gây ồn ào quá cỡ, còn tôi tới thì êm ru bà rù. Không biết ai sướng hơn ai!

Hai ông chỉ biết những chỗ người ta dẫn đi, còn tôi phây phây đi vào khắp ngõ ngách nơi đã từng xảy ra thảm họa có một không hai trong lịch sử thế giới này, muốn tới đâu thì tới, muốn coi chi thì coi, chẳng ai ngó ngàng tới! Điều tôi chú ý nhất là chữ "hòa bình" được dùng cho nhiều tên trong quần thể lưu niệm này. *Peace Bell* (Chuông Hòa Bình), *Peace Flame* (Đuốc Hòa Bình), *Children's Peace Monument* (Đài Tưởng Niệm Nhi Đồng Hòa Bình), *Hiroshima National Peace Memorial Hall* (Nhà Quốc Gia Tưởng Niệm Hòa Bình Hiroshima), *Hiroshima Peace Memorial Museum* (Viện Bảo Tàng Tưởng Niệm Hòa Bình Hiroshima). Sau những lỗi lầm lịch sử, dân Nhật ngày nay tôn vinh hòa bình ngay tại nơi bị chiến tranh tàn phá tang thương nhất. Hiroshima hứng trái bom nguyên tử đầu tiên nhưng không gánh vác đau thương một mình. Ba ngày sau, thành phố Nagasaki hứng trái bom thứ hai, gây tử vong cho từ 39 ngàn đến 80 ngàn nhân mạng. Cho tới nay vẫn chưa có trái bom thứ ba được thả nên hai trái bom này, với thiệt hại nhân mạng khủng khiếp, vẫn là chuyện thế giới phải nghĩ tới khi tổng kết và phê phán về hậu quả của chúng với sự kết liễu Đệ Nhị Thế Chiến.

Chắc mọi người còn nhớ trận Đệ Nhị Thế Chiến này diễn ra giữa hai phe: phe Trục gồm ba nước là Đức Quốc Xã, Ý và Nhật Bổn; phe Đồng Minh gồm phần lớn các nước Âu Châu và Hoa Kỳ. Ngày 8 tháng 5 năm 1945, Đức Quốc Xã đã chịu đầu hàng nhưng Nhật vẫn tiếp tục chiến đấu. Ngày 26 tháng 7 năm 1945, phe Đồng Minh công bố bản tuyên ngôn Postdam kêu gọi Nhật đầu hàng vô điều kiện nhưng Nhật phớt lờ coi như pha. Mỹ, với sự đồng ý của Anh, dùng đòn chót: bom nguyên tử. Hiroshima lãnh trái bom đầu. Đúng 16 tiếng đồng hồ sau khi bom nổ, Tổng Thống Harry S. Truman ra tối hậu thư cho Nhật: nếu không tuân lệnh thì sẽ "chịu một trận mưa tàn phá từ không trung chưa bao giờ xảy ra trên hành tinh này". Nhật vẫn bướng bỉnh chống đối nên ngày 9 tháng 8 sau đó, trái bom thứ hai mới được thả xuống Nagasaki. Sáu ngày sau, ngày 15 tháng 8, Nhật mới chịu đầu hàng và Thế Chiến Thứ Hai chấm dứt.

Khu tưởng niệm bom nguyên tử ở Hiroshima là một quần thể rộng lớn nằm ngay chính giữa thành phố. Đứng trong khu tĩnh lặng này không ai có thể tưởng tượng được nơi đây, trước khi hứng bom, là khu *downtown* buôn bán sầm uất của thành phố. Sau khi Nhật đầu hàng, Hiroshima đã biến nơi đây thành khu tưởng niệm mang tên *Peace Memorial Park* (lại "hòa bình"!). Cứ tưởng tượng nơi trung tâm rơi của trái bom nguyên tử gây tàn phá khủng khiếp nay biến thành một nơi bình an, đẹp đẽ với 300 gốc anh đào được trồng dọc theo hai bên bờ sông Motoyasu ngăn khu này với thành phố bên ngoài, khách thăm viếng mới biết là hòa bình đã được dân Nhật ngày nay tôn vinh như thế nào.

Trời quang mây tạnh, nắng nhạt nhòa yếu ớt, khi chúng tôi tới quần thể kỷ niệm này. Điều đập ngay vào mắt là tòa nhà cao chỉ còn trơ bộ khung sắt nằm chơ vơ như bộ xương người gầy gò ốm yếu. Đó là tòa nhà tưởng niệm *A-Bomb Dome*. Tòa nhà này được xây cất từ năm 1915, được sử dụng như một công ốc của quận hạt Hiroshima. Nơi tòa nhà tọa lạc có một định mệnh. Trái bom rơi xuống và nổ thành hình nấm trên bầu trời. Tòa nhà chỉ cách điểm nổ của bom 160 thước. Tất cả mọi sinh vật và đồ vật trong tòa nhà đã tức khắc biến thành tro bụi. Khung sắt của tòa nhà tuy có bị ảnh hưởng nặng nề nhưng không sụp xuống. Cho tới ngày nay vẫn trơ gan cùng tuế nguyệt. Tổ chức Liên Hiệp Quốc UNESCO đã liệt tòa nhà này là di sản thế giới vào năm 1996.

Chúng tôi, như mọi du khách khác, đã quay phim, chụp

Tòa nhà A-Bomb Dome *di tích còn sót lại của bom nguyên tử.*

hình lia chia trước di tích này. Đây là nhân chứng sống của sự tàn phá nguyên tử. Đúng 71 năm sau tôi mới tới mà vẫn cảm thấy rùng mình khi đứng trước cái khung nhà chơ vơ này. Vậy mới hiểu được lòng yêu hòa bình ngày nay của dân Nhật.

Sát bên tòa nhà là dòng sông bình thản lượn lờ bên những cây anh đào đang vào độ rộ hoa. Nhưng đi quá lên một chút, chúng tôi lại đụng vào chiến tranh. Giữa dòng sông là bia kỷ niệm *Memorial Cenotaph,* tưởng niệm tất cả các nạn nhân của bom nguyên tử. Nơi đây là tâm điểm của quần thể lưu niệm. Một khối đá đen trông như một nấm mồ nằm dưới một vòm mái có hình chiếc yên ngựa. Kiến trúc này hình thành như một mái trú ẩn cho các oan hồn uổng tử. Bên trong nấm mồ này là tên của các nạn nhân bom nguyên tử, phía trước có khắc một lời nguyện cầu bình an cho những người đã nằm xuống và tuyên hứa, nhân danh toàn thể nhân loại, sẽ không bao giờ để cho thảm cảnh này tiếp diễn nữa. Ngay dưới chân đài kỷ niệm là một giải nước nông cạn, phía dưới có những tấm đá đen, mỗi tấm khắc những hàng chữ bằng một thứ ngôn ngữ. Tôi chỉ có chút ít thời giờ đứng ở nơi đây nên không coi kỹ được đó là những ngôn ngữ nào nhưng tôi đoán đó là những ngôn ngữ được dùng chính thức tại Liên Hiệp Quốc. Tôi đọc bản tiếng Anh và chú ý tới câu chính: *Let all the souls here rest in peace for we shall not repeat the evil.* Hãy để cho các linh hồn nơi đây được an nghỉ vì chúng ta sẽ không tái diễn tội ác này nữa. Tôi đứng lặng tưởng nhớ tới những nạn nhân của cuộc chiến. Bên tôi, vài người Nhật đứng cầu nguyện với vẻ mặt thành kính.

Khu tưởng niệm Memorial Cenotaph.

Cũng nằm trong khuôn viên khu tưởng niệm là một nấm mồ tập thể chôn tro cốt của 70 ngàn nạn nhân không nhận diện được. Mộ trông như một ngọn đồi được trồng cỏ bao phủ xanh rì, nằm giữa một rừng cây xanh rất yên tĩnh. Tên tuổi họ còn được ghi lại trong hai cuốn sổ do cảnh sát cứu cấp ghi lại sau khi tai nạn xảy ra. Hai cuốn sổ ngày nay trông rách nát được trưng bày trong một tủ kính tại Bảo Tàng Viện cũng nằm ngay trong khuôn viên khu tưởng niệm.

Bước chân vào Bảo Tàng Viện, tôi như nín thở. Tất cả quá khứ đau thương được phơi bày trong một khung cảnh âm u trầm buồn. Mọi người đều không dám bước mạnh. Những tiếng nói thầm thì của khách viếng thăm như từ thế giới nào vọng về. Hình ảnh rùng rợn xưa được phóng lớn, nằm trên những bức tường ẩn dấu những ngọn đèn lu mờ.

Sờ tay vào viên ngói từng bị bom nguyên tử năm 1945.

Có chỗ được dựng lại toàn cảnh khi bom nổ trên những bức tường gạch vỡ còn được giữ lại từ 71 năm trước. Một phần bảo tàng viện được xây cất ngay trên những tòa nhà đổ vỡ mà họ đã khéo léo giữ lại nguyên trạng.

Những chứng tích đánh động vào con tim mọi người nhất có lẽ là những đồ chơi trẻ em bị bom bóp nát, những bộ áo quần trẻ em bị xé thành từng mảnh, chiếc xe đạp ba bánh méo xẹo. Bom không phân biệt tuổi tác. Vài ba viên ngói bị bom làm rộp lên được đặt dưới ánh đèn mờ cho du khách chạm vào. Một nhân viên đứng cạnh hộc trưng bày những viên ngói mời tôi đụng tay vào. Tôi nhẹ nhàng đặt tay lên những đốm sần sùi nổi lên cồm cộm, mắt nhìn bà nhân viên, lắc đầu.

Tôi ngơ ngẩn đi giữa những cảnh bị tàn phá và bắt gặp

Chiếc xe ba bánh bị bom.

một chiếc bàn kính tròn, được chiếu sáng từ phía dưới. Trên bàn là những con chim hạc xếp bằng giấy đủ màu theo kiểu gấp giấy đặc trưng *origami* của Nhật. Chúng mang lại chút tươi vui cho nơi chốn nặng những kỷ niệm buồn bã của quá khứ. Nhìn vào bản giải thích mới rõ chuyện những con hạc này. Đó là những con hạc do em bé Sadako Sasaki xếp. Trên tường là hình ảnh và những con chữ nói về cuộc đời của em. Khi bom nguyên tử nổ trên bầu trời Hiroshima thì em Sasaki mới được 2 tuổi. Em may mắn không bị thương tích chi. Những năm tháng sau đó em lớn và phát triển như bất cứ một em bé khỏe mạnh nào khác. Nhưng mười năm sau, em bị ung thư máu. Được đưa vào bệnh viện điều trị, em rất yêu đời, ngồi xếp những con hạc bằng giấy với mong ước khi em gấp được một ngàn con hạc thì em sẽ khỏi bệnh về đi học bình thường với các bạn. Ước mơ của em bị dập tắt tám tháng sau đó. Em nhắm mắt với hình ảnh những con hạc còn vương vấn trong em. Cho tới ngày nay khắp thế giới đã gửi về Khu Tưởng Niệm hàng triệu con hạc. Nhiều du khách đã gấp những con hạc giấy và tận tay mang tới tặng.

Cái chết của em Sasaki đã làm dấy lên phong trào vận động để xây một khu tưởng niệm cho những trẻ em bị tử vong vì bom nguyên tử. Và đài Tưởng Niệm Nhi Đồng Hòa Bình được xây cất. Ngước nhìn lên bức tượng em Sasaki, nằm chót vót trên đỉnh đài tưởng niệm, hai tay giang rộng như muốn thu lại cả bầu trời, ngẩng đầu nhìn lên một con hạc được gấp bằng giấy treo ở phía trên, lòng tôi chùng xuống. Những thân phận nhỏ bé này có đáng chịu một định mệnh

Mộ tập thể 70 ngàn nạn nhân bom nguyên tử không nhận diện được.

Những con hạc gấp bằng giấy của em Sadako Sasaki.

khắt khe như vậy không?

Hàng năm, tới ngày 6 tháng 8, chính phủ và dân chúng Nhật vẫn cử hành lễ tưởng niệm tại khu tưởng niệm này. Đúng 8 giờ 15 phút sáng, giờ trái bom nổ trên bầu trời Hiroshima năm xưa, tất cả đều yên lặng cúi đầu trong một phút mặc niệm để nhớ tới những nạn nhân thương vong. Rất nhiều du khách đã tới đặt hoa tại Bia Tưởng Niệm và tượng đài Tưởng Niệm Nhi Đồng Hòa Bình trong suốt ngày này. Buổi tối, hàng hàng lớp lớp đèn lồng được đốt sáng và thả trên sông Motoyasu nằm dọc theo khu tưởng niệm. Lửa của đèn lồng lấy từ lửa nguyên thủy khi bom nổ được một công dân sống trong giây phút hãi hùng ngày đó nuôi lại cho tới giờ. Trên đèn là những câu viết thương nhớ những nạn nhân và cầu chúc hòa bình cho đất nước.

Đài tưởng niệm Children's Peace Monument.

Tôi nhận thấy một điều là phần lớn các kiến trúc tưởng niệm trong khu này đều được xây cất với hình ảnh những vòm trú ẩn. Chúng nói lên thân phận bé nhỏ, yếu đuối của con người trước thảm cảnh có một không hai của nhân loại.

Bức tượng người mẹ cúi rạp người che chở cho đứa con, với tay ra sau nắm tay một đứa con khác, được tạc phía ngoài của khu Tưởng Niệm, ngay trên bãi cỏ tiếp giáp với đường Hòa Bình, là một chứng tích khác nói lên sự chịu đựng của con người yếu đuối dưới sức mạnh của bom đạn. Bức tượng mang tên "Mẹ và Con dưới trận Mưa Bão" với hình ảnh người mẹ cúi rạp người xuống che chở cho con nói lên sức mạnh của tình mẫu tử. Cũng trong ngày kỷ niệm 6 tháng 8, các bà mẹ thường tụ tập dưới chân tượng này, đặt hoa và những con hạc được gấp bằng giấy, cầu nguyện cho hòa bình thế giới.

Không biết mai đây, khi tới thăm khu Tưởng Niệm Bom Nguyên Tử Hiroshima này, *tonton* Obama, người có quyền nhấn nút cho nổ bom sẽ nghĩ chi?

Tượng "Mẹ và con Trong Bão Táp".

Chiến tranh là cách giải quyết tồi tệ nhất những mâu thuẫn của con người. Dân Nhật đã có thời mang chiến tranh ra để thực hiện giấc mộng Đại Đông Á. Binh lính Nhật đã đối xử nghiệt ngã, gây ra chết chóc, hãm hiếp người dân tại các quốc gia họ xâm lấn như Trung Quốc, Đại Hàn và ngay cả Việt Nam. Đội quân xâm lăng đó ngày nay vẫn được Nhật thờ phụng cùng với các liệt sĩ của mọi thời kỳ lịch sử của đất nước trong ngôi đền Yasukuni ở Kyoto. Mỗi lần một viên chức cao cấp của Nhật tới dâng hương ở đền này là một lần Trung Quốc và Đại Hàn phản đối. Thậm chí mới dây nhất, ngày 21 tháng 4 năm 2016, Thủ Tướng Shinzo Abe của Nhật chỉ gửi lễ vật tới dâng cúng cũng bị hai nước này phản đối kịch liệt. Nhưng đối với dân Nhật đền Yasukuni là nơi thờ phụng tất cả những người lính tử trận vì đã chiến đấu cho

Một am thờ liệt sĩ tại một ngôi chùa ở Tsuyama.

Các em nhỏ đi thăm di tích lịch sử.

thiên hoàng. Cho tới nay đã có 2.466.532 tên được dân Nhật ghi công. Họ cho việc thờ cúng những liệt sĩ là đề cao bản sắc dân tộc và là nền tảng cho tinh thần yêu nước của Nhật. Tôi không có dịp tới viếng đền này trong thời gian ở Kyoto nhưng, trong các dịp tới viếng thăm các ngôi chùa hoặc đền thờ Thần Đạo ở Nhật, tôi thấy họ luôn luôn có một chiếc am nhỏ ngay nơi cổng vào để thờ những liệt sĩ đã hy sinh cho tổ quốc.

Gìn giữ tinh thần và bản sắc dân tộc là điều tôi thấy khi nhìn những em bé mặc đồng phục xếp hàng tới đền thờ. Họ dậy dỗ con em ngay từ lúc còn ở tuổi mẫu giáo. Có lẽ chính những giáo huấn này đã khiến dân Nhật ngày nay sống trong niềm tự hào dân tộc rất mạnh. Người ta nói việc dân Nhật không chú tâm học tiếng ngoại quốc, nhất là tiếng Anh, là vì tự hào dân tộc. Không biết có đúng không. Nhưng tôi thấy một trong những biểu hiện rõ ràng của tư cách con dân Nhật là chuyện không nhận tiền *tip.* Tôi hồ nghi chuyện này khi tới Nhật. Và tôi làm một bài toán thử. Buổi sáng, khi rời khách sạn, tôi để một miếng giấy viết *" Thank You"* và một số tiền cho người dọn phòng. Chiều về, số tiền vẫn còn nguyên, trên miếng giấy có viết thêm vài câu tiếng Nhật. Dĩ nhiên tôi mù câm chẳng biết họ viết chi. Thủ tờ giấy trong túi, khi gặp một du sinh Việt Nam, tôi nhờ dịch giùm. Đại khái họ viết là rất cám ơn việc tôi đã nghĩ tới họ nhưng họ không thể nhận số tiền này được. Tại các nhà hàng ăn uống, họ cũng không nhận tiền *tip.* Nếu khách để tiền lại trên bàn, họ chạy theo trả lại.

Nhưng ông Nhật tại một quán bán bánh mực ở Osaka lại không cho tôi dịp may từ chối như cô dọn phòng và các nhân viên nhà hàng. Coi bộ ông này rất chịu chơi với chiếc mũ cao bồi. Bữa đó đi ngang qua một quán bán bánh bột có nhân là một miếng mực, thứ bánh mà các đệ tử của phim Đại Hàn chắc phải biết. Nhìn thấy một bà đang xiên từng chiếc bánh trong khuôn để trở bánh cho vàng, tôi phục cái tay nhanh nhẹn đầy...nghệ thuật của bà quá. Tôi xin phép quay phim. Ông chồng bà từ trong nhà ra nhìn. Chờ tôi quay xong, ông hỏi người từ đâu tá. Tôi trả lời. Xong tôi mua một gói. Khi tôi trả tiền thì ông nhất định không cho bà vợ lấy. Nói thế nào ông cũng không chịu. Tôi không nhận gói bánh thì ông ấn vào tay tôi với vẻ mặt khẩn khoản. Tôi đành phải nhận gói bánh biếu của ông. Một ông bạn đi cùng tôi chờ cho ông này đi vào trong nhà, mua tiếp. Ông lại chạy ra. Nhưng ông trễ một bước. Bà vợ đã nhận tiền. Ông không chịu thua. Bà vợ trả tiền lại nhưng ông bạn tôi nhất định không lấy. Vậy là ông giở chiêu khác. Ông bảo bà vợ cho thêm bánh vào gói!

Có đi vào ngóc ngách của đời sống dân chúng mới thấy niềm tự hào và tấm lòng của người dân xứ này. Họ kỷ luật và hiếu khách. Bất cứ chỗ nào có từ hai người trở lên là họ tự động xếp hàng. Chen ngang vào hàng là điều tối kỵ. Nhưng họ tôn trọng và vui vẻ chấp nhận những trường hợp bất khả kháng của du khách đi từng đoàn đông người cần phải lên chung một chuyến tàu hay xe. Cái cúi đầu chào của họ trong mọi trường hợp có lẽ là một thứ "dân tộc tính" khác. Không biết mỗi ngày họ gập người bao nhiêu lần. Tôi nói giỡn với một ông bạn: đây không thuộc lãnh vực văn hóa mà thuộc lãnh vực thể dục thể thao!

Tôi đã viết trong phần đầu của loạt du ký này chuyện tôi nghe thấy huyền thoại là tại Nhật đồ để quên hay đánh rơi ngoài đường không bao giờ mất. Nhiều người ngoại quốc đã kể lại kinh nghiệm cá nhân của họ. Nhưng tôi vẫn phân vân: bộ ngày nay vẫn có nơi y chang như dưới thời Nghiêu Thuấn hay sao? Cuối cùng tôi đã có kinh nghiệm về "huyền thoại" này. Vào những ngày cuối ở Nhật, trong lúc viếng thăm khu tưởng niệm nạn nhân bom nguyên tử tại Hiroshima, tôi để thất lạc một trong những máy chụp hình của tôi. Tôi không biết chiếc máy bị quên ở chỗ nào trong khu tưởng niệm rộng lớn này. Về tới khách sạn mới biết cớ sự. Nhưng vì không có thời giờ, lại di chuyển liên miên, nên tôi chặc lưỡi cho qua. Khi về tới Montreal, tiếc những tấm hình chụp trong máy, tôi thử cầu may bằng cách tìm vào *internet.* Kiếm được *e-mail* của *Peace Memorial Park* ở Hiroshima, tôi gửi ngay một thư trình bày sự kiện. Chỉ một thời gian ngắn sau tôi nhận được trả lời. Họ cho biết là họ có giữ một máy hình như tôi cho chi tiết vào ngày đó nhưng vì họ chỉ được giữ một tuần, sau đó phải nộp cho cảnh sát nên chiếc máy hình của tôi hiện nằm tại bót cảnh sát. Họ đề nghị nếu tôi có bạn tại Nhật thì ủy quyền cho bạn tới lãnh, nếu không họ có thể lãnh giúp tôi và gửi về Canada. Tôi nhờ họ lãnh giùm. Họ gửi cho tôi mẫu giấy ủy quyền để tôi ký. Mẫu toàn bằng tiếng Nhật. Biết trình độ tiếng Nhật của tôi nên họ gửi kèm theo một bản khác, khoanh đỏ chỗ tôi phải ký. Tôi ký và gửi lại. Họ cho biết để tránh sự nhầm lẫn, yêu cầu tôi mô tả máy hình, cho kích thước máy, kiểu máy, số máy. May là tôi còn giữ được chiếc bao và cái xạc điện của máy. Tôi cho kích thước của chiếc bao, kiểu máy và số máy trên cái xạc điện. Để chắc ăn, tôi chụp hình và gửi kèm theo luôn. Cho chắc ăn hơn nữa, tôi gửi một tấm hình của một ông bạn chụp tôi đang sử dụng chiếc máy hình bị thất lạc. Chỉ một ngày sau, họ xác nhận đúng là máy hình của tôi và họ cho biết sẽ gửi qua Canada cho tôi. Phí tổn do tôi chịu. Họ gửi qua bưu điện Nhật. Cách tính phí tổn rất tiện lợi. Họ cho biết giá bằng tiền Nhật nhưng kèm theo là số phiếu *International Reply Coupon* tương đương. Phiếu này có thể mua tại Bưu Điện Canada. Cẩn thận hơn, họ còn vào *website* của Bưu Điện Canada, chỉ rõ phiếu và giá tiền mỗi phiếu. Tôi chỉ việc ra Bưu Điện mua và gửi cho họ đủ số phiếu cần thiết. Họ đã nhận được phiếu, máy hình đang trên đường về Canada. Nếu chuyện này xảy ra ở một nước khác, kết cục có được như vậy không? Có thể được nhưng ở Nhật thì hầu như chắc chắn khổ chủ sẽ lại cầm trong tay món đồ thân yêu của mình.

Tôi đã đi du lịch nhiều nước nhưng phải nói là chưa có nơi nào tôi cảm thấy yên tâm, thanh thản và an bình như những ngày thăm viếng Nhật. Nhiều du khách đã cảm phục đất nước và con người Nhật Bổn, tôi có khen thêm cũng bằng thừa. Nhưng tôi vẫn phải buộc mình kể ra những gì tôi đã tai nghe mắt thấy trong hai tuần lưu lại Nhật, như chứng tỏ lòng cảm phục một dân tộc Á châu đã tự đứng dậy, vươn lên thành một cường quốc bằng cách vượt qua chính những lỗi lầm của họ trong quá khứ.

05/2016

NHIỀU

Nhiều là ước muốn tự nhiên của con người. Đúng hơn là lòng tham của con người. Cứ muốn vơ vào càng nhiều càng tốt. Ai cũng vậy. Trừ ông vua Maroc hiện nay. Ông vua Mohammed này là một người dại dột, đó là theo đánh giá của mấy ông bạn trời đánh của tôi. Một trong những quyền lợi chính đáng của các bậc vua chúa là trăm thê ngàn thiếp. Ông nào cũng có tam cung lục viện tích trữ cả bầy trinh nữ dành để xài dần. Thường thì *stock* hàng của các bậc ăn trên ngồi trốc thiên hạ này lúc nào cũng dư thừa. Thừa đến nỗi đấng quân vương mỗi khi muốn ban ơn mưa móc chẳng biết chọn thế nào cho đúng. Bèn phải trông nhờ vào…quân sư. Đó là các chú dê. Ngài ngự trên xe do dê kéo. Dê dừng trước cửa phòng nào là vua vào phòng đó. Các nàng cung nữ dùng chiêu trải cỏ non trước cửa phòng để dê ngừng lại nhai. Quân vương hạ giá. Dê nhai cỏ ngoài cửa, vua nhai cỏ trong phòng. Vậy là cô cung nữ coi như trúng số. Trong "Cung

Oán Ngâm Khúc", cụ Ôn Như Hầu Nguyễn Gia Thiều đã tả cảnh cô cung nữ ngồi vêu mặt ra nghe ngóng chờ đợi tiếng xe dê.

Khi trận gió lung lay cành bích,
Nghe rì rầm tiếng mách ngoài xa.
Mơ hồ nghĩ tiếng xe ra,
Đốt phong hương hả mà hơ áo tàn.

Đang thừa mứa tài nguyên như vậy mà đấng quân vương xứ Maroc quyết định từ bỏ tất cả, mấy ông bạn tôi nghe mà thấy tiếc hùi hụi. Tại sao ông này dại dột như vậy? Vì tình! Người mà nhà vua Mohammed si mê từ khi chưa bước lên ngai vàng là cô Lalla Salma, sanh năm 1978, xuất thân từ một gia đình trung lưu, cha là một giáo viên. Mồ côi mẹ từ năm mới lên ba, Lalla ở với bà nội. Lalla là một thiếu nữ vừa thông minh vừa tài sắc. Tốt nghiệp kỹ sư vào năm 22 tuổi, cô làm việc cho công ty *Omnium Nord Africain,* một công ty có vốn đầu tư của hoàng gia. Đầu năm 1999, Quốc vương Mohammed, lúc đó còn là thái tử, đã gặp Lalla Salma trong một bữa tiệc của công ty. Vừa trông thấy người đẹp, thái tử đã tối tăm mặt mày. Coi như Nguyệt Lão đã có mặt. *Sợi xích thằng ai gỡ cho ra!* Họ hẹn hò nhau được ba năm. Thái tử lên ngôi vua. Một ngày đẹp trời, nhà vua ngỏ ý muốn xin bàn tay của người đẹp. Bấy giờ sắc đẹp mới lên tiếng: muốn chồng vợ thì chỉ một vợ một chồng! Nhà vua OK.

Mặc sự can ngăn của quần thần và hoàng gia, Quốc Vương Mohammed xắn tay áo làm vừa lòng người đẹp. Ông ra lệnh cho tất cả phi tần của vua cha được rời khỏi hậu cung, sửa lại hiến pháp quy định chế độ một vợ một chồng cho toàn thể quốc gia. Các anh đàn ông tự nhiên bị tước bỏ quyền…nhiều. Từ nay chỉ…ít một cách tuyệt đối. Lơ mơ muốn vơ nhiều vào trong tay là…vi hiến!

Tháng 10 năm 2001, Quốc Vương Mohammed chính thức tuyên bố ông sắp cưới vợ. Ông gạt tất cả các luật lệ truyền thống từ xưa tới nay để hành xử như một công dân thường. Theo tập tục đã có từ 400 năm của hoàng gia, việc hôn sự của nhà vua không được công bố ra bên ngoài. Dân chúng không biết chi về người phối ngẫu của nhà vua, hoàng hậu không xuất đầu lộ diện trước thần dân. Nay, với nhà vua Mohammed, ông công bố tuốt luốt. Từ tên tuổi đến hoàn cảnh gia đình của vị hôn thê. Mà công bố công khai trong một buổi họp báo đàng hoàng. Dân chúng ngỡ ngàng nhưng thích thú.

Tháng 3 năm 2002, hôn lễ được cử hành trong phạm vi nhỏ hẹp tại cung điện. Bốn tháng sau, tháng 7 năm 2002, lễ cưới mới được tổ chức một cách công khai trong ba ngày. Nhà vua lại…quậy. Ông chọn 300 cặp hôn nhân khác và cử hành hôn lễ tập thể!

Từ ngày lên chức Hoàng Hậu, cô Salma đã thay đổi đời sống trong cung cấm. Các phụ nữ trong hoàng cung từ trước tới nay đều bị cấm cung, không xuất đầu lộ diện ra ngoài. Nay họ được khuyến khích ra ngoài tiếp xúc với dân chúng và xuất ngoại để học hỏi. Khăn che mặt và áo choàng trùm kín thân hình được thay thế bằng y phục thường miễn là không hở hang. Salma được dân chúng tôn xưng là "bà hoàng hiện đại luôn giản dị và khiêm tốn". Nhưng bà đã cải chính: "Tôi không phải là hoàng hậu. Tôi chỉ là một vương phi. Ở Maroc chỉ có Quốc Vương, không có Hoàng Hậu!". Nhưng bà được dân chúng phong cho tước hiệu quý giá hơn nhiều. Đó là: "bà hoàng chân trần".

Ông vua Maroc này không tham. Chỉ một là đủ xài. Tôi phục ông này sát đất. Đúng là một…thánh sống! Thánh chỉ để ngắm, kính nhi viễn chi, chứ không phải để theo chân. Mấy ông bạn trời đánh của tôi lại dè bỉu là ông này dại, không biết hưởng hương hoa cuộc đời. Chẳng cứ mấy ông bạn tôi, hầu như tất cả các ông trên đời này đều tham lam chỉ muốn nhiều. Càng nhiều càng tốt. Có ông lại mang các cụ ra để…hốt nữa. *Sông bao nhiêu nước cho vừa!* Cứ múc nước đổ vào sông thì tới tết Congo cũng không hoàn tất nhiệm vụ. Nhiều ông có gan làm nhưng không có gan nhận. Các ông ấy đổ tội cho…di truyền. Tất cả đàn ông đều là hậu duệ của những tổ tiên thời kỳ săn bắn. Vậy nên ngày nay các ông vẫn còn vất vả.

Số mấy ông "chính chuyên" coi bộ không nhiều. Số các ông hăng hái học đếm coi bộ chiếm đa số. Không ai có thể kể ra tất cả các trường hợp…nhiều. Có nhiều ông nghiêm như thần vậy mà tới lúc nằm trong quan tài buồn vẫn có người lạ tới xin chít khăn tang. Thôi thì để cho gọn sổ sách, tôi chỉ lựa ra một số trường hợp đặc biệt.

Anh Joe Darger, một tín đồ đạo Mormon ở tiểu bang Utah nước Mỹ có ba vợ. Ba bà này là chị em với nhau. Hai bà Vicki và Valerie là chị em sinh đôi, bà Alina là chị em họ của hai bà kia. Chỉ có ba bà, con số thật khiêm nhượng chẳng đáng được lên bảng vàng. Nhưng tôi "vinh danh" ông này vì ông thuộc loại mà các cụ gọi là hoa thơm đánh cả cụm.

Thực ra chuyện lấy vợ rồi phong phú hóa thêm cô em vợ là chuyện tòm tem mà dân tộc nào cũng có thành tích. Tôi quen thân một ông Ấn Độ. Hồi mới quen, ông mới qua định cư bên Montreal nên còn đội cái khăn to tổ chảng trên đầu. Với thời gian cái khăn biến mất luôn. Ông kể chuyện bù khú bên quê hương ông với tôi. Ông bảo ở Ấn Độ, chuyện dê cô em vợ là chuyện thường ở huyện. Ai cũng vậy. Rồi ông khuyên tôi nếu có lấy vợ Ấn Độ thì phải coi cô ta có chị đã lấy chồng không. Nếu có thì cứ coi thằng anh rể của cô ta như kẻ thù cho nó chắc ăn. Việt Nam ta thì không phổ thông như vậy nhưng màn kịch thường thấy là vợ đi sanh, cô em vợ lên coi cháu dùm, ông anh rể lân la đòi được coi sóc luôn. Anh chàng Joe Darger này khác. Năm 18 tuổi anh hẹn hò với cả hai chị em họ với nhau là Vicki và Alina. Tính vốn cả nể nên anh cưới cả hai. Cô em song sanh của Vicki được thêm vào bộ sưu tầm sau đó. Tới nay ba cô vợ đã sanh cho anh được tất cả 24 người con. Anh Joe Darger bị mấy ông bạn tôi dè bỉu là thứ gà què ăn quẩn cối xay.

Tôi hài ông này ra vì ông thuộc loại trồng hoa có nghề. Chơi ngay cả cụm. Chứ sở hữu có ba bà là hạng xoàng, thua cả ông Văn Quang. Tôi có quen ông Văn Quang vào lúc ông đã quy ẩn nên chẳng học được chiêu nào. Ông Tạ Quang Khôi quen ông Văn Quang từ ngày ông Văn Quang còn đang soan nên biết rất rõ chuyện thê nhi rất phong phú của ông này. *"Về nhà văn Văn Quang, tôi cũng có chút kỷ niệm. Khi tôi đang làm đài phát thanh Saigon, ông cưới bà vợ đầu tiên. Tiệc cưới tổ chức ở nhà hàng Đồng Phát, Chợ Cũ. Khi tôi vào nhà hàng, một nhân viên đài phát thanh Saigon kéo tôi ngồi cùng bàn ngay. Nhưng tôi chỉ mới ngồi được vài phút, Văn Quang từ trên lầu xuống, ghé tai tôi nói nhỏ: "Tao ở trên lầu, sao mày lại ngồi đây?" Lúc đó tôi mới biết một nhân viên đài phát thanh cũng cưới vợ, nhưng không mời tôi. Người nhân viên quen thuộc tưởng tôi cũng đến dự đám cưới của bạn ấy nên mới muốn tôi ngồi cạnh. Thế là tôi vội vàng theo Văn Quang lên lầu. Sở dĩ tôi nói Văn Quang cưới bà "vợ đầu tiên" là vì ông đã ở chung với bảy bà khác nhau. Nếu tôi không lầm, Văn Quang chỉ làm hôn thú với bà thứ nhất. Sau khi ly dị với bà này, ông không làm hôn thú với ai khác nữa".*

Ông Dương văn Chuốt, người Sóc Sơn, Hà Nội, oai hùng hơn ông Văn Quang chút xíu. Oai hơn cả ông Luân Hoán. Ông Luân Hoán khoe *người tôi yêu ở tứ tung*. Ông Chuốt có vợ ở tứ tung. Bà vợ đầu là người cùng quê mà ông cưới từ năm 1967 khi ông mới 18 tuổi. Lúc đó bà này mới có 17 tuổi rưỡi nên chưa đủ tuổi làm hôn thú chính thức. Ăn ở với nhau có con rồi thì ông quên luôn không làm hôn thú. Công việc buôn bán khiến ông phải bôn ba khắp nơi. Tới đâu ông có thêm vợ tới đó. Ngồi đếm đốt ngón tay, ông tính ra, ngoài ba người vợ ở cùng quê, các bà khác thì rải rác mỗi nơi một bà. Quảng Ninh, Tây Ninh, Sài gòn, Lào và Kampuchia là những điểm đánh dấu của ông. Tính ra thì Bắc, Trung, Nam, Lào và Kampuchia, vậy là ông có vợ ở khắp Đông Dương! Ông không làm hôn thú với bà nào cả nên tới nay đã 66 tuổi, tình trạng gia đình ông vẫn phải khai: độc thân. Độc thân mà có cả thảy 27 con gồm 14 trai, 12 gái và 1 con nuôi. Ông Chuốt là người khiêm nhường. Hỏi tới chuyện vợ con đông đúc, ông bảo việc lấy vợ của ông đều do số phận và trời xui đất khiến nên mới ra như vậy. Ông trời của ông chắc thuộc loại mẫn cán nên chịu khó xúi ông dài dài.

Vợ con đùm đề như vậy nhưng ăn thua chi với ông Ấn Độ đang mang danh hiệu có một gia đình đông đảo nhất thế giới. Ông bạn Ấn Độ của tôi không nói ngoa. Ở Ấn Độ đàn ông là…thượng đế. Cứ vơ đàn bà vào chật ních nhà. Ông Ziona Chana không những là một người Ấn Độ mà còn là sếp của một giáo phái có khoảng bốn ngàn tín đồ, chủ trương người đàn ông muốn có bao nhiêu vợ cũng được. Vì là sếp nên ông phải làm gương. Hiện ông có 39 vợ và vẫn đang tiếp tục cua đào! Nhưng thành tích vượt trội hơn cả là ông có một gia đình lớn nhất thế giới gồm 39 vợ, 94 con, 14 dâu và 33 cháu nội. Tính tôi vốn lười nhưng hứng thú với sự bề bộn của ông Ziona nên phải chịu khó làm một con tính cộng. Tổng cộng chẵn chòi 180 người chưa kể ông sếp! Họ sinh sống ra sao? Tất cả ở trong một ngôi nhà bốn tầng có 100 phòng được ông xây cất ở ngôi làng Baktawng tại Mizoram, Ấn Độ. Nhà có tới 100 phòng thì khác chi một cái khách sạn. Đúng là một cái khách sạn nhưng không có bồi phòng. Các bà vợ chia nhau dọn dẹp vệ sinh và nấu ăn. Một bữa ăn tối của gia đình tiêu thụ 30 con gà, 60 kí khoai tây và 100 kí gạo. Trong khuôn viên nhà có một trại nuôi heo, một trại gà và vườn rau đủ dùng cho gia đình. "Chỉ huy trưởng" cơ ngơi này là bà vợ cả Zathiangi, 69 tuổi. Bà cho thi hành kỷ luật quân đội nhưng trong "thân yêu và kính trọng" nhau để mọi việc tiến hành trôi chảy mỗi ngày.

Nhà khủng như vậy nhưng vẫn chật. Có nhiều bà phải

chen chúc nhau nằm chung phòng. Căn phòng chính dĩ nhiên là của sếp. Phòng này duy nhất có chiếc giường đôi rộng rãi dùng để…thiết triều. Ông cũng rất công bằng, chia phiên cho các bà vào ngủ đàng hoàng. Bà trẻ nhất chiếm căn phòng bên cạnh sếp. Bà "via" nhất chịu căn phòng xa nhất. Nhưng chắc cũng phải thay đổi hoài vì có năm ông đã cưới tới 10 bà! Cuộc săn vợ của ông vẫn chưa chấm dứt. Ông vẫn bổ sung vào bộ sưu tập bề bộn của ông bằng những chinh phục mới. Càng ngày ông càng mở rộng địa bàn hoạt động. Mới đây ông dọa sẽ kiếm một bà Mỹ!

Viết về những anh đàn ông đáng nể trên, tôi không khoái bằng viết về ông Nguyễn Đăng Hành ở Hà Nội. Bởi vì ông này thuộc giới văn chương: ông là một nhà thơ, đúng ra là một nhà…vè. Chắc cũng phải mở cái ngoặc ở đây để nhắn mấy ông bạn thơ của tôi: mần thơ thì cứ mần nhưng đừng vọng động bắt chước ông nhà thơ không giống ai này. Bút hiệu của ông là Lãng Tử và Tú Huyết. Cả hai bút hiệu cái nào nghe cũng đáng nể cả. Ông nhìn nhận là ông có lối sống rất thơ: ai cũng chơi hết và ai cũng có thể lấy làm vợ hết. Thơ thì làm sao nuôi được miệng nên ông có nghề thợ mộc để nuôi thân. Ông đi lung tung để hành nghề. Ngoài cưa đẽo gỗ ông còn cưa…đàn bà. Ông chẳng dấu nghề. *"Tôi gặp ai cũng cười tươi như pháo hoa, nói chuyện vui như pháo. Cả đời tôi chưa xích mích với bác nào dưới gầm trời này cả"*. Khi ông nói, người ta bảo ông là chúa ngụy biện. Ngụy biện đến kiến trong lỗ cũng phải bò ra. Khả năng quyến rũ phụ nữ của ông phải nói là tuyệt vời. Biết "tài" của mình nhưng ông hạn chế mục tiêu vào những bà quá lứa lỡ thì và những bà “tuy nhan sắc mà mỏng phận, mãi chửa đến duyên”. Ông sưu tầm những thứ quá lứa lỡ thì cho tới nay đã được 16 bà. Bà thứ 16 chỉ bằng tuổi thằng con trai lớn của ông. Ông cũng có triết lý riêng: “Ở đời dẫu có nhiều thứ người ta coi là to tát, bạn vẫn xem như chuyện nhỏ, nhưng riêng việc lấy thêm vợ bé bao giờ cũng là việc…lớn!”.

Nhà vè Đăng Hành có hai việc làm ở đời: làm thơ và làm chồng. Làm chồng chúng ta đã nói ở trên, còn thơ ông ra sao?

Là cây phải nảy búp chồi
Nụ hoa phải đáng một đời nụ hoa
Là con thì phải có cha
Là gái hợp cẩn giao hòa âm dương
Ta đây dẫu chẳng thánh hiền
Cũng liều mang cái khùng điên giúp đời.

Thơ như vậy tôi cho là xoàng, gần với vè hơn, thua xa các ông bạn thơ của tôi. Nhưng sao ông này tài tình thế? Ông bật mí là ngoài phần tâm hồn còn phần thể xác nữa. Điểm này thì ông rất tự hào. Ông còn thách: không tin cứ hỏi các bà ấy thì biết! Nói coi bộ chưa đủ, ông còn thơ nữa:

Bắc Hồng có Nguyễn Đăng Hành
Vợ thì không có nhân tình vài xâu
Con thì con bí con bầu
Giống thì giống Nhật, giống Tàu, giống Tây
Bạn bè đó đó đây đây
Hèn sang lớn bé mây mưa tức thì!

Viết tới đây, tôi chạnh nghĩ tới mấy ông bạn thơ của tôi. Ông nào chắc cũng không oai bằng ông Nguyễn Đăng Hành.

Ông nào cũng giai nhân đứng ngồi quẩn quanh đầy trong thơ. Nhưng tôi ngờ rằng chỉ có trong thơ. Ngoài đời thì không có mấy ông tài tình cả. Thơ của mấy ông quả có hay hơn thơ của nhà thơ Nguyễn Đăng Hành nhưng có mấy ông tự hào được như ông này.

Nghĩ ta! Ta khoái cái thân ta
Chẳng bụt, chẳng tiên, chẳng quỷ ma
Rượu thịt, oản xôi – thôi đủ cả
Gió trăng, hoa lá – đã từng qua!

Mấy ông bạn thơ thẩn của tôi ơi, nghe đã ứa gan chưa?

03/2016

NHỎ

Số cô có mẹ có cha / Mẹ cô đàn bà, cha cô đàn ông / Số cô có vợ có chồng / Sanh con đầu lòng chẳng gái thì trai. Đó là câu giễu những anh thầy bói nói kiểu huề vốn. Cứ hàng hai như vậy nhất định trúng. Ngày xưa thì như vậy thiệt nhưng ngày nay anh thầy bói này có thể bị đập tráp. Từ khi phong trào "đứng giữa" được hầu hết các quốc gia công nhận, dân số không thuộc về phe tóc dài hay tóc ngắn ra công khai tăng lên vùn vụt.

Ngày nay, cha cũng không nhất thiết phải là đàn ông vì có những ông con cái đùm đề nay bỗng đổi hướng biến thành đàn bà. Trường hợp biến ầm ỹ nhất hiện nay là của chàng Bruce Jenner biến thành nàng Caitlyn Marie Jenner. Anh này đã từng đoạt huy chương vàng thế vận hội môn *decathlete* vào năm 1976 được tổ chức tại Montreal. Theo truyền thống thế vận, người nào đoạt huy chương vàng môn này thường được coi là "lực sĩ số một" của thế vận hội đó. Với danh hiệu này, chàng Bruce đã tạo nên sự nghiệp trong các ngành truyền hình, điện ảnh, người mẫu. Có lần chàng đã cởi để chụp hình cho tạp chí *Playgirl.* Phải kể ra như vậy để biết anh chàng năm nay 67 tuổi là một đấng nam nhi thuộc loại ngầu có cầu chứng tại tòa. Chắc cần phải nói thêm là chàng đã có hai vợ và bốn con. Tháng 4 năm 1991, chàng cưới bà thứ ba là Kris Kardashian và có với nhau hai con gái. Vậy là chàng đã sáu lần làm cha. "*Cha cô đàn ông*" như vậy là đúng phóc. Ai đàn ông bằng anh chàng lực sĩ Bruce Jenner này! Vậy mà tháng 10 năm 2013, chàng ly dị vợ để đến tháng 4 năm 2015 chàng công bố chàng là một nữ lưu đổi giống. Ngày 25 tháng 9 năm 2015, chàng được chính thức công nhận là đàn bà mang tên Caitlyn Marie Jenner. Hiện chàng có chương trình truyền hình *Am Cait* chuyên nói về chuyện chàng đổi giống. Vậy thì *"cha cô"* đâu có phải là đàn ông. Anh thầy bói phải quê độ. Quê hơn nữa là *"sanh con đầu lòng"* ngày nay cũng không nhất thiết phải là gái hay trai mà có thể là *"nửa chừng xuân"!*

Việc hợp pháp hóa thành phần thứ ba này đòi hỏi nhiều thay đổi về luật pháp, xã hội và tình cảm cộng đồng. Toàn những vấn đề lớn! Nhưng cũng có một vấn đề nhỏ, rất nhỏ, mà sự thay đổi đang ồn ào tranh cãi. Đó là vấn đề nhà vệ sinh cho các đấng…trung dung. Từ trước tới nay, thứ nhà nhỏ nhít nhưng tối cần thiết thường được phân chia làm hai: nam và nữ. Chúng được đánh dấu rõ ràng bằng chữ. Nhưng trong thế giới hội nhập ngày nay, người nước nọ qua sinh sống hoặc ghé thăm nước kia, ngôn ngữ trong trường hợp này không hữu dụng. Người ta phải nghĩ ra một dấu hiệu mà nhìn vào đó ai cũng biết mình phải vào cửa nào. Đó là dấu hiệu mà phần lớn các nhà vệ sinh thường dùng hiện nay. Hình vẽ dấu hiệu bên các ông là một hình nhân mặc quần, bên các bà là một hình nhân mặc váy. Nhìn vào ai cũng hiểu mặc dù rất nhiều bà mặc quần đi vào chỗ có hình mặc váy! Đó là ký hiệu hầu như mọi nước đều áp dụng. Ngay đứa bé con nhỏ xíu cũng biết.

Sự xuất hiện của giai tầng đứng giữa làm cho trật tự thế giới bỗng có vấn đề. Tôi "trung lập" vậy thì tôi vào bên nào? Chuyện tưởng nhỏ mà hóa lớn. Trước hết có ít nhất hai loại "trung lập": trung lập hình thức và trung lập hoàn toàn cả hình thức lẫn nội dung. Tỷ như anh chàng Bruce Jenner nói ở trên biến thành nàng Caitlyn Marie Jenner đã có hình thức là một nữ nhân nhưng nội dung ra sao? Chỗ dùng để đi tiểu của anh đã được tu sửa chưa? "Cây gậy làm mưa" (chữ của nhà văn Đỗ Kh.) của anh còn hay đã bị cắt cụt? Nếu còn thì tuy mặc váy nhưng khi đi vào chỗ có hình nhân mặc váy, anh sẽ bị lạc lõng. Lỡ có một tên đực rựa nào lợi dụng tình hình, cũng mặc váy nhưng vẫn gậy gộc đầy đủ, vào phòng vệ sinh dành cho các bà để thỏa mãn cặp mắt thì sao? Cũng...vấn đề lắm chứ!

Chuyện tưởng nhỏ hóa ra thành vấn đề quốc gia. Ủy Ban Nhân Quyền Quốc Gia Mỹ vừa ra quyết định nghiêm cấm các hình thức ép buộc người dân sử dụng phòng tắm, nhà vệ sinh công cộng không tương ứng với bản sắc giới tính của họ. Quy định này chính thức có hiệu lực trên toàn nước Mỹ kể từ ngày 26 tháng 12 năm 2015 vừa qua. Đại diện đảng Cộng Hòa đối lập tại Mỹ, ông Graham Hunt lập tức phản đối. Ông cho rằng "chính sách này sẽ tạo cơ hội cho những kẻ lợi dụng đánh lừa chúng ta về giới tính của họ để thâm nhập vào những khu vực riêng tư của người có giới tính đối lập". Mặc những phản đối của đảng đối lập, tòa Bạch Ốc đã thiết lập một nhà vệ sinh cho người đồng tính trong ngôi nhà quyền lực nhất nước này. Phát ngôn viên tòa nhà trắng Jeff Tiller cho biết:"Nhà vệ sinh không phân biệt giới tính này thuộc tòa nhà điều hành Eishenhower, nơi có những cuộc họp hay gặp gỡ thường xuyên diễn ra và gần với khu *West Wing* có văn phòng của Tổng Thống.

Như tôi đã viết ở trên, chuyện thay đổi giới tính có khi là thay đổi bề ngoài, có khi là thay đổi toàn diện. Đối với việc sử dụng nhà tiểu và phòng tắm công cộng, người ta phân biệt thành giới tính sinh học hay giới tính mong muốn. Giới tính sinh học là chuyện tại trung tâm chiến lược: đó là gậy hay mặt bằng. Giới tính mong muốn là ước muốn chưa thành của các người chuyển giới: bề ngoài là thứ này nhưng bên trong là thứ khác. Một cuộc thăm dò đã được đài CBS tài trợ với câu hỏi: "Liệu các học sinh chuyển giới nên sử dụng nhà vệ sinh theo giới tính sinh học hay theo giới tính mong muốn của họ?". Kết quả là 59% phản đối việc cho phép dân giữa đàng sử dụng nhà vệ sinh theo giới tính mong muốn, chỉ có 26% đồng ý. Chi tiết hơn thì trong cuộc thăm dò này các ông lại phản đối quyết liệt hơn với 62% phản đối trong khi các bà nhân nhượng hơn với 56%.

Chuyện căn phòng nho nhỏ để giải quyết chuyện thiên nhiên réo gọi và vấn đề phân biệt giới tính đã có lúc đi tới chuyện phân biệt nam nữ. Các bà hậm hực cho rằng các bà bị chơi ép khi sử dụng nhà vệ sinh công cộng. Theo các bà thì đành rằng diện tích nhà vệ sinh dành cho hai bên bằng nhau nhưng các bà vẫn bị thua thiệt. Bởi vì các bà cần nhiều thủ tục hơn các ông trong căn phòng kín này. Chuyện này chắc ai trong chúng ta cũng đã từng mục kích. Như trong một chương trình đại nhạc hội chẳng hạn. Giờ giải lao, nhiều người giải quyết nhu cầu cùng một lúc nên phải xếp hàng. Bao giờ hàng bên các bà cũng dài hơn bên các ông. Có một chuyện khá vui vừa xảy ra vào tháng cuối năm 2015: ứng cử viên Tổng Thống Hillary Clinton, trong một buổi tranh luận, đã ra trễ 5 phút vì bị kẹt xếp hàng trước nhà vệ sinh. Vậy mà khi bà ra bục tranh luận, các ông đã xúm nhau vào chỉ trích! Tôi đã mục kích một màn khá vui khác. Giờ giải lao một buổi trình diễn ca nhạc tại Montreal, các ông và các bà xếp thành hai hàng song song nhau để vào thăm…lăng. Phía các ông chuyển lên nhanh chóng trong khi phía các bà cứ từ từ mà đợi. Cuối cùng bên các ông chẳng còn ai xếp hàng, các bà bèn làm một cuộc xâm lăng. Họ tiến vào "nhà" của các ông! Có vài ông đi trễ đã ngơ ngẩn trước sự thể nhưng biết làm sao bi chừ. Đành di tản đi chỗ khác để trút bầu tâm sự.

Đang nói chuyện nơi chốn giải quyết cho thành phần thứ ba, tôi lại quẹo qua việc "tranh chấp" của hai thành phần chính thống. Thật bậy bạ. Nhưng tính tôi cứ chỗ nào vui là nhào vào mới ra cớ sự. Chuyện này cũng vui nè! Chuyện xảy ra trước một cửa hàng McDonald ở tiểu bang Virginia. Một bà thuộc thành phần thứ ba đã biểu tình trước cửa nhà hàng vì bị từ chối không cho sử dụng nhà vệ sinh nữ. Tại một tòa án ở tiểu bang Maine, một cô gái chuyển giới cũng biểu tình phản đối vì không được vào nhà vệ sinh nữ.

Chuyện xảy ra ở một trường tiểu học ở tiểu bang Colorado còn trầm trọng hơn. Em bé Coy Mathis mới học lớp một, nghĩa là khoảng 6 tuổi, là một bé trai. Năm em mới lên 4, em đã được chuyển đổi giới tính. Hiện tại, tất cả các giấy tờ tùy thân của em, kể cả thông hành, đều công nhận em là nữ giới. Khi tới trường, em được nhà trường thông báo riêng là em phải sử dụng phòng vệ sinh nam chứ không được bén mảng tới phòng vệ sinh nữ. Cha mẹ em đã kiện nhà trường lên Ủy Ban Nhân Quyền tiểu bang đòi quyền sử dụng nhà vệ sinh nữ cho em. Ủy Ban đã ra phán quyết cho em được sử dụng nhà vệ sinh nữ.

Chuyện lộn bậy lộn bạ ở đâu cũng là chuyện cười ra nước mắt. Yuki là một người chuyển giới từ nam sang nữ tại Sài Gòn. Em kể: "Tuy em chưa có điều kiện giải phẫu chuyển giới nhưng bề ngoài em đã là nữ hoàn toàn. Em mặc đồ nữ, để tóc dài, đi đứng yểu điệu. Vậy mà mỗi khi em vào nhà vệ sinh nữ, có mấy cô mấy bà cứ dòm ngó, sợ em giả gái, vô đây làm những chuyện "biến thái". Vậy mà có khi bên nữ kẹt hàng dài, Yuki qua bên nam lại bị các ông la trời, đuổi đi mất đất! Thân phận hai hàng quả là gian khổ. Bên anh không xong, bên em cũng không xong! Cũng từ nam chuyển sang nữ, nhưng em Trần An Vi chưa được giải phẫu để đoạn tuyệt cái lủng lẳng. Nghĩ rằng mình vẫn còn là nam nên vào phòng vệ sinh nam, em bị các ông đuổi tơi bời hoa lá. Em tâm sự: "Đến giờ nghĩ lại, em vẫn thấy quê quá chừng. Sau này khi em qua *toilet* dành cho nữ, có mấy chị nhì nhìn rồi thôi!".

Ngược lại, Alex Trương, cũng dân Sài Gòn, chuyển từ nữ

sang nam, cũng gặp rắc rối không kém: "Khi mới bắt đầu sử dụng hóoc-môn, em đã cắt tóc, bó ngực và mặc trang phục nam giới. Lúc ấy em cũng tập dần cho mình đi nhà vệ sinh nam, nhưng thật lòng mà nói khi đó em cũng sợ lắm. Vì vậy thường những khi nào không thể nhịn nổi thì em mới vào, còn thường thì em đi chung với bạn hoặc ôm bụng về nhà. Nhiều khi còn đau đầu hơn khi vào nhà vệ sinh chỉ có bồn tiểu đứng. Lúc đó em ao ước được mẹ nắn thêm cho "cái ấy" để khỏi bị kỳ thị và khó xử".

Các phương tiện vệ sinh công cộng tại các trường học là phiền phức nhất nếu trường có các em chuyển giới. Vì ngoài chuyện đi vệ sinh ra các em còn phải thay quần áo trong các phòng tập thể để học các lớp thể dục hoặc chơi thể thao. Giữa thanh thiên bạch nhật, tô hô ra với nhau, anh chị chuyển giới bị lộ liền. Vậy nên việc dành khu vệ sinh và thay đồ cho các em đứng giữa là điều phải làm. Tôi vừa đọc báo thấy trường Vanier College ở Montreal dành 15 phòng vệ sinh cho các trò chuyển giới. Việc này quan trọng đến nỗi ông Normand W. Bernier phải ra nguyên một thông báo rất trịnh trọng: "Trường Vanier luôn luôn được coi như một nơi có tinh thần cởi mở và khoan dung và tôi cảm thấy việc đặt thêm những nhà vệ sinh mới này là quan trọng. Kể từ nay, tất cả các thành viên của Vanier, cả sinh viên lẫn nhân viên, có thể dùng các tiện nghi này một cách an toàn bất kể họ biểu hiện giới tính như thế nào".

Thấy trường Vanier làm quan trọng sự việc như vậy, tôi nghĩ chắc đây là một trong những trường đầu tiên có sáng kiến khoan dung như vậy. Nhưng bé cái lầm. Đại Học

Vermont ở Burlington bên Mỹ đã có nhà vệ sinh riêng cho sinh viên chuyển giới từ năm 2007. Cho tới nay đã có 150 trường cao đẳng và đại học Mỹ có tiện nghi riêng cho sinh viên chuyển giới. Đặc biệt là toàn thể các đại học trong hệ thống Đại Học California đã làm việc này từ khuya. Bên Anh người ta cũng đã làm từ năm 2009 lận! Đó là tại Đại Học Staffordshire. Tại Đại Học nổi danh Sussex người ta cũng đã chia khu vệ sinh ra ba thành phần riêng biệt: nam, nữ và chuyển giới.

Ngay tại một trường trung học tại Thái Lan, từ năm 2009, cũng đã có nhà vệ sinh riêng cho các em có vấn đề về giới tính. Đó là trường trung học Kampang nằm tại Đông Bắc Thái Lan. Nhà vệ sinh đặc biệt này được gắn tấm bảng khá lạ: hình một nửa nam nhân màu xanh và một nửa nữ nhân màu đỏ dính vào nhau! Ông giám thị của trường tên Sitisak Sumontha ước lượng mỗi năm có tới từ 10% đến 20% các nam sinh không thoải mái trong hiện trạng của họ và muốn làm con gái hơn là con trai. Con số phần trăm kể trên là khá cao, tôi nghĩ vậy. Nhưng coi bộ nơi xứ Phật này các nam nhân muốn biến dạng là một con số khá cao. Cứ nhìn vào những người chuyển giới trong kỹ nghệ giải trí ở Thái Lan khắc biết. Ai đi du lịch Thái cũng phải coi *show* do các thanh niên *gay* trình diễn. Các ông bạn tôi ông nào cũng suýt soa: sao họ đẹp thế. Đẹp hơn cả con gái chính tông! Ông giám thị Sumontha rất nghiêm túc, ông không nghĩ tới chuyện ngoài xã hội mà chỉ chú ý tới chuyện học hành của các em: "Các em trai này thường bị chế giễu mỗi khi dùng phòng vệ sinh nam, và thế là họ dùng phòng vệ sinh nữ. Nhưng các nữ sinh lại phản đối vì họ có bề ngoài là nam mà lại vào phòng vệ sinh nữ. Điều này đã gây ra những phiền toái và ảnh hưởng đến tâm lý. Kết quả là việc học hành của các em sa sút". Các nam sinh có ước vọng thành nữ nhân rất hoan hô việc nhà trường lập nhà vệ sinh riêng cho họ. Em Triwate Phamanee, 13 tuổi, phát biểu: "Chúng em cảm thấy mình không phải là con trai, do đó chúng em không muốn dùng nhà vệ sinh nam. Chúng em muốn mọi người biết chúng em là người chuyển đổi giới tính". Một em khác, em Vichai Saengsakul, 15 tuổi, nhấn mạnh thêm: "Mọi người cần biết rằng chuyện chuyển đổi giới tính không phải là chuyện để đem ra giễu cợt. Chúng em muốn sống một cuộc đời riêng cho bản thân. Đó là lý do tại sao chúng em biết ơn nhà trường đã làm việc này cho chúng em". Tại Thái Lan, các em chưa đủ tuổi được phép phẫu thuật đổi giống.

Thú thật là tôi mệt về chuyện rắc rối này quá! Chuyện tưởng nhỏ mà hóa ra không nhỏ. Đó là chuyện của toàn xã hội trong mọi quốc gia. Mấy ông bạn tôi coi bộ còn mệt hơn. Các ông ấy thắc mắc là tại sao con người ngày nay lộn xộn quá vậy. Ngày xưa đâu có vậy! Nam ra nam, nữ ra nữ, không có lang bang đứng giữa. Các ông lạch bạch này là thứ mũ ni che tai. Ngày nay trời đất thay đổi lung tung. Mưa nắng, ấm lạnh, bão bùng, giông gió, băng tuyết chẳng theo một trật tự như ngày xưa, mà lộn tùng phèo tất cả. Ông trời còn thay đổi huống chi con người!

02/2016

NON

Cỏ non xanh rợn chân trời. Chữ "rợn" trong câu Kiều thật đắt. Nghe rợn người! Bao la một đồng cỏ non xanh mướt mượt mà. Thời cụ Nguyễn Du sống chắc chẳng ma mãnh bằng thời nay. Vậy mà câu thơ cổ lại ăn ý với cái ma mãnh hiện đại.

Trên chuyến bay của hãng hàng không American Airlines từ Dallas tới Portland vào ngày 15 tháng 6 vừa qua có hành khách tên Chad Cameron Camp, 26 tuổi. Máy bay vắng người có nhiều chỗ trống. Ông Chad lại muốn ngồi chật nên tới ngồi vào ghế giữa của một hàng ghế. Người ngồi bên cạnh là một cô gái 13 tuổi, đi một mình. Ông gợi chuyện với cô gái, bằng miệng, nhưng câu chuyện tiến tới chỗ nói bằng tay. Tay ông đặt vào đùi cô gái, ba lần tất cả. Một tiếp viên đi ngang qua đã chứng kiến bàn tay của ông đặt vào chỗ không thể đặt. Cô gái ngây thơ, quá sợ nên không phản ứng chi được. Cô chỉ biết khóc. Cô tiếp viên vội thông báo cho phi công. Ông này liên lạc với cảnh sát ở phi trường Portland. Cảnh sát đã đón ông hành khách thích cỏ non khi ông rời máy bay và tạm giam vào nhà tù Multnomah County. Hãng máy bay American Airlines đã tính tiền trông nom, hướng dẫn các trẻ vị thành niên đi máy bay một mình, mỗi em 150 đô.

Người ta khó cầm lòng trước cái rợn người của đám cỏ non. Bạn tôi có nhiều ông rất chăm chỉ về Việt Nam thăm quê hương. Các ông này ít để ý tới chùm khế ngọt mà chỉ ưa cỏ tuy các ông không phải là loài ăn cỏ. Mà quê hương ta giờ đây cỏ non đầy rẫy cho các ông gặm. Hỏi thì các ông ấy lý luận: răng cỏ mòn hết gặm cỏ non chứ cỏ già sao đặng! Trên bàn rượu, gặng hỏi thêm, tưởng hơi rượu khiến các ông xuề xòa hơn, thì các ông vẫn câm như hến, thủ khẩu như bình. Chắc miệng mồm còn vướng cỏ! Không trông mong gì được các ông tâm tình thì thật may, tôi vừa nhận được một bài viết mang cái tên rất thật: *"Chuyện có thật tại San Jose"* của tác giả Lạc Long Huỳnh Quốc Phú. Bên cạnh tên tác giả còn viết thêm: *"Hiền Nội edit"*. Vậy là có cầu chứng tại tòa!

Chuyện có thật này là chuyện của đôi vợ chồng Xuân và Thủy. Chàng là học sinh Chu Văn An, nàng là người đẹp Trưng Vương. Đúng chỉ số Bắc Kỳ di cư! Di cư rồi di tản, họ nhanh chân qua Mỹ vào năm 1975. Cả hai đi học lại, có việc làm tốt, mua được tới năm căn nhà. Cuộc sống của họ rất êm ả hạnh phúc. Họ chia niềm hạnh phúc của họ cho những người khác bằng cách đi chùa và làm việc thiện. *"Năm 2002, chùa đón tiếp một vị sư từ Việt Nam qua chơi. Sau nhiều lần tiếp xúc với vị sư này, vợ chồng nàng quyết định về Việt Nam lần đầu, hầu để nhìn tận mắt cảnh khốn khổ của những người nghèo, nhất là những trẻ mồ côi. Lần đó vợ chồng nàng quả thật động tâm khi thấy những nỗi khổ đau của người nghèo sống dưới chế độ xã hội chủ nghĩa. Sau khi trở về Mỹ, Thủy và chồng thành lập một hội từ thiện, kêu gọi lòng hảo tâm của mọi người để giúp những kẻ khốn khổ bên nhà. Nhiều lần tổ chức quyên tiền, văn nghệ gây quỹ và cả hai đã nhiều lần trở về mang lại bao nhiêu niềm hy vọng cho những người khốn cùng. Thủy và Xuân hăng say làm từ thiện vì nghĩ rằng sẽ để phước lại cho con cái".*

Trong một lần cùng bạn bè đi ăn tại một nhà hàng ở Việt Nam, họ gặp một cô chiêu đãi viên có gương mặt hiền lành rất có cảm tình. Ngay sau đó, cô bị một tên vũ phu đánh đập tàn tệ. Cô cho biết đó là chồng cô tới nã tiền để đi nhậu và đánh bài. Họ thương cảm giúp đỡ bằng cách cho tiền và đưa cô vào chùa ở để tránh tên chồng không ra chi. Sau đó, mỗi lần hai vợ chồng về Việt Nam làm từ thiện thì cô gái tên Mẫn này là một cộng sự viên đắc lực. Trong một lần về Việt Nam một mình vì vợ bị mổ ruột dư vào giờ chót, *"Xuân đã ôm trọn người con gái tuổi còn nhỏ hơn con mình trong vòng tay mà chính chàng cũng không ngờ... Với số tuổi sáu mươi, Xuân biết mình không còn bao nhiêu sức lực để theo kịp Mẫn, nhưng không hiểu tại sao mỗi lần gần Mẫn, cô ta không bao giờ làm cho chàng có cảm tưởng là một ông già và lúc nào cũng tỏ vẻ chân thành cảm kích Xuân đã cho cô ta những giây phút sung sướng tuyệt vời... Mặc dù là vậy, lần này trở về, Xuân có thủ sẵn một hộp Viagra để giúp chàng có đủ sự tự tin của người đàn ông khỏe mạnh. Hộp thuốc này chàng đã bí mật nhờ một người bạn làm dược sĩ mua dùm".*

Chuyện đổ bể. Thực ra Mẫn và tên được gọi là chồng đã đóng một màn kịch tại quán ăn khiến vợ chồng Xuân và Thủy bị lừa gạt. Tình vợ chồng của họ bị khuyết một mảnh lớn. Tại Mỹ, họ còn chung nhà nhưng khác phòng. Nhưng rồi vì các con, họ hòa thuận lại với nhau. Chẳng bao lâu sau, bác sĩ khám phá ra Xuân bị bệnh tình thời đại và làm lây lan cho vợ. Địa ngục mở ra trước mắt họ!

Nói tới đồng cỏ non dân ta nghĩ ngay tới chùm khế ngọt. Dân người nghĩ tới những nơi nghèo khó như Thái Lan, Lào và nhất là Kampuchia. Nhưng đám cỏ non tại Kampuchia phần lớn cũng là con Hồng cháu Lạc. Một người hoạt động mẫn cán cho việc cứu các em bé tội nghiệp này là Linh Mục Nguyễn Bá Thông. Ông cha này không giống ai. Làm cha mà cứ nhất định xưng là "con" bởi vì xưng hô phải theo tuổi tác chứ không theo chiếc áo thầy tu. Có bố là Trung Tá Nhảy Dù, mẹ là nữ quân nhân Việt Nam Cộng Hòa, ông cha này kể: *"Khi Sài Gòn mất thì bố mẹ đi vào tù trong lúc mẹ con mang thai con mới một tháng. Ở tù được tám tháng, gần đến ngày sinh, thấy mẹ con ốm yếu, kiệt sức sắp chết, thì họ cho về để sanh. Bố con có nhắn ra nếu là gái thì đặt tên là... và con trai đặt tên là Nguyễn Bá Thông nên bây giờ tên con là Nguyễn Bá Thông dù đã vào quốc tịch Mỹ nhưng không đổi tên...Mẹ con sanh con ra èo uột khó nuôi, tưởng chết, vì thiếu sữa nên tướng con nhỏ thó không giống như cha con tướng to lớn...Ba con đi tù sau mười mấy năm mới được ra, sau đó có chương trình HO gia đình con đã được đi Mỹ. Vào Mỹ ngày 5/2/1993, và đến Chicago lúc đó con được 16 tuổi, học trung học. Sau Đại học hai năm, người bạn gái khuyên con đi tu, con nghe theo vào trường dòng đến ngày 5/6/2004 con được thụ phong linh mục...Hiện giờ người bạn gái hồi xưa khuyên con đi tu đã ra bác sĩ, sống gần bố mẹ con và săn sóc hai cụ".*

Cha Thông đã ra sức qua Kamphchia và Việt Nam để cứu vớt các bé gái bị bán vào các động mãi dâm. Cha đã cứu được trên 700 em, nuôi dậy tại các nhà an toàn do tổ chức *One Body Village* của cha thành lập. Tại đây các em được học nghề để có thể tự lực mưu sinh. Chiến thuật của ông cha chịu chơi này là giả danh dân chơi thứ thiệt đột nhập vào các động để tìm cách cứu các em. Để trả giá, cha Thông đã bị các chính phủ bắt 14 lần và bị đánh thừa sống thiếu chết, có lần đổ máu tai và một lần gãy xương sườn bên trái. Tại sao không ở trong nhà thờ cho yên ổn mà xông pha cho chúng đánh như vậy? Ông cha chịu chơi này trả lời: *"Cũng do bốn câu thơ của cụ Phan Bội Châu: Sống tưởng công danh, không tưởng nước / Sống lo phú quý, chẳng lo đời / Sống mà như thế, đừng nên sống! / Sống tủi làm chi, đứng chật trời".*

Đồng cỏ non tưởng chỉ có ở các nước nghèo khó nay lại nằm chình ình ngay tại Montreal chúng tôi. Các nhà làm việc xã hội vừa la làng chuyện các em còn non tuổi bị dụ dỗ vào việc vui chơi cho du khách. Montreal chúng tôi vào hè là vào mùa lễ hội. Hết *Jazz Festival* tới chạy Marathon, chạy xe đạp quốc tế *Tour de l"Ile*. Hội hè nào cũng kéo hàng hà sa số du khách tới. Nhưng đình đám nhất vẫn là cuộc đua xe hơi *Grand Prix* hè nào cũng lăn bánh. Đây là dịp lôi kéo du khách mạnh nhất. Du khách tới thì tiền cũng tới. Kinh tế thành phố lên vùn vụt. Khách sạn, ăn uống, tiêu pha là những chi tiêu chính. Nhưng chuyện bên lề cũng không kém nhộn nhịp. Kỹ nghệ tình dục sôi động hẳn lên. Các đầu nậu lo tuyển nhân viên phục vụ. Trong lãnh vực này tuổi tác là yếu tố quan trọng. Càng non càng ăn khách. Non là bao nhiêu? Bà Etienne Legault-Roy của tổ chức La Clés, một tổ chức chuyên giúp các em nhỏ thoát ra khỏi các đường dây bán *sex,* cho biết là 14 tuổi! Nhiều du khách còn đòi những em nhỏ tuổi hơn nữa. Họ có nhiều cách dụ dỗ các em. Thông thường nhất là dùng các thanh niên giả vờ cặp bồ và bán các em cho tổ chức bán dâm. Các em ngụ tại các nhà dành cho thiếu nữ vô gia cư là mục tiêu số một của đám cò mồi này. Bà Lynn Dion của nhà *Batshaw Youth and Family Centers* cho biết là trong cuối tuần có cuộc đua xe hơi *Grand Prix* điện thoại của Trung tâm bận rộn một cách bất thường. Tuy nhân viên của Trung tâm đã kiểm soát các cuộc gọi nhưng những tay dụ dỗ này có nhiều mánh khóe qua mặt. Ngày nay, với phôn tay, *internet* việc kiểm soát các em thập phần khó khăn hơn. Các em còn sống với gia đình cũng có thể sa bẫy. Mùa hè, các em không phải tới trường, có em rảnh rỗi xin phép cha mẹ đi chơi, có em đi làm thêm, thời giờ sống ngoài gia đình của các em khá nhiều. Đó là những lúc các em bị dụ dỗ. Thay vì làm tại McDonalds có 10 đô một giờ, các em có thể kiếm được nhiều gấp chục lần hơn. Lực lượng cảnh sát không khoanh tay ngồi yên. Họ tăng cường hoạt động tại những địa điểm nóng. Tôi thấy trên đường phố, trên xe buýt câu: *"Buying Sex Is Not A Sport"*. Có thể đúng! Mua dâm không phải là một môn thể thao. Nó đi bên cạnh thể thao. Như anh em!

Hay như thày trò? Nhà trường là nơi thày trò gần gũi, nơi thầy truyền kiến thức và đạo đức cho các em học sinh. Nhưng nếu thầy là loại quỷ quái thì rất dễ trao cho các nữ sinh những thứ khác. Các nữ sinh còn non tuổi rất dễ bị sa vào cái bẫy tinh ma của người mà các em gọi là thầy. Vụ Hiệu Trưởng Sầm Đức Xương của trường Trung Học Việt Vinh ở Hà Giang, hoang dâm vô độ, làm hại cuộc đời của nhiều nữ sinh còn non tuổi trong trường là vụ điển hình. Trong vòng hơn một năm, từ tháng 7 năm 2008 đến khi bị bắt vào tháng 9 năm 2009, tên này đã sáu lần cưỡng dâm em Nguyễn Thúy Hằng và cho em này số tiền tổng cộng 4,1 triệu đồng. Ngoài em Hằng, tên này còn "quan hệ" với các em Nguyễn Thị Thanh Thúy, N.T.P, 16 tuổi, H.T.T. 15 tuổi, T.T.N., 16 tuổi, N.T.X., 15 tuổi, N.T.N., 15 tuổi. Ngoài việc tước đoạt trinh tiết của chính học trò của mình, tên Xương còn hiến các em cho các quan chức trong tỉnh!

Nghề giáo là nghề thường tiếp cận với các em. Nếu không giữ được đạo đức tối thiểu của người thầy, họ dễ sa vào tội ác bị xã hội lên án nặng nề. Nhìn vào bức hình của thầy giáo dậy toán Quy Huy Peter Hoang, 68 tuổi, cư ngụ tại Sydney, tôi chỉ thấy đây là một người thầy đạo mạo khả kính như bao người thầy khác. Nhưng cái vẻ bề ngoài đó đã che đậy một tâm hồn mục rữa bên trong. Ông được các phụ huynh tín nhiệm nhờ ông dạy kèm môn toán cho con em họ. Từ năm

2007 tới 2014, ông đã xâm phạm tiết hạnh của năm em thuộc ba gia đình khác nhau. Một bà mẹ có con gái bị xâm phạm nhận được một cú phôn của thám tử trong đội điều tra quấy rối tình dục trẻ em nói rõ cuộc điều tra của họ và khuyên bà nên mang bé gái 7 tuổi đi bệnh viện khám. Bé gái 7 tuổi nằm trên bàn khám hỏi mẹ: "Mẹ có giận con không khi con ngu dại giữ bí mật cho ông Peter?". Bà mẹ đau khổ này tức giận: "Ông Peter đã bóp nát tuổi thơ của con tôi, đánh cắp sự ngây thơ, làm đen tối con tim và giết chết nụ cười của nó!". Trong phiên xử vào tháng 4 năm 2016 vừa qua, các chứng cớ đưa ra gồm cả một hộp thuốc bôi trơn trong cặp giúp ông thầy khốn nạn này xâm nhập vào người bé gái 7 tuổi đã làm các quan tòa không cầm được nước mắt. Ngoài bé gái này ông Peter còn quấy rối tình dục hai bé gái khác được một người bạn quen ở nhà thờ giới thiệu cho ông dạy kèm toán. Tại phiên xử, Chánh án Kate Traill kết luận: "Bị can là một kẻ xâm phạm tình dục đã lợi dụng địa vị là một thầy giáo trong cộng đồng Việt Nam và lạm dụng sự tin cậy này để tấn công các em nhỏ". Bản án: 24 năm tù và bị can không được xin hưởng tại ngoại trong 18 năm.

Nạn nhân của các vụ sách nhiễu tình dục trẻ vị thành niên không chỉ là các em gái. Các em trai cũng chung hoàn cảnh. Các ông khoái cỏ non thì các bà cũng rứa. Cỏ non bao giờ cũng hấp dẫn. Bà Peggy Phillips, 43 tuổi, là một người khoái trai vị thành niên. Tôi kể chuyện của bà để phần nào giải vây cho các ông bạn tôi. Các ông là những người có bản năng chinh phục từ ngàn xưa nhưng các bà cũng chinh phục dữ dội không kém!

Cỏ của bà Peggy chính là cậu cháu của bà. Theo hồ sơ tòa án quận Harris, tiểu bang Texas, bà Peggy đã tấn công tình dục cậu cháu từ ngày cậu còn học trung học. Nay cậu đã 23 tuổi. Chính cậu cháu đã tố cáo bà mợ vào năm 2009. Cậu từ tiểu bang khác dọn tới Texas và bị bà mợ tấn công ngay tức thì. Khi cậu phải nằm tại bệnh viện, bà đã sờ mó cậu, chui vào mền của cậu. Cậu thú nhận là cũng có…cảm giác vì bà mợ rất giỏi tán tỉnh và kích thích. Mối quan hệ mợ cháu này khiến ông chồng bà phải ly dị bà. Được tự do, bà làm tới, tù ti với cháu cả trăm lần. Hồ sơ tòa án còn có những hình ảnh trần trụi mà bà *text* cho cậu cháu!

Cô Roxanne Auger-Lapointe, 21 tuổi, ngụ tại Saint Jérome thuộc tỉnh bang Quebec chúng tôi cũng là người đi săn tình các bé vị thành niên nhưng cô lại quẹo qua một lối khác. Cô không săn bé trai mà chỉ săn bé gái! Nạn nhân của cô gái tuổi còn nhỏ nhưng cũng đã có chồng này lên tới 23 bé tuổi từ 13 đến 17. Môi trường hoạt động của cô ở bên ngoài cửa các trường trung học trong thị trấn. Cô dụ dỗ các bé gái để xâm phạm tình dục, sờ mó và phô bày thân thể. Cô đối diện với 89 tội danh trước tòa.

Vậy là các bà tham hơn các ông. Chơi tuốt cả hai *category!* Cũng 21 tuổi như cô Roxanne, buồn thay, là cô Nguyễn Lộc, một đồng hương của chúng ta, ngụ tại San Jose. Cô là huấn luyện viên thể dục, phụ trách môn cầu lông, của trường Trung Học San Jose. Cuối tháng 4 năm 2016, cô bị cảnh sát bắt giam vào nhà tù chính của quận hạt Santa Clara về tội quấy rầy tình dục một em nam sinh 15 tuổi.

Cỏ non xanh rợn chân trời. Đọc những chuyện cỏ non

vướng víu mới thấy cái tài dùng chữ của cụ Tiên Điền. Kể cũng…rợn thật!

06/2016

PHẠT

Tôi lái xe ra *exit* và thoát khỏi xa lộ, chạy chừng một cây số thì thấy một chiếc xe chớp đèn xanh đỏ, đèn này nằm trong kính trước của xe, rà rà theo sau. Tới một cây xăng, tôi dừng xe lại. Ông cảnh sát tới hỏi giấy tờ xe. Tôi trình đầy đủ giấy tờ. Ông cho biết là tôi chạy quá tốc độ. Tới 72 cây số/ giờ trên đoạn đường trong thành phố với tốc độ giới hạn là 50 cây số/ giờ. Tôi trình bày là vừa từ trên xa lộ xuống nên chưa giảm đủ tốc độ. Ông không nói năng chi, về xe ngồi viết giấy phạt. Phạt tiền 120 đô và trừ hai điểm bằng lái!

Cảnh sát dùng xe ngụy trang màu đen, không có dấu hiệu chi bên ngoài, núp rình từ một con đường nhỏ. Tôi dính chấu là phải. Sau đó, tôi "căm thù" đoạn đường này và chiếc xe màu đen nên mỗi lần chạy xe ngang qua tôi tự động nhìn vào bảng tốc độ xe để điều chỉnh. Tôi có kinh nghiệm nhưng nhiều người khác không có kinh nghiệm xương máu như tôi, nên tôi đã thấy nhiều xe bị phạt vì chạy nhanh. Dù sao cũng có người chia sẻ khổ nạn với mình. Đồng hội đồng thuyền nên có…bạn cũng được an ủi hơn!

Nếu cảnh sát không dùng xe ngụy trang mà dùng xe cảnh sát vẽ lung tung bên ngoài với dàn đèn xanh đỏ to tổ chảng trên mui xe, tôi và các "bạn" có dính chấu không? Thường là không. Vì thấy bóng dáng chiếc xe của bạn dân là mọi người bỗng hiền lành ngay tức thì. Có những lần chạy xe trên xa lộ, thấy xe cộ trên mọi lằn đường đều ren rén chạy rất hiền lành, nhìn quanh thì thế nào cũng có chiếc xe cảnh sát cùng chạy.

Tính tôi ưa suy nghĩ. Hồi ở Việt Nam tôi là độc giả trung thành của tờ tạp chí văn học Văn, tờ báo của những người "ham đọc, hiếu học, ưa suy nghĩ" nên sớm bạc đầu. Đến chết cũng không bỏ được tính "ưa suy nghĩ". Nghĩ rằng mục đích của cảnh sát giữ trật tự trên đường là làm cho mọi người lái xe một cách nghiêm chỉnh, đúng luật lệ quy định thì cứ cho xe cảnh sát chạy lè phè trên đường, nhất là trên xa lộ, thì đủ để hoàn thành mục đích rồi. Vậy thì cần chi phải ngụy trang, rình rập cho mất uy tín đi. Nhưng chuyện "suy nghĩ" của tôi khác với suy nghĩ của cơ quan cảnh sát. Họ cần biên phạt để lấy tiền cho thành phố. Chuyện này đang sôi nổi tại thành phố Montreal của chúng tôi.

Người bấm nút cho chuyện này nổ ra là ông Yves Francoeur, Chủ Tịch nghiệp đoàn cảnh sát *Montreal Police Brotherhood.* Ông cho báo chí biết là kể từ đầu năm nay, một trong những tiêu chuẩn thành phố xét tặng tiền *bonus* cho các trưởng cuộc cảnh sát là số lượng giấy biên phạt vi phạm giao thông của các cảnh sát dưới quyền họ. Ông Francoeur nhấn mạnh đây là một việc "không chính đáng và trái với đạo đức nghề nghiệp". Ngoài ra, các cảnh sát trưởng phải ấn định chỉ tiêu giấy phạt cho các cảnh sát viên đi tuần ngoài đường. Số tiền *bonus* này được chia ra nhiều cấp, từ 1% đến 8% lương tùy theo mức độ hoàn thành chỉ tiêu. Tính trung bình mỗi sếp cảnh sát có thể lãnh thêm từ 9 ngàn đến 12 ngàn đô mỗi năm. Cái lợi nhãn tiền này làm cho các sếp cảnh sát áp lực nhân viên dưới quyền mẫn cán hơn trong việc phát *ticket* cho dân lái xe. Ông tiết lộ: "Chuyện này khiến các nhân viên công lực chúng tôi hiểu tại sao, ngay từ đầu năm, chúng tôi được triệu tập trong những phiên họp nhằm thúc đẩy chúng tôi biên phạt nhiều hơn. Chúng tôi không phải là một công ty bán *hotdog*, chúng tôi làm việc giữ an ninh trật tự cho một thành phố!". Theo thống kê thì từ mùa hè năm 2014, số *ticket* do cảnh sát biên phạt giảm nhiều khiến thành phố bị thất thu. Ông Francoeur tức giận khi cho biết các cảnh sát viên không có nhiệm vụ làm đầy chiếc két sắt của thành phố.

Chỉ một ngày sau, thành phố và sở Cảnh sát phản ứng lại ngay. Họ cho biết là việc tặng tiền *bonus* cho các cảnh sát trưởng dựa vào 18 tiêu chuẩn trong đó có số giấy biên phạt. Ông Didier Deramond, Phụ Tá Giám Đốc Điều Hành Cảnh Sát Montreal, chống đỡ yếu ớt: "Việc định chỉ tiêu giấy biên phạt cho các cảnh sát có từ mấy năm nay rồi, không có chi mới lạ hết". Bà Anie Samson, phụ trách an ninh công cộng của thành phố, cãi về việc ấn định chỉ tiêu biên phạt: "Đó là cách để chúng tôi biết các cảnh sát viên có thực thi luật về an toàn trên đường phố không, một nhiệm vụ của họ". Ông Alex Norris thuộc đảng đối lập *Project Montreal* trong hội đồng thành phố nhảy vào chuyện: "Tôi nghĩ đây là một chuyện sai trái, không hiểu sao ông Thị Trưởng Coderre vẫn còn dí đầu súng vào. Đây là một loại chương trình phá hoại lòng tin của dân chúng vào cảnh sát và công lý".

Nhân vụ nghiệp đoàn cảnh sát ở Montreal tố cáo vụ đặt chỉ tiêu phát *ticket* cho các tài xế, tôi được dịp xả xú bắp vì vụ bị phạt bởi một xe cảnh sát ngụy trang cách đây cũng cả năm rồi. Chắc ai cũng phải công nhận là chuyện mất tiền vì bị cảnh sát công lộ cho *ticket* là chuyện mất tiền vô duyên nhất. Thà đi ăn tiệm hay mua đồ, mình còn có chút gì để hưởng. Bị phạt, tiền như rơi vào một lỗ cống. Mất tiêu mất hút một cách lãng xẹt.

Mối hận lòng làm tôi khoái chí khi chuyện *ticket* ở Montreal bị dư luận mang ra công khai. Kể cũng oan cho cảnh sát Montreal vì chuyện ấn định chỉ tiêu viết giấy phạt cho các cảnh sát công lộ là chuyện hầu như thành phố nào cũng có. Đó là một dịch vụ béo bở. Theo công bố của *U.S. Highway Patrol* thì tại Mỹ, hàng năm có khoảng 41 triệu người bị cho *ticket* với số tiền phạt tổng cộng lên tới 6,2 tỷ đô! Trung bình giá tiền phạt là 151 đô cho mỗi...vé. Chuyện phạt chạy xe quá tốc độ là chuyện phạt béo bở nhất. Cứ nhắm vào tốc độ mà thu tiền. Như vậy chuyện tôi bị phạt chạy quá tốc độ là chuyện bình thường. Bởi vậy nên cảnh sát mới sáng tạo ra trăm phương nghìn kế để kiếm tiền cho thành phố. Nếu cứ làm theo đề nghị hợp với...lương tâm của tôi là cho xe cảnh sát chạy rà rà ngoài đường phố là chẳng anh nào dám phóng ào ào nữa, thì chiếc két sắt của thành phố cứ há mồm đợi tới rã họng. Cảnh sát phải hành động giống như những tên đạo chích, rình rình rập rập, núp xó núp bụi, mới kiếm được tiền.

Có thời gian cảnh sát núp vào những chỗ khuất, bắn tốc độ để phạt xe chạy nhanh. Núp là chuyện chẳng oai phong lẫm liệt chi nhưng hái ra tiền. Ngụy trang xe là một chiêu khác, chiêu khiến tôi phải móc bóp chi tiền phạt (chắc tôi phải đấm ngực thú nhận mình thù dai!). Cảnh sát Mỹ còn sáng tạo ra nhiều chiêu khác vô cùng ngoạn mục. Ở Cobb County, tiểu bang Georgia, cảnh sát đã hóa trang thành công nhân làm đường, dùng điện thoại tay chỉ điểm cho các xe cảnh sát núp ở xa biết những số xe chạy nhanh để chặn lại phạt. Với chiêu này, họ đã phạt được khoảng 35 xe mỗi giờ đồng hồ! Ở California, cảnh sát còn giả dạng những người *homeless* để chộp các xe vi phạm luật. Xuống cấp đến thế là cùng. Tất cả chỉ để hoàn thành chỉ tiêu phạt. Chỉ tiêu này được rất nhiều thành phố đặt ra, được gọi là *"standard performance"*. Nếu vị bạn dân nào không mang đủ số giấy phạt về thì sẽ bị...phạt, bị điểm xấu hoặc không được xét thăng cấp, lên lon.

Không biết ngài bạn dân phạt tôi bữa đó có bị hụt chỉ tiêu không chứ tôi thấy mình chạy hơi nhanh một chút nhưng vẫn có thể điều khiển ngừng xe bất cứ lúc nào. Nghĩa là không nguy hiểm chi cho người khác. Thôi thì đồng tiền tôi thí cô hồn nộp phạt một năm trước giờ đã tiêu tan, quên đi cho nhẹ cái thân. Nghĩ vậy nhưng tôi vẫn ấm ức. Bởi thấy mình như bị lừa. Rõ ràng ông cảnh sát này đặt ra một cái bẫy để bẫy các tài xế. Chẳng may tôi bị lọt bẫy. Tức anh ách cái mình là ở chỗ đó. Vậy nên lại tiếp tục cà khịa! Nếu một tên cha căng chú kiết nào giả danh cảnh sát bằng cách dùng xe nhà ráp thêm tý đèn xanh xanh đỏ đỏ trong kiếng trước xe giống y chang như xe cảnh sát ngụy trang để làm tiền hay làm những điều sai quấy khác thì người dân làm sao biết. Nhất là ngày nay người ta có thể dùng *smartphone* hoặc *tablet* để lấy xuống những phần mềm *(app)* giả danh xe cảnh sát bằng đèn chớp xanh đỏ và tiếng còi hụ y chang như cảnh sát chính hiệu. Khi mở *app* này ra chớp chớp hụ hụ thì bố ai phân biệt được.

Chuyện đã xảy ra rồi. Vào tháng 5 năm 2014 tại Gold Coast, Queensland, Úc. Anh Terry Hicks, 24 tuổi, làm nghề giao báo. Vào lúc 4 giờ rưỡi sáng, anh bị một chiếc xe chớp đèn cảnh sát phía trong kính xe, hụ còi inh ỏi chạy sau xe của anh. Anh nghĩ ngay đó là cảnh sát và tấp vô lề ngừng xe lại. Một ông ngồi bên ghế cạnh tài xế xuống xe, tiến đến phía cửa xe anh la lối chửi mắng inh ỏi. Anh Hicks kể: "Tôi chẳng biết chuyện gì xảy ra. Ông ta tiến tới và thoi tôi ba trái đấm vào đầu. Tôi quá bất ngờ". Khi lấy lại được bình tĩnh, anh đánh lại và chạy tới một nơi an toàn để kêu cảnh sát. Anh bị thương nhẹ và được đưa tới một bệnh viện gần đó. Thanh Tra Cảnh Sát Queensland tên Matt Rosevear cho biết đây là vụ giả mạo xe cảnh sát thứ ba trong vòng 12 ngày.

Chuyện này mới hơn, xảy ra vào chiều ngày cuối năm 2015 vừa qua tại Salisbury, thuộc Wiltshire, Anh. Lúc đó mới quá 4 giờ rưỡi chiều, một bà đang lái xe trên đường Down Barn Road thì một chiếc xe chớp đèn xanh đỏ chạy theo sau. Bà ngừng xe lại. Một người trạc ba chục tuổi, ăn mặc tươm tất, tới hỏi giấy tờ. Ông ta nói xe bà không có bảo hiểm và mời bà qua xe của ông để làm giấy tờ phạt. Nghe vậy, bà nghi liền và hỏi ngược lại thẻ cảnh sát của ông ta. Ông này liền tấn công bà. Bà vùng vẫy thoát ra được và chạy về xe lái đi. Sau vụ này, cảnh sát Wiltshire khuyên mọi người như sau: xe ngụy trang của cảnh sát có thể chặn xe lại nhưng người ngồi trong xe phải bận đồng phục cảnh sát. Nếu nghi là xe giả thì đừng ngừng xe lại mà lái tới một nơi đông người như trạm xăng hoặc bót cảnh sát hãy ngừng. Nhưng không được lái xe chạy nhanh và nhớ chớp đèn chứng tỏ mình đã biết xe bị theo dõi. Khóa cửa xe nếu nghi không phải cảnh sát, cầm điện thoại trên tay, hỏi thẻ hành sự có hình qua cửa kính xe đóng kín.

Nghe mà tức anh ách! Liệu trong tình trạng khẩn cấp, bạn có thể bình tĩnh làm được theo lời khuyên trên hay không? Kể cũng tức cười, tự nhiên bày đặt ra trò ngụy trang xe để núp rình rồi bị mạo danh làm phiền phức và nguy hiểm tới tính mạng của dân. Cũng "hèn" như công an bên Việt Nam ngày nay giả danh côn đồ để dẹp biểu tình vậy. Nếu cứ đường đường chính chính thì làm chi phải khuyên răn những điều bá láp như vậy! Mục đích của việc biên phạt là răn đe để người dân tuân thủ luật đi đường chứ đâu có phải mục đích là kiếm tiền về cho thành phố mà phải làm những chuyện bá đạo như thế. Đấy, tôi lại nổi mối thù bị xe ngụy trang phạt. Thôi, quên đi!

Tiền phạt đã đóng, nhắc tới chuyện thương tâm làm chi. Tôi là một người tuân thủ luật pháp nên móc bóp ngay. Các ông bạn tôi bảo tôi dại. Việc chi phải đóng. Nghe hách xì xằng chưa! Cứ tưởng mấy ông bạn không muốn nhìn thấy cái mặt mình nên xúi dại cho mình đi tù chơi, nhưng các ông ấy có lòng thiệt. Rất nhiều người không đóng tiền phạt mà đi lòng vòng nhiều lối khác. Tôi vốn nhát nên ký cái ngân phiếu cho xong chuyện nên không biết rành thủ tục ở Canada ra sao nếu không đóng tiền phạt. Nhưng các ông bên Mỹ mách bảo nhau rõ ràng lắm. Ông Geo McCalip chỉ vì tức khí cái *ticket* mà lập trang mạng www.helpigotaticket.com chỉ bảo cho mọi người cách chống phạt. Theo ông thì cảnh sát rất rộng tay viết *ticket.* Họ chẳng mất mát chi, chỉ có lợi thôi. Nếu người bị phạt là thứ thỏ đế, cun cút nộp phạt thì họ được điểm tốt. Nếu người bị phạt tìm cách khác để hủy được giấy phạt thì họ cũng chẳng mất chi. Đúng là tình trạng từ thắng tới huề! Các chỉ dẫn sau để tránh nộp phạt là do các ông bạn ở bên Mỹ mách nước cho nhau, tôi coi ké. Còn bên Canada, như tôi đã thú nhận ở trên, tôi mù tịt.

Cách thứ nhất, rất tiện cho những di dân không thông thạo tiếng Anh, là gửi thư cho tòa án tuyên bố không nhận tội. Trong thư này cần trình bày lý do, bằng chứng để biện minh cho lỗi vi phạm. Nếu tòa đọc thư mà thấy bạn có lý, tòa sẽ tha tội.

Một cách khác là xin đi học khóa xóa *ticket.* Bạn chỉ có thể xin học nếu chưa bao giờ theo lớp này hoặc đã theo học một khóa cách nay từ 18 tháng trở lên rồi. Để được chấp nhận theo học khóa này, bạn phải đóng tiền phạt, lệ phí giấy tờ và tiền học. Vậy thì còn quá cha đóng phạt, bạn sẽ la lên như vậy. Nhưng bạn sẽ được cái lợi khác. Khi tòa nhận được giấy "tốt nghiệp" của bạn, tòa sẽ tha lỗi vi phạm. Tiền phạt thì tòa sẽ vẫn lấy nhưng hồ sơ lái xe của bạn sẽ trong trắng. Như vậy hãng bảo hiểm sẽ không biết nên không tăng tiền bảo hiểm xe.

Cách thứ ba, xin ra tòa để cãi. Cách này bên Canada có vì

tôi biết có nhiều ông bạn tôi ở Montreal đã làm. Tòa sẽ cho bạn ngày giờ ra tòa. Bạn sẽ trình bày sự oan ức của mình khi bị phạt oan. Viên cảnh sát ghi phạt sẽ trình bày quan điểm của họ. Tòa sẽ phán quyết ai phải ai trái. Nhưng, cái nhưng này rất quan trọng, thường thì ông hay bà cảnh sát sẽ không ra tòa. Họ chẳng ăn cái giải gì cả. Thời giờ ra đứng trước tòa, họ đi rảo rảo ngoài đường phạt người khác có lợi hơn. Nếu viên cảnh sát vắng mặt không hầu tòa, tòa sẽ bãi nại giấy phạt của bạn. Có những ông chạy xe ẩu, lãnh *ticket* hoài, ra tòa thành quen, không ngại ngùng chi. Khi được tòa bãi nại, về gặp bạn bè, mặt vênh lên, chính nghĩa đã về phe ta! Đa số trường hợp ra tòa, dân ta thắng. Ông Luật sư Leid Melding, văn phòng tại Anaheim, California, khuyên mọi người không nên dễ dãi đóng phạt, luôn luôn phải ra tòa để khỏi hại tới sự bình an của chiếc túi tiền.

Vậy là mừng quá xá quà xa rồi. Cứ tiền không ra khỏi túi là mừng. Nhưng bà Hoàng Thị Đáo Tiệp phải rút tiền trong túi ra nộp phạt mà vẫn mừng. Trong bài viết *"Cám Ơn... Ticket"*, bà cho biết nhà bà ở trong một khu vắng vẻ, đường xá ít xe cộ nên bà mặc tình tự tung tự tác khi lái xe. Mấy cái bảng *stop* bà coi như...cục sắt. Bữa đó, bà đi soi ruột về, kết quả bằng an vô sự. Bà mừng quá, lái xe ra nhà thờ để tạ ơn Chúa. Tâm trạng bà đang bay bổng nên bà quẹo chữ U hai lần. Lần thứ hai bà bị cảnh sát dí. Bà dở chiêu năn nỉ. *"Tha hồ cho tôi năn nỉ nào mới đi bệnh viện để soi ruột về (chứng cớ là các giấy tờ hãy còn vứt trên ghế xe với vẻ yếu mệt của tôi), nên chỉ muốn tạt qua nhà húp vội tí "soup", rồi lo quay vô nhà thờ tạ ơn Chúa, Mẹ, Thánh Cả... (và chứng cớ là những cuốn Kinh Sách, xâu chuỗi...) mà thành ra sợ mình vội, quên đóng cửa "garage", với muốn cho nhanh, ỷ y đường vắng vẻ... Hai người cảnh sát một nam một nữ vẫn cứ hỏi tới các giấy tờ, buộc tôi phải trình ra, để biên giấy phạt! Tôi không muốn nhận tờ giấy phạt nên tiếp tục năn nỉ để mong được... thương tình nhưng lại bị nghe bảo là phải chọn một trong hai: hoặc nhận giấy phạt hoặc chịu còng tay! Tôi đành phải nhận tấm giấy cho đôi tay được thong thả hơn là để bị "đeo đồng hồ số 8"...! Rồi tôi vẫn phóng xe đến nhà thờ. Nhưng, thay vì với tâm tình sung sướng tạ ơn như đã định, tôi lại bị chuyện "ticket" làm cho mình không khỏi không thắc mắc: tại sao "các đấng yêu mình" lại để cho mình phải gặp chuyện xui xẻo đúng vào ngày mình đã thiết tha cầu nguyện được "hồn an xác mạnh"?"*

Bà Tiệp không nói ra nhưng tôi nghĩ trong thâm tâm bà có chút hờn mát "các đấng yêu mình". Nhưng khi được mấy bà bạn phân tích thiệt hơn: nếu không bị cảnh sát phạt, bà sẽ vẫn giữ lối lái xe như trước thì biết đâu một ngày nào đó bà sẽ bị tai nạn thương tật hoặc mất mạng sống. Như vậy chuyện bị phạt có khi là chuyện có Chúa nhúng tay vào! Và bà cám ơn Chúa. *"Ôi! Có được chị bạn bảo cho biết và dẫn chứng cụ thể... tôi mới "hết hồn" nhận ra tầm quan trọng của vấn đề, mà mình thì quá ỷ y! Thảo nào trước vẻ yếu mệt của tôi kèm với bao nhiêu lời năn nỉ mà cả hai người cảnh sát vẫn chẳng mảy may động lòng thương! Bởi tôi lái xe như vậy: đã chẳng khác nào tự sát cho mình còn làm hại lây người khác! Cái tội ấy, giá như tôi có bị còng tay ngay giữa "hiện trường" cũng là đáng lắm! Ôi! Bây giờ tôi mới hiểu hết ý nghĩa của việc hai người cảnh sát lạnh lùng bảo hoặc nhận giấy phạt, hoặc chịu còng tay... Và hiểu ra để chỉ còn mỗi một điều là tạ ơn Chúa! Tạ ơn thôi, chớ tuyệt đối không dám thắc mắc nữa!".*

Tôi cũng có đi nhà thờ nhưng tôi không được soi sáng như bà Hoàng Thị Đáo Tiệp. Không biết khi tôi bị phạt vì tội lái xe quá tốc độ, có bàn tay Chúa chỉ dẫn cho ông cảnh sát biên phạt không?

Nếu có thì cũng là điều an ủi: Chúa phạt chứ không phải ông bạn dân đáng ghét!

04/2016

QUÀ

Nhà thờ *Holy Child Jesus* ở Richmond Hill, tiểu bang New York, cũng như những nhà thờ khác, có thông lệ làm máng cỏ trong dịp mừng Chúa Giáng Sinh. Ngày 23 tháng 11 năm nay, hang đá vừa được khởi công, chiếc máng cho súc vật ăn, nơi Chúa Hài Nhi nằm, vừa được đặt trong hang đá còn trống rỗng. Giờ nghỉ trưa, người trông coi nhà thờ đi ăn trưa. Khi trở về ông nghe thấy tiếng khóc trong hang đá đang làm dở dang. Ngạc nhiên, ông vội chạy tới. Trong máng cỏ, nơi tượng Chúa Hài Đồng sẽ được đặt vào trong ngày lễ Giáng Sinh, một hài nhi nằm trên một chiếc khăn tắm rẻ tiền đang oe oe khóc. Hài nhi vẫn còn dây nhau dính vào chiếc cuống rốn chưa được cắt. Người ta độ chừng em bé mới chào đời được vài tiếng đồng hồ. Linh mục chánh xứ Christopher Heanue được thông báo vội chạy tới. Ông không tin những gì đang thấy trước mắt. Một y tá của trường học gần đó đã săn sóc hài nhi trước khi xe cứu thương được gọi tới.

Nếu chú ý một chút, chúng ta thấy có sự trùng hợp. Tên nhà thờ là *Holy Child Jesus* nên việc một hài nhi vào nằm trong máng cỏ nơi nhà thờ có cái tên tôn vinh Chúa Hài Đồng trước khi tượng Chúa Hài Nhi tới là một món quà đặc biệt. Đó là suy nghĩ theo niềm tin tôn giáo. Nhưng theo pháp luật ngoài đời, người ta phải tìm người mẹ bỏ con ngay sau khi sanh.

Đó là một người đàn bà nhỏ con nên người ta cho rằng bà này là một người Á châu. Vùng này là nơi cư ngụ của nhiều người Phi Luật Tân nên hàng tháng, vào một ngày Chủ Nhật, vẫn có một lễ cử hành bằng tiếng Tagalog là quốc ngữ của Phi. Theo những *video* quanh vùng thì trước đó bà này đã vào một tiệm *one dollar* trên đường Jamaica, nằm ngay góc đường nơi có nhà thờ, mua khăn tắm quấn vào người hài nhi. Sau đó bà vào nhà thờ. Khi trở ra không có hài nhi trên tay. *Video* không ghi thời gian nên không biết lúc đó là mấy giờ. Chỉ khi ông trông coi nhà thờ đi ăn trưa trở về vào lúc 1 giờ chiều, nghe tiếng khóc, mới phát hiện ra sự việc. Ông báo ngay với giới chức nhà thờ. Họ chạy qua nhà trường ở phía bên kia đường để kiếm một y tá. Sau đó xe cứu hỏa mới tới.

Theo luật *Safe Haven* của tiểu bang New York, thì nhà thờ là nơi trú ẩn an toàn để các bà mẹ có thể giao con dưới 30 ngày tuổi cho một giới chức hoặc bỏ con vào một nơi an toàn mà người mẹ nghĩ rằng có người sẽ tìm ra đứa bé. Người mẹ này đã bỏ con ngay vào máng cỏ bằng gỗ là chỗ ấm cúng nhất trong nhà thờ và ngày hôm sau bà có trở lại để biết chắc là đứa con đã được người ta tìm ra. Như vậy bà không vi phạm luật và không bị truy tố vì bỏ con.

Không những tìm ra đứa trẻ mà cha xứ Christopher Ryan Heanue, 28 tuổi, còn vui mừng vì hài nhi này đã mang lại một thông điệp hy vọng cho mùa Giáng Sinh. Ông nói: "Có sự quan phòng siêu nhiên trong việc này. Hài nhi đã tìm thấy một mái nhà nơi máng cỏ này". Hài nhi bị bỏ rơi nhưng nổi tiếng ngang này không chỉ có một mái nhà. Rất nhiều người trên khắp nước Mỹ, sau khi đọc tin, đã tỏ ý muốn nuôi đứa trẻ này. Nhưng cha xứ đã mong muốn đứa bé được ở lại trong cộng đồng xứ đạo nhỏ bé này. Giáo xứ được thành lập từ năm 1910 nhưng nay chỉ có 1500 giáo dân phần lớn là những di dân. Cha xứ vui mừng có món quà bất ngờ vào dịp lễ: "Chúng tôi chỉ là một cộng đồng nhỏ, muốn bé ở lại với chúng tôi. Bé đã là một thành viên trong tim chúng tôi. Trong vài ngày qua, chúng tôi đã có sự ràng buộc với bé". Giáo dân nơi đây đang tìm cho bé một cái tên. Hai cái tên được hài ra: John hoặc Emmanuel. John theo tên vị thánh đã báo trước việc Chúa xuống trần và đã rửa tội cho Chúa trên sông Jordan. Ông được tôn thờ dưới danh xưng "Gioan Tẩy Giả". Linh mục chánh xứ Heanue đã ví von: "Vị thánh này đã tới dọn đường cho Đấng Cứu Thế, bé trai này cũng vậy, tới với hang đá bốn tuần trước ngày Chúa Hài Đồng được sanh ra trong máng cỏ". Cái tên Emmanuel lại có ý nghĩa khác. Đó là: "Chúa ở cùng chúng ta". Hay thì cả hai tên đều hay, giáo dân vẫn còn phân vân.

Bé trai bị bỏ rơi đã trở thành một món quà đặc biệt trong những ngày cận Giáng Sinh. Một bé gái khác, không bị bỏ rơi, nhưng ngược lại là đứa bé được chờ đợi của bố mẹ. Bà mẹ đã ba lần xẩy thai, tưởng đã tuyệt đường con cái, nay bỗng được món quà mà bà chờ đợi từ lâu. Chính đứa bé đã là một món quà cho gia đình nhưng, qua bé gái này, nhân loại được một món quà lớn, món quà được quy ra tiền là 45 tỷ đô Mỹ! Đó là 99% tài sản của chủ nhân ông *Facebook*, một trang mạng mà hầu như tất cả những người sử dụng *internet* đều phải tạt qua mỗi ngày.

Ông bố tỷ phú tên Mark Zuckerberg, bà mẹ tên Priscilla Chan và bé gái tên Maxima. Tên họ Chan của bà mẹ làm tôi khựng lại. Nhìn hình thì rõ ràng là một phụ nữ Á đông. Đây đích thị là một người Hoa. Tìm thêm chi tiết mới rõ cô có cái họ Hoa này là một người Việt gốc Hoa. Ngày nay có thể cô là một người Mỹ gốc Hoa nhưng tôi cứ nhất định bấu víu vào chút giây mơ rễ má Việt này mà tán thêm. Cha cô là Denis Chan, có một nhà hàng tên *Taste of Asia* ở Boston. Chính nhà hàng mà vợ chồng ông Chan làm việc quần quật 16 tiếng mỗi ngày này đã nuôi sống gia đình ông. Năm 2006 ông đã bán nhà hàng này lại cho một người gốc Thái tên Sriwannavit và ông này đổi tên lại thành nhà hàng *Pho & I* (Phở và Tôi). Dĩ nhiên tôi khoái cái tên có dính tái vè gân sách này! Ông Sriwannavit kể lại: “Ông Chan là người nhân hậu. Ông ấy kể với tôi ông là một người tị nạn. Ông Chan là người Hoa nhưng sống ở Việt Nam”. Tháng 12 năm 2011, cô Priscilla đã dẫn chồng về Việt Nam thăm lại nơi cô đã từng sống. Và tháng 3 năm 2012, hai người đã về thăm Trung Quốc. Lúc đó họ đã…tỷ phú rồi!

Khi đám cưới của họ được tổ chức giản dị trong vòng gia đình thân mật vào ngày 19 tháng 5 năm 2012, nhiều người đã ngạc nhiên. Ai cũng nhìn thấy là cô Priscilla không có nhan sắc. Hàng triệu bóng hồng thường mơ ước được sánh vai cùng chàng trai tỷ phú đã tái tê con tim. Nhan sắc khiêm nhường đó làm sao lại được vào chung kết. Cô dâu như một cô gái lọ lem bỗng được hoàng tử rước về dinh. Trông vậy mà không phải vậy. Đối với Mark, đó là một kho tàng.

Ngay từ ngày còn theo học tại trường trung học Quincy, cô Chan đã nhất định sẽ vào học Harvard. Ngôi trường nổi tiếng thế giới Harvard không xa chi, cũng nằm trong thành phố Boston cùng với trường Quincy. Nhưng bước chân qua cửa Harvard không phải dễ. Thầy giáo Peter Swanson, giáo sư khoa học của trường Quincy, kể lại: "Cô bé tới gặp tôi và hỏi: 'Thưa thầy, em phải làm gì để được vào học ở Harvard?'. Tôi rất ngạc nhiên vì trong suốt cuộc đời dậy học của tôi, chưa bao giờ có một học sinh 13 tuổi nào hỏi tôi như vậy. Cô bé Chan biết rõ những gì cô muốn theo đuổi. Tôi khuyên em tham gia đội quần vợt của nhà trường vì để được chọn cần có một hồ sơ đầy đủ nhất". Vậy là cô Chan ghi tên vào đội quần vợt dù cô không giỏi môn này. Khi được tuyển vào Harvard, cô chạy tới gặp thầy, ngoác miệng ra cười: "Thầy thấy chưa? Em đã nói em sẽ vào Harvard mà!".

Mới đây, khi Priscilla Chan đã cưới Mark, họ mời thầy Peter Swanson tới biệt thự của họ. Ông thầy dễ mến này kể: "Khi Priscilla giới thiệu chúng tôi với nhau, Mark cười và nói: phía sau người đàn ông thành đạt có bóng dáng của một người phụ nữ tuyệt vời. Mọi người vẫn nói Priscilla quá may mắn khi cưới được Mark, nhưng Mark biết rằng anh mới là người may mắn. Priscilla chính là hiện thân của giấc mơ Mỹ: cha mẹ em tới đây với hai bàn tay trắng và giờ cô cưới một tỷ phú. Còn gì tuyệt vời hơn thế?".

Anh chàng tỷ phú trẻ tuổi và cô gái tuyệt vời gặp nhau tại một nơi không được thơm tho lắm. Trong một bữa tiệc tại Harvard vào đầu năm 2003, họ gặp nhau khi đang xếp hàng vào phòng vệ sinh. Tại sao cô Priscilla chú ý tới chàng Marx? Vì anh là người vào dùng nhà vệ sinh nhanh nhất. Tôi thật sự không hiểu tại sao sự giải thủy nhanh nhẹn lại là một… đức tính. Nhưng khi chàng Mark tán tỉnh nàng Priscilla thì lời tán tỉnh này cũng chẳng thơm tho chi: "Này, hãy đi *toilet* nhiều hơn trong những bữa tiệc sau nhé!". Tưởng chốn *toilet* là nơi chỉ đón nhận những cặn bã của con người, ai ngờ đó cũng là nơi nảy nở ra một mối tình! Tình được bón như vậy nên lớn rất nhanh. Ngay buổi hẹn hò đầu tiên, Mark đã nói là muốn ở cả ngày với Priscilla thay vì "về nhà làm bài khảo sát giữa khóa". Năm 2005, Mark quyết định bỏ học Harvard để tập trung vào việc phát triển *Facebook.* Priscilla đã ủng hộ quyết định này. Riêng cô vẫn theo học cho tới khi đậu bác sĩ vào năm 2012. Một ngày trước ngày Priscilla tốt nghiệp, Mark đã chia sẻ trên *Facebook:* "Anh rất tự hào về em, Bác sĩ Chan!". Ngày Priscilla tốt nghiệp cũng là ngày cưới của hai người. Bác sĩ chuyên về nhi khoa Chan là một người nhân hậu, luôn thương yêu những bệnh nhân bé bỏng, xót xa cho từng em bị ung thư. Chính vì tấm lòng nhân hậu này mà số tiền 45 tỷ đô, 99% gia tài của hai người, đã được tặng để kiến tạo một thế giới mới cho bé gái Maxima và tất cả các trẻ em khác. Trong lời ngỏ của cuộc hiến tặng bạc tỷ này, Mark Zuckerberg đã viết: *"Priscilla và tôi rất hạnh phúc chào đón con gái Max đến với thế giới này! Nhân sự kiện con gái của chúng tôi chào đời, chúng tôi viết một lá thư gửi cho Max để nói về thế giới mà chúng tôi kỳ vọng Max sẽ trưởng thành từ đó. Đó là một thế giới nơi chúng ta có thể phát triển những tiềm năng của con người và thúc đẩy sự bình đẳng – bằng những việc hữu ích như chữa trị bệnh tật, chuyên biệt hóa việc học, sản xuất năng lượng sạch, kết nối con người, xây dựng cộng đồng gắn bó, giảm thiểu nghèo đói, đưa lại công bằng luật pháp và đem tới sự thấu hiểu giữa các dân tộc. Chúng tôi đang tận lực thực hiện phần việc nhỏ bé của mình để giúp tạo nên một thế giới lý tưởng như vậy cho tất cả các trẻ em. Chúng tôi sẽ hiến tặng 99% cổ phần* Facebook *của mình – hiện tại có giá trị vào khoảng 45 tỷ đô la – để trong suốt cuộc đời mình, chúng tôi sẽ cùng tham gia với những người khác cải thiện thế giới này cho thế hệ tiếp theo".*

Quà bạc tỷ chỉ có tỷ phú mới kham nổi. Nhưng quà đâu có cần lớn như trái núi mới là quà. Có những món quà nho nhỏ nhưng vẫn làm vui lòng người nhận. Quà cốt ở cái tình. Trong dịp Chúa xuống thế lòng người ta rộng mở hơn. Có người mang quà ra đường tặng khơi khơi, chẳng cần ai biết mặt biết tên. Báo chí gọi đó là những ông già Noel giấu mặt. Ông già được nhiều người biết tới nhất có lẽ là người xuất hiện hàng năm trong dịp Chúa ra đời đi phân phát tiền bạc cho những người nghèo ngoài đường phố ở Kansas City. Ông làm chuyện này liên tục trong hơn một phần tư thế kỷ. Số tiền ông phân phát lên tới 1 triệu 300 ngàn đô. Không ai biết ông này là ai. Chỉ trước ngày ông qua đời vì bệnh ung thư vào năm 2007, ông mới lộ mặt. Đó là ông Larry Steward, sống trên đời được 58 năm.

Năm nay, một người bạn của ông Larry Steward đã thế ông đi làm ông già Noel tặng quà ngoài đường phố cho những người cần giúp đỡ. Thành phố ông này chọn là Ferguson, thuộc tiểu bang Missouri. Địa danh này chắc nhiều người còn nhớ. Đó là nơi viên cảnh sát da trắng Darren Wilson bắn chết một thanh niên da đen tên Michael Brown. Sự kiện đau lòng này đã tạo nên những cuộc biểu tình hỗn loạn trên đường phố làm điên đầu giới chức an ninh Mỹ vào tháng 8 năm 2014. Ông già Noel giấu mặt năm nay đã hợp cùng cảnh sát chặn đường phân phát cho các người họ thấy xứng đáng, mỗi người vài trăm đô để mừng lễ. Vị ân nhân này đã cho biết: "Nhiệm vụ của tôi là thực hiện những hành động nhân ái một cách ngẫu nhiên. Nhân ái là chiếc cầu nối kết mọi người. Và năm nay, Ferguson cần sự nhân ái đó".

Có những cử chỉ nhân ái trong mùa lễ mà người ta làm chỉ để mang lại cho người khác một chút vui thích cho cuộc sống thêm ý nghĩa. Họ chia niềm vui chứ không chia tiền bạc. Chẳng hạn như những người lái xe vào lối mua hàng *drive-in* của một cửa tiệm, mua một ly cà phê nhưng trả tiền vài chục, vài trăm ly cà phê để tặng cho những người trên những chiếc xe xếp hàng mua sau đó. Không cần xuất đầu lộ diện, không biết những người được hưởng những ly cà phê *free* sau đó là ai, vị ân nhân hưởng được niềm vui trong cái vui của người khác. Những người nhận được ly cà phê, tuy chẳng đáng bao nhiêu, nhưng thấy đời bỗng nhiên đáng sống. Niềm vui nho nhỏ của cuộc đời được chia chác cho nhau.

Năm nay cũng ly cà phê nhưng cách chia chác niềm vui có khác. Ly cà phê không bạ ai cũng tìm tới mà đến được với những người không có tiền mua một ly cà phê. Tác giả Nhất Lung kể chuyện về ly cà phê trên tường này. *"Tôi ngồi cùng một người bạn trong một quán cà phê nổi tiếng tại một thị trấn lân cận Venice, thành phố của ánh sáng và nước, thuộc Ý Đại Lợi. Khi chúng tôi đang thưởng thức cà phê, một người đàn ông bước vào và ngồi xuống chiếc bàn trống bên cạnh chúng tôi. Anh gọi người phục vụ và nói: "Hai ly cà phê, một ly trên bức tường kia". Chúng tôi thắc mắc khi nghe gọi thức uống như thế, và quan sát thấy người đàn ông được phục vụ một ly cà phê nhưng trả tiền cho hai ly. Khi anh đi khỏi, người phục vụ dán một mảnh giấy lên tường, mảnh giấy ấy có ghi hàng chữ, "Một Ly Cà Phê". Có điều gì đó khiến chúng tôi lấy làm lạ và khó hiểu ... Chúng tôi uống hết cà phê, trả tiền rồi rời đi. Vài ngày sau, chúng tôi có dịp quay lại quán cà phê này. Và trong lúc chúng tôi đang thưởng thức cà phê, một người đàn ông ăn mặc tồi tàn bước vào. Ngồi xuống ghế, anh ta nhìn lên tường và nói: "Một ly cà phên trên tường". Người phục vụ mang cà phê đến cho anh với sự tôn trọng như thường lệ. Người đàn ông uống xong ly cà phê, đi khỏi mà không trả tiền. Người phục vụ tháo một mảnh giấy trên tường và bỏ vào thùng rác. Chúng tôi chứng kiến trọn vẹn cảnh tượng ấy".*

Ly cà phê trên tường không là chuyện của dân nước ta. Cà phê không làm cái dạ dày bớt sôi sục. Chén cơm mới là chuyện bao tử cần thiết. Vậy nên ly cà phê biến thành chén cơm hay tô hủ tíu trên tường. Người bắt chước ly cà phê trên tường của Ý để thực hiện chén cơm trên ... móc là anh Phạm Văn Luân, chủ quán cơm chay Hương Sen tọa lạc trên đường Cách Mạng Tháng Tám, thành phố Thủ Dầu Một. Giá một dĩa cơm hoặc một tô hủ tíu là 16 ngàn đồng. Nếu vị khách nào muốn tặng cho người nghèo một đĩa cơm thì góp 10 ngàn, anh Luân góp thêm 6 ngàn. Một tấm giấy được móc lên tủ kiếng, nơi rất dễ thấy. Người ngèo, thường là người bán vé số, bán hàng rong hay đang thất nghiệp, nếu thấy trên tủ kính còn giấy cơm móc thì vào kêu ăn. Anh Luân sẽ dọn phần ăn, lấy một tấm giấy xuống. Anh Luân cho biết" "Người nghèo khó mỗi khi đến dùng cơm sẽ an tâm vì đã có người trả tiền rồi. Chương trình này đã thực hiện được 5 tháng nay và sẽ tồn tại cùng quán. Quán còn bán là chương trình còn thực hiện".

Quà cho người không quen biết cũng mang niềm vui không kém như tục lệ chúng ta tặng quà cho nhau khi gia đình tụ họp vào đêm Chúa giáng trần. Mỗi thành viên trong gia đình đã để cả tấm lòng thương mến khi chọn mua quà cho người thân. Những món quà tuy nhỏ bé nhưng là nguồn vui bất tận của tình thương ruột thịt. Niềm vui lan tỏa trong tiếng nhã nhạc tưng bừng của đêm thánh, đêm Thiên Chúa xuống trần mang hồng ân xuống cho nhân loại.

12/2015

RÁC

Những ngày lễ đã qua trong sự nuối tiếc của mọi người. Cả tuần lễ ăn chơi phè cánh nhạn bỗng mất hút. Đó là nói với dân bản xứ chứ người Việt chúng ta những ngày tháng ăn chơi vẫn còn lấp lánh trước mắt. Đó là cái tết nguyên đán cổ truyền vào tháng 2 năm 2016. Dù sao trong mỗi nhà rác rến vẫn đầy ngập. Ăn nhiều dĩ nhiên rác nhiều. Thứ gì cũng lá lẩu hoặc giấy tờ gói ghém khiến thùng rác phải mở miệng cười. Nhưng nhân loại chúng ta không cười được. Rác rến là thứ làm hại môi trường khiến thời tiết trên khắp thế giới thay đổi. Có năm nào như năm nay, ngày lễ Giáng Sinh mà nhiệt độ vắt vẻo lên tới 16 độ C! Mọi năm không tuyết thì cũng lạnh cắt da cắt thịt chứ đâu có ấm cúng như năm nay. Trái đất đang nóng dần lên. Băng hà sẽ tan, mực nước biển sẽ dâng cao, đất đai sẽ chìm xuống. Đã nghe nói tới chuyện Sài Gòn của chúng ta sẽ phải hiến ít phần đất cho biển cả. Lãnh đạo cấp cao nhất trên thế giới vừa họp tại Paris cố gắng đưa khí hậu xuống 1,8 độ mà không biết có thực hiện được không.

Chưa thấy quan tài chưa đổ lệ, chúng ta vẫn phây phây xả rác coi trái đất không bằng hòn bi! Trung bình mỗi người thải ra môi trường 2 kí rác mỗi ngày. Với dân số 7, 3 tỷ người thì số rác thải sẽ là một con số khủng khiếp. Tôi thực sự chẳng muốn đọc được con số của tử thần này nhưng tính ra quá dễ. "Giỏi" toán như tôi thì dư sức làm được con tính nhân với 2. Con số sẽ là 14,6 tỷ kí rác! Người ta ước tính tỷ lệ gia tăng dân số thế giới là 1,1% thì tới năm 2080, dân số thế giới sẽ là 15 tỷ người. Nếu rác rến vẫn như bây giờ thì… chết!

Nhiều người muốn dựa vào kỹ thuật biến chế rác để cứ yên tâm xả rác. Điều đó có một phần đúng. Rác ngày nay đã được biến chế để làm sạch môi trường. Người ta không còn thấy những bãi rác đầy ruồi nhặng như ngày xưa mà là dây chuyền máy móc làm sạch rác. Một người Việt Nam tại Mỹ đã thâm nhập vào được…rác tại thành phố Oakland, tiểu bang California. Đó là ông David Dương với công ty *Cal Waste Solutions,* viết tắt là CWS. Công ty của ông Dương được thành lập năm 1980. Từ một công ty nhỏ, với thời gian, ông Dương đã đưa công ty lên hàng xịn. Tháng 8 năm 2014, công ty CWS đã được hội đồng thành phố Oakland ký hợp đồng trị giá tới 2 tỷ 700 triệu đô để thu gom rác, phế liệu tái chế và cây xanh cho thành phố. Đây là một thành tích rỡ ràng của một công ty do người Việt quản lý. Bởi vì họ đã đánh bại được một công ty sừng sỏ bản xứ. Đó là công ty *Waste Management* lớn nhất Hoa kỳ, có trụ sở tại Texas với nhiều chi nhánh tại khắp 50 tiểu bang Mỹ và nhiều nước trên thế giới.

Ông Dương cho biết: "Đây là một sự kiện lịch sử của thành phố Oakland là đã giao một gói thầu bạc tỷ cho một công ty người thiểu số da màu, đặc biệt là của người Việt Nam. Đây cũng được coi như một dự án thầu rất lớn đối với đất nước Hoa Kỳ. Gói thầu đó là 20 năm. Mình đã chứng minh được là mình làm tốt thành ra mới thắng cái thầu đó, đẩy lùi được cái công ty lớn hàng đầu của thế giới là *Waste Management* đã trụ tại thành phố 102 năm rồi."

Thành lập từ năm 1980, tính cho tới nay công ty CWS của gia đình ông Dương mới được 35 tuổi. Tuổi đó mà đánh bại được một công ty đã thầu đồ rác cho thành phố Oakland được 102 năm là một thành tích hỗn hào. Thực ra, ngay từ ngày mới đặt chân tới đất nước Mỹ, gia đình này đã từng đi lượm ve chai. Ông David Dương không ngần ngại khi tiết lộ: *"Khi còn ở Việt Nam, cha mẹ chúng tôi làm chủ một nhà máy sản xuất giấy, gia đình chúng tôi là một gia đình khá giả. Nhưng mà khi ra đi đến định cư tại Hoa Kỳ thì gia đình chúng tôi 16 người không có gì hết. Chúng tôi bắt đầu bằng cách đi lượm giấy vụn rồi là chai, lon nhôm... tất cả những thứ có thể bán được. Hàng đêm chúng tôi đi làm việc đó và ban ngày chúng tôi đi học, cha mẹ tôi và mấy chú lớn đem những thứ đó đi bán. Giành dụm mới có được đồng vốn nhỏ để bắt đầu mở công ty thu gom, mua lại phế liệu, hướng dẫn cho những người Việt Nam đến sau cùng đi lượm để có tiền nuôi sống gia đình trong quá trình họ đi học"*.

Nghề thu lượm ve chai trên đất Mỹ khá phổ biến. Người Mỹ gọi những người này là *"recycle man"*. Họ đi thu lượm giấy các-tông, giấy báo, ve chai, lon nhôm về bán lại cho các cơ sở tái chế. Phương tiện của họ là những chiếc xe đi chợ hoặc, quy mô hơn, những chiếc *pick-up* cũ kỹ, hai bên có lót những tấm ván mỏng xập xệ cao khỏi thành xe để có thể chất phế liệu nhiều hơn. Làm nghề này thường là những di dân. Người Việt tham gia vào lực lượng này khá nhiều. Anh T. ở San Jose đã làm nghề phụ nhà hàng khi tới Mỹ. Trong lúc rửa chén , anh đã làm bể một chiếc đĩa kiểu lớn, và bị bà chủ, cũng là người Việt, cho nghỉ việc. Anh kể với ký giả Kiến Nâu của báo Đời ở San Jose: *"Một buổi sáng trên đường ra quán cà phê Tú Kim tôi gặp một chiếc xe truck nhỏ trên xe đầy giấy thùng đậu trên đường Eddy trông thật kỳ quái, bởi ngoài những thùng giấy đã được xếp ngăn nắp cao khỏi hai thành tường làm bằng hai tấm ván gỗ thông sần sùi không một chút thẩm mỹ, đinh ốc bắt thô sơ, còn có một số dây thừng buộc chằng chịt quanh lớp giấy như dây bó một đòn bánh tét. Trong phòng lái là một người đàn ông da đen sẫm, hỏi ra mới biết tên ông là C., người Việt gốc Miên, quê ở Trà Vinh. Ông C. làm nghề thu lượm giấy thùng từ năm 1989 khi ông và gia đình từ Boston chuyển sang sống nơi thành phố San Francisco này. Với cái nghề "không ai muốn làm này" qua 5 năm ông C. đã mua đứt một ngôi nhà 4 phòng trên đường Filbert đoạn trên đồi của thành phố San Francisco, đồng thời nuôi 3 người con đang học đại học"*. Chính ông C. tốt bụng này đã hướng dẫn anh T. vào nghề, cho mượn tiền mua một chiếc xe cũ. Với cái nghề "không ai muốn làm" này, anh T. đã mua được hai căn nhà và một tiệm phở ở đường Sunset. Phất lên như vậy nhưng anh T. vẫn không bỏ nghề lượm ve chai ! Một anh khác tên H. sang Mỹ theo diện HO vào năm 1993 và cũng lăn lưng vào nghề này tại San Francisco. Anh mua một chiếc xe *truck* bằng số tiền dành dụm được khi ăn tiền trợ cấp xã hội. Sau năm năm lăn lộn với nghề, anh đã mua được một căn nhà năm phòng ngủ trên đường Gabriel ở ngoại ô San Francisco và một tiệm bán đồ trang trí tại khu phố tầu mới. Có những người phất lên nhờ lượm rác nhưng cũng có những người cả đời lấm lem với nghề này. Dù sao, những người Việt di tản chúng ta, dù khổ cực ra sao, vẫn có niềm vui riêng.

Ta qua đây nhiều khi đi moi rác
Lượm từng lon seven up, coca.
Thà khổ cực mà không chết khát
Khát nhân quyền, khát dân chủ tự do.

(Quang Tuấn)

Rác là thứ đồ bỏ cùng mằng nhất nhưng trong rác nhiều khi có những thứ không phải là rác. Những người có tuổi chắc còn nhớ một thuở Sài Gòn, Quy Nhơn, Đà Nẵng và nhiều thành phố khác có quân đội Mỹ trú đóng, nhiều người trở thành tỷ phú với nghề thầu rác Mỹ. Rác Mỹ rất sang. Nhìn bên ngoài thì xe rác chỉ toàn rác, nhưng trong ruột là những thứ đồ Mỹ thơm phức mà dân Việt ta ngày đó nô nức mua. Những nhà thầu này cấu kết với lính Mỹ để tuồn các đồ PX ra bằng cách giấu vào trong rác. Rác Mỹ ngày đó là thứ rác xịn. Trong rác có sự gian xảo, lừa đảo.

Có những thứ rác xịn khác do sự vô ý của con người. Một bà cụ ở West Sussex, Anh quốc, đã đãng trí quăng nhầm túi tiền tiết kiệm cả đời lên tới 20 ngàn đô vào thùng rác. Sau đó cụ gọi điện thoại cho con gái. Bà này vội thông báo cho sở Vệ Sinh thành phố. Ông chủ nhà máy biến chế rác ở Horsham lập tức cho ngưng các máy móc và huy động 12 nhân viên lục tung 25 tấn rác để tìm gói tiền cho bà cụ. Theo báo *Telegraph,* số tiền được đựng trong một cái túi vải màu xanh, xem ra quá nhỏ so với 25 tấn rác nên tìm không ra. Ông quản lý nhà máy Paul Willis rất áy náy nên điện thoại cho bà cụ. Trong câu chuyện, bà cụ cho biết là túi tiền này cụ đã quăng vào thùng rác từ sáu ngày trước! Vậy thì tiền đã thành rác!

Một bà ở thủ đô Tel Aviv của Do Thái còn đau đầu hơn khi mất tới một triệu đô giấu trong nệm giường. Chiếc nệm quá cũ đã bị quăng vào đống rác khi cô con gái mua tặng mẹ một chiếc nệm mới như một quà tặng bất ngờ và vứt tấm nệm cũ đi. Khi biết mình bé cái nhầm, bà con gái này mới vội chạy ra đống rác với hy vọng xe đổ rác chưa tới. Chiếc xe định mạng đã làm xong nhiệm vụ. Lập tức, ba bãi rác được thông báo. Họ đã cố công tìm kiếm nhưng chiếc nệm vẫn bặt vô âm tín. Quản Đốc bãi rác tên Yitzhak Borba thẫn thờ cho biết không thể tìm được chiếc nệm…tiền trong 2.500 tấn rác được đổ vào bãi rác mỗi ngày. Khi tin tức về chiếc nệm một triệu đô được các cơ quan truyền thông loan báo thì bãi rác lại gặp một vấn đề khác. Nhiều người xâm nhập vào bãi để hy vọng tìm được kho tàng đánh mất này. Dấu tiền dưới nệm hình như là một chiêu phổ biến trong cộng đồng người Việt chúng ta, nhất là các cụ có tuổi. Các cụ cần nhớ tin này để khỏi mất cả tài sản khi con cái bỗng nhiên nổi máu hiếu để tặng các cụ chiếc nệm mới.

Hình ảnh những chiếc xe rác chạy trong thành phố là hình ảnh khá quen thuộc với chúng ta. Thường chúng ta khó chịu. Đang lái xe phây phây bỗng phải chậm chạp chạy theo chiếc xe rác liên tục khi ngừng khi chạy để hốt những thùng rác bên lề đường. Bực mình chứ! Nhất là cái mùi rác rưởi xông vào mũi khi xe chúng ta phải tò tò theo sau. Thường tới một ngã tư là tôi phóng xe quẹo qua đường khác một cách tức tối. Sự bực tức nằm trong lòng như một thứ…rác.

Một phút, một giờ, một ngày, một tháng, một năm, đã bao lần chúng ta chứa chấp rác rưởi bực tức trong người! Tôi mới được đọc một bài viết ngắn *"Triết Lý Về Chiếc Xe Rác"* của một tác giả ngoại quốc không rõ tên. Ông đang ngồi trên một chiếc *taxi,* hối thúc tài xế chạy vội ra phi trường cho kịp chuyến bay. Xe đang ngon trớn, bỗng có một chiếc xe từ lề đường phóng ra thiếu điều muốn ăn tươi nuốt sống chiếc *taxi.* Tác giả kể tiếp câu chuyện: *"Bác tài xế taxi của tôi bèn đạp thắng, xe lết đi, và chỉ thoát đụng phải chiếc xe kia trong gang tấc! Người lái chiếc xe kia gân cổ lên nhìn chúng tôi lơ láo rồi cất tiếng chửi bới. Bác tài xế của tôi chỉ mỉm cười và còn vẫy tay chào gã kia. Tôi muốn nói bác ta quả thực là người hiền khô, dễ thương quá đi. Thấy thế, tôi bèn hỏi tại sao bác ta lại xử sự như vậy. Thằng cha kia suýt nữa đã làm tan nát chiếc xe của bác ta và đưa cả hai đứa chúng ta vào nhà thương! Và đây là lúc bác tài xế đã dạy cho tôi một bài học mà tôi gọi là "Luật Cư Xử Với Chiếc Xe Đổ Rác". Bác tài giải thích rằng trên đời này không thiếu gì những người chẳng khác gì những ... xe đổ rác! Họ chạy lông nhông ngoài đường, thân mình đầy rác rưởi, tâm hồn tràn ngập thất vọng, tức giận và bất mãn với đời! Rác rưởi càng chồng chất, thì họ lại càng muốn tìm được nơi nào trút bỏ, và đôi khi họ nhằm ngay chính bạn để trút đống rác đó! Vậy thì tại sao bạn lại phải chuốc lấy rác này nhỉ? Tại sao không chỉ mỉm cười, vẫy tay chào họ, chúc họ khỏi bệnh, rồi tiếp tục con đường mình đi! Nhớ đừng lấy cọng rác nào của họ để rẩy lên những người khác nơi mình làm việc, trong gia đình mình, hay cho những người mình gặp trên đường phố! Điểm then chốt cần nhớ là những con người thành công đều là những kẻ không để cho rác rưởi xen vào chiếm đoạt một ngày cuả đời mình! Cuộc sống vốn ngắn ngủi, thì cớ sao một giấc ngủ dậy lại phải vấn vương vì một hối tiếc nào đó, nhỉ? Do đó hãy yêu thương những kẻ đã đối xử đẹp với ta! Hãy cầu Trời tha thứ cho những kẻ xử tệ với ta! Cuộc sống này chẳng qua chỉ có 10% là do bạn gây ra. Và còn lại 90% là tùy xem bạn đối phó với nó như thế nào!".*

Rác rưởi là chuyện lúc nào cũng có. Đầy nhà, đầy đường đầy xá. Các cụ đã từng ví von: *bói ra ma, quét nhà ra rác.* Rác bám vào chúng ta từ chân cẳng tới đầu óc. Nhưng làm gì có rác!

Sau cuộc chiến tranh Thế Giới lần thứ hai vào thập niên 1940, nước Nhật bại trận, Soko Morinaga sống sót trở về nhà. Cha mẹ đã ra người thiên cổ, anh chị em phân tán, nhà cửa đổ nát, tiền bạc không còn xu dính túi, ông sống trong tận cùng mất mát. Ông cố trở lại trường học nhưng cái nghèo đói quấn quít chân ông. Chân tâm đổ nát, bỗng có một cơ duyên khiến ông tới trước cửa chùa Daishuin ở Tokyo. Ông mạnh dạn bấm chuông. Người mở cửa cho ông chính là Đại Sư Zuigan Goto. Ông ngỏ lời xin theo hầu làm đệ tử. Đại Sư hỏi: "Ngươi tin ta chứ? Nếu không tin ta thì có ở đây bao lâu cũng chẳng học được gì, phí công ta thôi". Soko rạp mình: "Con xin hết lòng tin tưởng sư phụ". Đại Sư mở rộng cửa, lạnh lùng truyền: "Theo ta!". Soko líu ríu theo vào. Tới góc sân, Đại Sư chỉ cây chổi tre ra lệnh: "Quét dọn vườn". Trước khi cầm chổi, Soko quỳ xuống bái tạ. Rồi ông hăng hái quét, quét và quét. Chẳng bao lâu ông đã gom được vào góc vườn một đống rác cao nghệu gồm đất, sỏi, đá vụn và lá khô. Soko lễ phép hỏi: "Bẩm thầy, con phải bỏ đống rác này đi đâu ạ?". Bất ngờ, Đại Sư quát lên: "Rác? Ngươi nói gì? Không có chi là rác cả!". Soko ngẩn ngơ nhìn đống rác cao, lòng tự hỏi: đây không là rác thì là cái chi? Đại Sư lớn tiếng bảo: "Vào nhà kho kia lấy cái bao nhựa lớn ra đây!". Khi Soko mang bao nhựa ra thì Đại Sư đang dùng hai tay gạt đám lá khô sang một bên, quay qua ra lệnh: "Mở rộng miệng bao ra!". Soko tuân lời, lẳng lặng thấy thầy mình quơ từng ôm lá bỏ vào bao. Xong cột lại, ra lệnh tiếp: "Đem bao lá này vào kho để dành đun nước tắm". Xong việc, trở ra lại, ông thấy Đại Sư đang lượm những viên sỏi và đá vụn. Lại sai bảo: "Có thấy hàng hiên ngay dưới máng xối kia không? Có thấy những chỗ bị nước mưa xoáy lồi lõm không? Đem đám sỏi đá này ra trám vào chỗ đó!". Trám xong, Soko thấy phục Đại Sư vì những chỗ lồi lõm đã được trám phẳng phiu đẹp đẽ. Đống rác chỉ còn lại đất và rêu, Soko nghĩ chắc phải mang đi đổ. Nhưng Đại Sư lại thong thả ngồi nhặt từng viên đất, từng tảng rêu trên tay, chậm rãi nhìn quanh tìm những khe tường nứt rồi từ tốn trám vào. Đống rác không còn đó nhưng cũng không phải đổ đi một chút xíu nào.

Trong bài viết "Không Có Gì Là Rác Cả" của Nguyễn

Tâm, đăng trên báo Giác Ngộ, tác giả kết luận: *"Thiền sư Soko Morinaga đã bắt đầu bài học nhập môn chỉ bằng niềm tin và lời dạy thật đơn giản rằng "Không có gì là rác cả!". Vậy mà về sau ngài trở thành thiền sư danh tiếng, Viện trưởng Đại học Hanazono, thuộc tông Lâm Tế Nhật Bản. Phải chăng, niềm tin tuyệt đối vào tương lai tươi sáng và sự tiết kiệm, chắt chiu đã vực dậy một đất nước đổ nát bởi chiến tranh nhanh chóng trở thành siêu cường, và ở một phương diện khác, những đức tính ấy đã un đúc, tạo nên một nhân cách lớn. "Không có gì là rác cả!" tuy đơn giản mà bao hàm một thông điệp về triết lý duyên khởi, trong rác có hoa và trong hoa có rác, rác chính là hoa và hoa chính là rác. Nhờ thấy được sự thật này nên không hề có sự loại bỏ, đối kháng và mâu thuẫn mà hoàn toàn nhuần nhuyễn, tùy thuận, các pháp cùng nương vào nhau để tồn tại và phát triển. "Không có gì là rác cả!" là một tuệ giác lớn. Hãy nhìn thật kỹ, thật sâu sắc vào những bất đồng, những việc không như ý và tất cả những gì được gọi là xấu xa, đáng để loại trừ, vứt bỏ...cho đến khi nào nhận ra "Không có gì là rác cả!" để ôm ấp, bao dung và tận dụng hết thảy thì cuộc sống này đẹp biết dường nào!"*

Viết về rác mà "không có gì là rác cả", nghĩ mình thật giống như anh Don Quixote mê mải đánh lộn vào chiếc cối xay gió, thật mắc cở!

01/2016

SMART

Dịp lễ cuối năm 2015 vừa qua, món hàng được người ta mua làm quà tặng nhau nhiều nhất là chiếc đồng hồ thông minh *smartwatch.* Chuyện gì vui và *hot* là có tôi đi hàng đầu. Tôi cũng mua một chiếc để tự tặng mình. Vào mạng kiếm thấy hoa cả mắt. Sao mà nhiều thứ đến thế. Cứ như là chợ rau! Nhìn tới giá cả thì hoa mắt một cách khác. Cũng chiếc đồng hồ mà có chiếc giá chỉ mấy đô, có chiếc giá tới năm bảy trăm đô, biết chọn cái nào? Muốn chắc ăn, chạy ra Best Buy coi tận mắt. Cả một cái quầy dài ngay cửa ra vào, đồng hồ thông minh nằm lủ khủ như tương cà mắm muối. Giá cả từ bạc chục lên tới bạc trăm. Bâng khuâng đứng ngó. Biết chọn cái mô?

Tính ngay trong đầu là lơ đi thứ bạc trăm tuy nó mang những nhãn hiệu rất quen thuộc như *Apple, Samsung, Garmin, Tomtom.* Chưa biết nó ra sao, cứ thử thứ vừa túi tiền trước, nếu xài thấy hay hay thì "lên đời" sau vậy. Nghĩ trong đầu như vậy nhưng bụng đã yên chí cho cái túi tiền vì ai lại mới mua xong cái này lại mua thêm cái khác. Thôi thì chọn cái nào vừa tay vậy. Đồng hồ truyền thống thì kích cỡ đại khái như nhau, chỉ phân biệt thứ tròn hay vuông. *Smartwatch* đa dạng hơn nhiều. Vuông tròn, to nhỏ khá nhiều loại. Có thứ mặt đồng hồ chỉ vừa bằng bề mặt của dây, trông như chiếc dây không có đồng hồ. Thứ này coi bộ lạ. Thử bắt chiếc này coi. Cuối cùng rinh về chiếc…dây đồng hồ hiệu *Striiv.*

Sạc pin cho đầy, vào *computer download app* xuống, theo hướng dẫn để *set up.* Xong ngồi nghịch. Mặt đồng hồ dài đen xì, gõ vào hai cái là màn ảnh hiện lên giờ và ngày tháng, quẹt ngang qua những bước khác: số bước chân di chuyển, số *calorie* tiêu thụ, số nhịp đập của tim, số phút hoạt động, số giờ ngáy khò khò. Hoạt động trong ngày của mình ra sao đều được ghi lại bằng con số đầy đủ. Đúng 12 giờ đêm, đồng hồ tự động xóa hết, chuyển về số không tất cả, sẵn sàng ghi thành tích cho ngày hôm sau. Cuối tuần nhận được *e-mail* của hãng ghi lại hoạt động suốt tuần, ghi rõ số trung bình của mỗi hoạt động trong tuần và ngày nào hoạt động hăng hái nhất.

Vậy là lại mua thêm dây cột vào người. Trước đó đeo đồng hồ vướng tay, chỉ khi nào ra khỏi nhà mới đeo, nay phải đeo cả ngày cả đêm. Được cái *smartwatch* làm toàn bằng nhựa nên nhẹ bâng, lại không kềnh càng nên cũng ít vướng víu. Bệnh thành tích có lẽ là bệnh thâm căn cố đế của con người. Tắm xong là vội xỏ chiếc đồng hồ ngay, sợ quên thì hụt bớt số bước chân hoạt động trong bảng thành tích cuối tuần, phí chân đi! Trước thì có lúc siêng tập thể dục hoặc đi bộ, có lúc lười nằm khểnh cho khỏe cái thân. Từ khi có đồng hồ thông minh, rảnh chân rảnh tay là đi túi bụi. Đi xong, gõ hai cái vào đồng hồ, quẹt một cái, thấy số bước chân tăng lên, lòng khoái chí tử. Đeo chiếc đồng hồ thông minh, đời như bị trói buộc hơn, hóa ra mình chẳng thông minh chút nào!

Nhưng vui nhất là khi có ai gọi điện thoại tới cái điện thoại thông minh *smartphone,* đồng hồ thông minh rung lên, như có ai níu tay, nhìn vào thấy tên người gọi hiện lên rõ ràng, chẳng cần phải móc cái điện thoại từ túi ra.

Móc cái *smartwatch* vào tay thú vị như vậy nên người người đổ xô vào thứ đồ chơi mới này. Số lượng đồng hồ thông minh năm nay được vận chuyển tới các tiệm bán lẻ đã tăng 316% so với năm 2014. Người ta dự tính tới cuối năm 2016 này sẽ có 50 triệu chiếc đồng hồ được khách hàng rinh về nhà. Và tới cuối năm tới 2017, số bán sẽ tăng lên tới 66 triệu 700 ngàn chiếc.

Đường lên của đồng hồ thông minh làm cho các nhà chế tạo đồng hồ truyền thống của Thụy Sĩ lo sốt vó. Người tiêu thụ ngày càng lơ là với những chiếc đồng hồ không biết đếm bước chân người. Theo thống kê của *Strategy Analytics,* một công ty chuyên thu thập và phân tích các dữ kiện, thì trong ba tháng cuối năm 2015, số bán của đồng hồ thông minh đã vượt qua số bán của đồng hồ truyền thống.

Nếu cần nói thêm một chút về *smartwatch* thì chúng ta phải nói tới chuyện nó dính dáng tới người Việt Nam. Đó là anh Sonny Vũ. Anh này di tản qua Mỹ từ bốn chục năm trước và cùng với anh Sridhar Lyengar và cựu Giám Đốc Điều

Hành của Apple là John Sculley, thành lập công ty Misfit, trụ sở đặt tại vùng thung lũng Silicon. Sau những thành công trong việc chế tạo đồng hồ thông minh, Misfit vừa được công ty Fossil, nổi tiếng thế giới về các sản phẩm như quần áo, giầy dép, đồ trang sức, kính mát và đồng hồ thâu tóm. *Smartwatch* nổi tiếng của Misfit là đồng hồ Shine.

Thời buổi này cái chi cũng phải...*smart.* Con người không theo kịp thời là những người không...thông minh. Mấy ông bạn tôi nghe vậy bị sốc liền. Các ông ấy đều thuộc loại tồn cổ. Cái chi chưa hư là còn xài. Có ông tới bây giờ vẫn còn xài cái ti-vi đít vẩu ra một đống, cũ rích cũ rang, chiếm rất nhiều chỗ, trong khi ti-vi màn hình phẳng đã bị *smarttv* cho qua mặt cái vù. Bảo các ông ấy là thời đại nó cung phụng mình cái chi mới mẻ văn minh thì mình phải hưởng ngay, các ông ấy quay ngoắt người đi. Tại sao cái ti-vi vẫn còn nhìn rõ mặt người trên màn hình lại phải vứt đi. Vẽ chuyện, xì-mác với xì-méc, bị tụi con buôn nó dụ moi hết tiền già mà không biết! Các ông ấy chưa rõ cái ti-vi thông minh nó...*smart* như thế nào. Người ta có thể vào *YouTube,* mở *e-mail,* coi đủ các thứ đài trên đời. Các bà coi phim bộ Đại Hàn khỏi cần xài thêm máy *media player* mà vẫn coi được các USB hoặc *hard disk* phim bộ. Cứ cắm vào mấy lỗ USB hoặc HDMI là chạy tuốt luốt hết.

Smartphone là thứ đã quen thuộc từ lâu. Đó là sáng chế của cố Giám Đốc Điều Hành công ty trái táo *Apple* Steve Jobs. Lúc đầu ý tưởng của ông đã bị chế giễu là "chiếc điện thoại không bàn phím". Nay thì không ai còn giễu được với điện thoại *iPhone* đã ra tới thế hệ *iPhone 6.* Điện thoại thông minh đã là bạn thân quen với chúng ta. Hiện trên thế giới có 4 tỷ 500 triệu người dùng *smartphone.* Ngay cả bà bán rau ở Việt Nam cũng dắt cái...thông minh trong túi. Điện thoại thông minh nó thông minh như thế nào, tất cả chúng ta đã rành sáu câu. Nói chi thêm cũng thừa. Nhưng cũng cần phải nói thêm một chuyện nữa. Đó là chuyện ở Ấn Độ, vào đầu tháng 2 này, họ vừa tung ra thị trường chiếc *smartphone* giá chỉ có 4 đô Mỹ! Rẻ như rau! Đó là chiếc điện thoại mang tên *Freedom 251* do công ty Ringing Bells có trụ sở ở Nida, ngoại ô thủ đô New Delhi, chế tạo. Với chiếc điện thoại giá bèo này, số người xài điện thoại thông minh sẽ tăng khủng khiếp trong một tương lai gần.

Nhưng mới đây người ta đã nói lời ai điếu cho *smartphone* và các loại *tablet* thông minh. Cái thứ chúng ta xài bi chừ sẽ được thay thế bằng một chiếc vòng được đeo trên cổ tay. Chiếc vòng này có những lỗ nhỏ li ti chiếu sáng thành một màn hình lên cánh tay chúng ta. Vậy là chúng ta có cái cực kỳ thông minh y như *smartphone* hay *tablet* mà chẳng phải mất công ôm chiếc máy cứng còng. Chuyện nghe như chuyện giả tưởng nhưng nó đã tới sát bàn tọa chúng ta rồi. Chiếc vòng *Cicret Bracelet* sẽ được tung ra thị trường vào cuối năm 2016 này! Giá khá mềm: 300 đô. Hiện công ty chế tạo đang gọi vốn bằng cách mời mọi người đặt mua trước với giá 250 đô. Ai muốn nhanh tay là một trong những người đầu tiên có chiếc vòng *smart* này có thể vào trang mạng www.circret.com để đặt mua.

Thứ thông minh mới toanh khác là giầy thông minh mang tên *IoFit* do công ty Salted Venture, một công ty Đại

Hàn cũng mới toanh do Samsung hỗ trợ, sáng chế ra. Nó thông minh như thế nào? Dưới đế giầy có gắn vô số bộ phận cảm ứng để đo sự phân bố sức nặng, sự cân bằng và dáng đứng của người mang giầy. Một ứng dụng phần mềm sẽ thu thập dữ kiện và giúp chủ nhân đôi giầy cải tiến các hoạt động như cử tạ, chơi *golf,* chạy bộ. Ông Tổng Giám Đốc Điều Hành của công ty Salted Venture tên Jacob Choi cho biết: "Có nhiều dữ liệu vô giá đến từ đôi chân của chúng ta, vậy mà cho tới bây giờ, chúng ta hoàn toàn bỏ phí chúng". Từ những dữ liệu này, các nhà thể thao dùng giầy này sẽ được điều chỉnh các động tác cho chính xác.

Ngay cái thứ giản dị, thẳng băng, mỏng tẹt, chẳng có… đầu óc chi nay cũng bày đặt thông minh. Đó là cái thắt lưng hoặc giây lưng. Công dụng của chúng là giữ cho chiếc quần khỏi tụt xuống rất bất tiện trước mắt mọi người. Đây là cái thứ không phải ai cũng dùng được. Có những ông bụng bự, mang giây lưng như đeo một con rắn, nó trườn xuống để tránh khúc phình ra của cái trống…cơm. Những ông tốt bụng này thường thay thế giây lưng bằng giây đeo vắt lên vai. Ở đây chúng ta không nói chuyện giây đeo mà nói chuyện giây lưng tuy mấy ông mang giây đeo thường vẫn tự hào là thượng lưu hơn mấy ông đeo giây lưng.

Chiếc giây lưng thông minh tên *Belty* do công ty Emotia sản xuất là cái đinh trong cuộc triển lãm các dụng cụ điện tử *Consumers Electronic Show,* viết tắt là CES, vào năm ngoái. Dẹp lép như vậy thì óc thông minh để vào đâu? Để vào chiếc khóa thắt lưng. Mang thắt lưng vô, điều chỉnh khóa cho vừa khít bụng là mang một anh cảnh sát trên bụng. Anh này sẽ nhắc nhở đứng dậy vận động nếu phát giác ra chúng ta ngồi lâu quá. Sẽ điều chỉnh khóa cho vừa vặn khi chúng ta ăn no quá phình bụng lên. Tôi sẽ không mặn mà chi chiếc thắt lưng có dấu một chú mã tà trong chiếc khóa này. Đang ngồi viết bài, đúng lúc hứng, chữ nghĩa đang tuôn trào, bỗng chú này phá đám rung lên bần bật. Nhột chứ! Nhưng những ai mang một bầu tâm sự trong bụng chắc phải cám ơn chiếc thắt lưng này. Bệnh béo phì là một bệnh phổ thông và tai hại tại các nước phát triển. Số bệnh nhân tại Mỹ tăng lên chóng mặt. Từ 9% năm 1990 lên tới 35% năm 2014. Có tới 67% dân chúng Mỹ bị thừa cân. Càng ụt ịt càng lười biếng, đó là lẽ thường. Vác cái bụng ngoại khổ đi đứng rất cực nhọc, nói chi tới nhổm lên cúi xuống, nói chi tới thể dục thể thao. Vậy nên *smartbelt* còn đo vòng bụng và thông báo chuyện lên xuống của chiếc vòng số 2 này để chúng ta cảnh giác. Mà cái vòng số 2 này là cái vòng đánh giá sức khỏe của chúng ta chính xác nhất. Từ trước tới nay chúng ta tính theo chỉ số BMI nhưng ông Hemi Weingarten, Tổng Giám Đốc công ty *Fooducate*, cho rằng cách đo chỉ số BMI nay đã lỗi thời. Đo vòng bụng chính xác hơn. Tạp chí *American College of Sports Medicine* dẫn ý kiến của nhiều chuyên gia cho rằng "vòng eo được dùng như một dữ kiện quan trọng trong việc đánh giá sức khỏe". Nếu vòng eo của các bà trên 35 *inches* (88 phân) và các ông trên 40 *inches* (102 phân) thì có vấn đề sức khỏe. Tạp chí chuyên về sức khỏe và vận động này giải thích: "Một vòng eo lớn là dấu hiệu thường thấy khi mỡ nội tạng ngày càng chồng chất trong cơ thể. Mỡ nội tạng *(visceral fat)* là một loại chất béo nguy hiểm bám chung quanh nội tạng con người. Loại mỡ này liên kết chặt chẽ với bệnh tiểu đường loại 2 và bệnh tim, vì thế vòng bụng là một yếu tố dự báo chính xác hơn về nguy cơ bị trụy tim so với chỉ số BMI được dùng từ trước tới nay". Không biết chiếc thắt lưng thông minh có hữu hiệu cho việc giảm bớt độ lớn của bụng không nhưng giá của nó chắc chắn sẽ làm chúng ta… đau bụng: 395 đô Mỹ một chiếc!

Chiếc thắt lưng Belty của công ty Emotia được trình làng tại triển lãm CES năm ngoái thì năm nay, cũng tại triển lãm này, Samsung tung ra chiếc thắt lưng *smartbelt* mang tên Welt để cạnh tranh. Bụng tôi còn xa mới tới mức báo động trên 1 thước nên tôi chưa có thể là khách hàng của chiếc thắt lưng thông minh này. Kệ họ cạnh tranh với nhau. Có điều mừng là khi có cạnh tranh thì phải có chuyện giảm giá, đó là một điều đỡ đau bụng cho mấy ông bà đã trót có cái bụng nẩy nở!

Theo bạn nghĩ thì trong thời đại *smart* này chúng ta còn cần thứ thông minh chi nữa không? Chiếc thắt lưng thông minh phần lớn dành cho các ông, các bà ít khi bị ràng buộc, vậy thì các nhà sáng chế có chi thông minh cho các bà xài đỡ? Có chiếc nhẫn thông minh. Nhẫn thông minh dĩ nhiên không tính bằng…*carat.* Bỏ cả đống tiền ra tậu thứ lóng lánh này đeo vào tay sẽ rất mỏi tay. Bởi vì khi đeo chúng, chủ nhân có khuynh hướng giơ tay ra cho mọi người nhìn thấy. Thật là thiếu thông minh! Chiếc nhẫn thông minh cũng giúp chúng ta, nhất là các bà tiêu tiền nhưng là một thứ tiêu tiền thông minh. Ngày nay chúng ta ít xài tiền mặt, vừa chật túi vừa dễ mất, chúng ta xài thẻ tín dụng Visa hoặc Mastercard.

Rẹt một cái, bấm số PIN là trả tiền xong, khỏi lích ca lích kích với mớ tiền lẻ lại thêm cái lợi là không trông thấy đồng tiền ra đi nên sự tiếc nuối được treo lại cho tới khi trả *bill.* Lúc đó đã tiêu xong rồi, nỗi tiếc thương đã muộn màng. Nhưng trả tiền bằng thẻ tín dụng cũng vẫn còn lích kích. Phải mang theo thẻ trong người có thể dễ mất mát. Mà mất mát kéo theo cái phiền phức là phải liên lạc ngay với công ty phát hành thẻ để báo cáo hủy thẻ. Không nhanh nhẹn điện thoại báo có khi mất cả đống tiền nếu kẻ gian đã mau mắn hơn mang thẻ đi mua đồ, cà tới rách thẻ. Thường kẻ gian ít khi chậm chạp lắm. Tôi đã từng mất thẻ và đã từng sốt ruột khi phải chờ tới lượt được nhân viên hãng phát hành thẻ tiếp chuyện. Thời gian này sao nó ác ôn thế, ôm điện thoại chờ mà trong đầu thấy rõ hình ảnh tên gian đang cà thẻ của mình xoành xoạch từ tiệm này qua tiệm kia.

Để tránh những phiền phức đau tim này, chiếc nhẫn thông minh *smartring* mang tên Kerv được nhà sáng tạo Phillip Campbell sáng chế. Thực ra nhà sản xuất đã cho chiếc nhẫn này cái đuôi dài hơn: *Kerv Contactless Payment Ring* (Chiếc nhẫn trả tiền không cần tiếp xúc). Chiếc nhẫn thông minh này đã được dùng từ lâu ở Âu châu. Đã có 38 triệu địa điểm có thể trả tiền bằng chiếc nhẫn Kerv này. Ngoài các cửa hàng bán lẻ, nhẫn còn được dùng tại các nhà hàng ăn, xe *taxi*. Dân Bắc Mỹ chúng ta là thứ chậm chạp, vẫn cứ dùng thẻ băng từ để cà mỗi khi tiêu tiền.

Hệ thống dùng thẻ và hệ thống dùng nhẫn để thanh toán tiền hơi khác nhau một chút. Với thẻ thì chúng ta dùng trước, trả tiền sau khi nhận được *bill.* Với nhẫn Kerv thì chúng ta phải ký gửi tiền trước, khi mua hàng sẽ trừ dần. Như vậy chúng ta không thể mua quá số tiền mình ký gửi vào tài khoản Kerv. Chắc nhiều người ăn xổi ở thì không ưa thứ phải có tiền trước khi tiêu này.

Khi trả tiền với nhẫn Kerv, chúng ta chỉ phải quẹt chiếc nhẫn qua máy là xong. Không phải bấm số NIP chi cả. Tiện nhưng cũng không tiện vì nếu chúng ta mất nhẫn, người khác có thể thoải mái tiêu số tiền còn lại mà không cần phải bấm số NIP như chúng ta dùng với thẻ. Ngoài ra nhẫn Kerv còn có thể nạp được những dữ kiện về y khoa hoặc các thông tin riêng nên những thứ như ví bóp, túi đựng thẻ có thể cho đi chỗ khác chơi hết. Người sẽ nhẹ tâng mỗi khi ra đường. Chiếc nhẫn Kerv tự nó cũng là một thứ nhẹ như bấc. Được làm bằng chất *zirconia ceramic,* một loại gốm sứ đặc biệt nhẹ vẫn dùng trong các lò phản ứng hạt nhân và phi thuyền không gian, nhẫn khó bị xây xát, dị ứng và không kỵ nước. Đã là nhẫn thì phải xí xọn các bà mới vừa ý, vậy nên nhẫn có nhiều kiểu dáng và màu sắc, tha hồ lựa chọn.

Có một thứ *smart* cần thiết là *smartgun,* súng thông minh. Trong bối cảnh mà súng ống được bán tự do đầy rẫy ở Mỹ, những nạn nhân của súng coi bộ nhiều. *Smartgun* được chế tạo nhằm mục đích giảm thiểu số nạn nhân này. Nguyên tắc của phát minh này là súng của ai người ấy bắn, người khác không sao bóp được cò súng. Muốn vậy người ta dùng dấu tay để súng phân biệt chủ nhân và người lạ. Cũng như các loại *iPhone* dùng dấu tay để mở khóa, *smartgun* cũng dùng dấu tay để bóp cò súng. Chỉ khi nhận dạng được đúng dấu tay của chủ nhân bóp cò thì súng mới nhả đạn, không đúng dấu tay thì cò cứng ngắc, súng im họng. Sáng chế này có thể tránh được những vụ nổ súng tàn sát tập thể như vụ nổ súng mới đây của cặp vợ chồng khủng bố Syed Rizwan Farook và Tashfeen Malik ở San Bernadino, California vào ngày 2 tháng 12 năm 2015 vừa qua. Cặp vợ chồng này đã dùng súng của một người bạn. Cũng chỉ nguyên tại Mỹ đã có 2 triệu trẻ em sống trong những ngôi nhà có trữ súng và trong năm 2015 có tới 265 người toi mạng bởi súng do trẻ em vô ý bắn.

Trong các thứ *smart* mà chúng ta có từ trước tới nay thì có lẽ thứ *smartgun* là thứ *smart* mà chúng ta vỗ tay hoan hô nhất. Nó cứu nhân độ thế!

03/2016

TESLA

Ngày thứ năm 31 tháng 3 vừa qua là ngày hội của những người yêu xế trên nhiều nước. Montreal chúng tôi cũng góp phần vui nhộn. Nói huỵch toẹt ra cho rồi. Đó là ngày hãng xe hơi điện Tesla nhận tiền đặt cọc một ngàn đô để dành mua loại xe Tesla 3 chưa ra lò chiếc nào cả. Nơi nhận đặt cọc ở Montreal là một đại lý bán xe trên đường Ferrier, khu Côte-des-Neiges. Cửa chỉ mở vào lúc 9 giờ sáng nhưng trước đó một tiếng, số người xếp hàng đã lên tới trên 200 người. Đứng đầu hàng là chàng Ian Pavelko. Chàng này ở tuốt tận vùng Vaudreuil-Dorion. Đoạn đường từ nhà anh tới Montreal chỉ khoảng trên một tiếng lái xe nhưng anh đã tới bãi đậu xe của đại lý từ 5 giờ chiều ngày thứ ba 29 tháng 3. Anh phải căng lều ngủ hai đêm trước khi được đứng đầu hàng người không nhiều nhặn gì lắm. Cứ nghĩ tới hai đêm nằm trong lều trên bãi đậu xe, tôi thấy ái ngại cho anh chàng này. Tôi thì có các vàng tôi cũng không thèm! Nhưng dân bản xứ có cái thú kỳ lạ mình không thể hiểu được. Họ khoái ngủ gà ngủ gật một vài đêm màn trời chiếu đất để tranh cái hạng nhất. Anh Pavelko này coi bộ còn khoái hơn mọi người khác. Anh mua chiếc lều mới tinh và nhờ người vẽ cái *logo* của xe Tesla trên lều. Trong đêm đầu tiên có cả thảy ba chàng ngủ lều. Qua đêm sau, có khoảng hai chục nhân mạng. Tới 5 giờ rưỡi sáng thứ năm có hơn bảy chục người. Trước giờ mở cửa có trên 200 trự!

Bên Mỹ cũng có người say mê Tesla giống như anh chàng Ian Pavello tuy mức độ không bằng được đồng hương của tôi ở Montreal. Đó là anh Robin Santucci. Anh chỉ khăn gói quả mướp tới địa điểm xếp hàng ở Santa Monica, California vào lúc 3 giờ 45 sáng thứ năm và được hạng 6. Tới 9 giờ, giờ mở cửa, thì cũng có 200 trự như ở Montreal. Chàng này cũng là *fan* của Tesla từ nhiều năm qua. Trong khi chưa có được chiếc Tesla mơ ước, anh mua tạm chiếc Fiat 500 cũng chạy bằng điện. Anh này tính khá kỹ. Tới cuối năm 2017 thì hạn thuê chiếc Fiat sẽ mãn nên anh đặt mua trước chiếc Tesla 3 là đúng thời cơ. Tính kỹ hơn nữa, anh sợ số tiền "vì môi trường" chính phủ tặng cho người mua xe chạy bằng điện là 7.500 đô sẽ không còn nữa khi số xe điện bán ra nhiều khiến chính phủ hết láng. Vậy nên anh mua trước cho chắc ăn.

Điên thiệt! Tôi thốt ra lời khi đọc tin trên báo về vụ xếp hàng đặt cọc mua xe. Câu tán thán mang nặng phê phán này có hơi hướng tức tối. Chả là vì tôi đang lái chiếc xe chạy bằng xăng nhưng trong lòng vẫn mong muốn có một chiếc xe "lai" vừa chạy xăng vừa chạy bằng điện như chiếc *hybrid* Prius. Mộng ước nhỏ nhoi chưa với tới mà bây giờ thiên hạ đua nhau đặt cọc chiếc xe chê xăng, chỉ chạy bằng điện, lấn hơn các chiếc xe lai *hybrid* trong mộng của tôi một bước nữa, có tức cái mình cũng là chuyện dễ hiểu. Cục tức của tôi khi trồi khi sụt theo giá xăng. Giá xăng lên thì cục tức nổi lên, giá xăng xuống thì cục tức chìm xuống chút chút. Sự tức tối này có một tác dụng phụ là khi lái xe qua một cây xăng tôi tự động nhìn lên giá xăng, rất hại cho cặp mắt. Còn một tác dụng nữa là lỗi phép công bằng. Tiêu bạc trăm bạc chục không tính nhưng mua xăng đắt rẻ chỉ hơn nhau có vài xu một lít thì trong lòng vui mừng hoặc tức tối dâng cao rất hại cho con tim chân chính!

Con tim của người…điên Ian Pavelko là một con tim rực lửa yêu thương dành cho Tesla. Anh chàng này đang lái chiếc xe Audi kiểu A4 chạy bằng *gasoline,* đời 2007.Trong khi mộng ước của tôi chỉ là được ôm tay lái một chiếc xe *hybrid* chạy vừa xăng vừa điện thì mộng của chàng Pavelko lớn hơn thấy rõ: được sở hữu chiếc Tesla. Xe chạy bằng điện đã được nhiều hãng xe chế tạo nhưng nói tới xe điện là phải nghĩ tới Tesla. Tesla ăn trùm! Cũng như *iPhone* bên phía điện thoại. Các hãng Samsung, Nokia, Blackberry và nhiều hãng khác cũng ra kiểu mới lia chia nhưng chỉ mỗi khi *iPhone* ra phiên bản mới thì mới có vụ thức qua đêm xếp hàng chờ mua. Nay mai khi *iPhone 7* ra mắt, dân chúng cũng sẽ rồng rắn chờ mua cho coi. Anh chàng sốt sắng xếp hàng Pavelko tâm sự: "Tôi chẳng bao giờ dám nghĩ là tôi có thể mua được một chiếc Tesla vì giá quá mắc. Nhưng khoảng một năm trước đây, tôi nghe thấy kiểu xe Tesla 3 khiến tôi như bay bổng lên mây. Tôi đếm từng ngày cho tới ngày hôm nay!". Chừng nào thì anh chàng đang bay lên mây này thực sự được lái chiếc xe mơ ước. Chẳng ai biết được chắc chắn, kể cả nhà sản xuất xe. Họ dự tính tới đầu năm 2017 sẽ có thể bán ra được một số nhưng Tesla, tuy sản xuất xe chạy bằng điện, vẫn bị mang tiếng là chậm như rùa! Kiểu xe Tesla X được bán ra thị trường vào mùa thu năm ngoái đã bị chậm một năm khiến Tesla bị mang tiếng là lời nói không bao giờ đi đôi với việc làm. Nhưng kỳ này họ quyết tâm không mang danh anh Cuội nữa khi nhất quyết là tới năm 2020 sẽ tung ra khắp thế giới được 500 ngàn chiếc Tesla 3. Để đảm bảo cho lời hứa này, họ đang xây một nhà máy tại Fremont, California. Nhà máy sẽ hoạt động vào cuối năm 2017.

Trên 200 nhân mạng xếp hàng đóng một ngàn đô ở Montreal không cô đơn. Dòng người xếp hàng có từ bên Úc, bên Hong Kong và nhất là khắp các tỉnh thành bên Mỹ. Nội trong ngày thứ năm chen chúc đó đã có trên 200 ngàn người nộp tiền cọc một ngàn đô cho chiếc xe ước tính khoảng 35 ngàn đô một chiếc. Đó là một số tiền không nhỏ cho chiếc túi tiền của nhiều người, trong đó có tôi, nhưng là một số tiền được coi là rất rẻ cho một chiếc xe chạy điện. Rẻ như thế nào, chúng ta thử so sánh. Hãng Tesla đã ra hai kiểu xe chạy điện từ khuya nhưng giá của chúng là giá trên trời. Đó là chiếc Tesla S giá sơ khởi chưa có *option* chi hết là 71 ngàn đô và chiếc Tesla X giá 80 ngàn đô. Tới chiếc Tesla 3 này giá rớt xuống chưa đầy một nửa hai đàn anh của nó, làm chi thiên hạ chẳng phát sốt phát rét xếp hàng đặt mua tuy chưa biết bao giờ mới được sờ tới xe. Xe chưa có nhưng chi tiết của chiếc xe điện loại đại chúng này đã được hãng xe tiết lộ trong một buổi ra mắt vào đêm thứ năm khởi đầu ngày đặt cọc đó.

Thứ người tiêu thụ muốn biết nhất là sau mỗi lần sạc điện, xe sẽ chạy được bao xa. Đây là điểm tối cần thiết của người sử dụng. Nếu phải ghé sạc điện xoành xoạch thì rất phiền phức. Tôi vào tìm kiếm thì thấy hai con số. Một cho biết là sau mỗi lần sạc điện, xe chạy được 345 cây số. Một nguồn khác cho con số cao hơn. Tới 480 cây số lận! Con số nào cũng hấp dẫn nếu so với đoạn đường 320 cây số cho mỗi lần sạc điện của ba chiếc xe cạnh tranh với Telsa 3 là Nissan Leaf, Chevrolet Bolt và BMW i3. Chiếc Hyundai Ioniq kể như tụt hậu khi chỉ chạy được 176 cây số cho mỗi lần sạc điện. Như vậy nếu dùng xe Tesla trong thành phố thì dư sức qua cầu. Chẳng ngày nào chúng ta lái lòng vòng tới con số 345 cây số. Nếu chạy xa lộ tới thành phố khác thì cũng OK. Thí dụ như lái xe từ Montreal tới Toronto, chúng ta chỉ phải sạc điện giữa đường có một lần, cũng tương tự như đổ xăng. Điểm thứ hai mà người lái muốn biết là sức dọt của xe. Nhà sản xuất cho biết là xe có thể tăng tốc từ 0 cây số tới 95 cây số trong 2 giây 6! Vậy là quá ngon. Ngon hơn các xe xịn hiện nay như Lamborghinis, Ferraris, Porches và McLarens.

Mần răng mà nhà sản xuất có thể hạ giá thành của xe đánh rụp một cái xuống chỉ nửa giá từ giá 75 ngàn đô của xe Telsa S xuống 35 ngàn đô của xe Telsa 3? Nghe như chuyện... thần thoại. Bí quyết là ở chỗ họ hạ giá thành sản xuất của *battery* xe. Trước đây họ mua *battery* của hãng Panasonic sản xuất tại Nhật, nay họ cất một nhà máy sản xuất ngay tại Nevada trị giá tới 5 tỷ đô khiến giá thành của *battery* rẻ được tới 30%.

Cái tài của Tesla là đã tạo ra một nhãn hiệu được người tiêu dùng say mê chạy theo bén gót. Đó chắc không phải là vì trụ sở của nó ở vùng thung lũng điện tử Silicone Valley chung với Apple của các đời iPhone. Đây là hãng xe duy nhất đóng đô ở đây. Nhưng đó là tài riêng của người sáng lập ra Telsa, ông Elon Musk.

Nói tới ông này là nói tới một người "điên rồ". Tôi gán cho ông nhãn hiệu "siêu quậy". Ông có dính tới Canada chúng tôi. Mẹ ông là dân Canada và ông tốt nghiệp Đại Học Queen tại Kingston, tỉnh bang Ontario của Canada. Sau đó ông tiếp tục học cao học tại Đại Học danh tiếng Stanford ở California. Nhưng ông chỉ học đúng có hai ngày rồi không thèm học nữa. Ông bắt đầu quậy. Công ty *Zip2* được ông thành lập lúc *internet* chỉ mới ra đời được vài năm. Lúc đó người ta chỉ dùng cuốn *YellowBook* nặng nề để tìm địa chỉ của các doanh nghiệp. Chắc chúng ta còn nhớ những ngày đó khi mỗi năm, chúng ta nhận được ngay trước cửa nhà những cuốn *YellowBook* dày cộm, ném chó thì chó nằm ngay đơ cán cuốc liền! Nhận thấy mỗi lần muốn tra cứu phải vác cuốn sách dày cộm này ra, lật cả ngàn trang giấy rất mỏi tay, ông số hóa các địa chỉ trong cuốn sách và tạo ra một ứng dụng tra cứu rất gọn nhẹ. Chỉ việc bấm vài cái là ra kết quả tra cứu. Ông thành công ngay khi các doanh nghiệp đua nhau bỏ tiền để có tên trong *Zip2* tạo nên một cuộc cách mạng trong ngành tra cứu. Năm 1999, ông bán lại *Zip2* cho công ty AltaVista và bỏ túi ngon lành số tiền 341 triệu đô khi ông mới vừa tròn 28 tuổi! Có tiền, ông quậy tiếp. Lần này ông thò mũi vào lãnh vực tài chánh. Ông nhận thấy việc thanh toán tiền bạc bằng hóa đơn và chi phiếu gửi qua bưu điện rất chậm trễ và mất nhiều công sức cho cả doanh nghiệp lẫn khách hàng nên ông thành lập công ty *X.com* thanh toán tiền nong bằng *internet.* Dĩ nhiên ông thành công. *X.com* được đổi tên thành *Paypal,* thứ mà ngày nay ai mua hàng trên mạng cũng rất quen thuộc. *Paypal* không chỉ là thay đổi cách người ta thanh toán tiền mua hàng *online* mà còn thay đổi cách vận hành của ngành tài chánh thế giới. Năm 2002 ông bán *Paypal* lại cho *eBay* với giá 1 tỷ rưỡi đô.

Cú quậy tiếp theo của ông Elon Musk là quậy cả trời đất! Ông giải thích: "Nhân loại đã tiến hóa hàng triệu năm nhưng chỉ mất có 60 năm vừa qua để tạo ra những vũ khí có thể xóa sổ toàn bộ lịch sử. Sớm hay muộn, chúng ta cũng phải rời hành tinh xinh đẹp này hoặc chấp nhận sự diệt vong". Nghĩ vậy nên ông muốn tạo ra cách để nhân loại có thể rời trái đất. Hành tinh ông nhắm tới để con người di cư là sao Hỏa! Và *SpaceX* ra đời. Đầu tiên là chế tạo ra những hỏa tiễn phóng vào không gian nhưng cái khó của ông là muốn tạo ra những hỏa tiễn khác với các hỏa tiễn hiện nay. Ba lần thí nghiệm phóng hỏa tiễn thất bại tưởng công ty đã tiêu tùng nhưng Elon Musk không phải là người chấp nhận thất bại. Lần phóng thứ tư vào tháng 12 năm 2008, ông thành công. Hỏa tiễn của ông sử dụng các kỹ thuật tân tiến, khác với các hỏa tiễn của Mỹ, Nga hay Trung Quốc. Cơ quan Hàng Không và Không Gian Hoa Kỳ (NASA) đã ký ngay hợp đồng trị giá 1 tỷ 6 đô! Với hỏa tiễn Falcon 9 có thể hạ cánh theo chiều thẳng đứng được phóng thành công vào năm 2010, trong tương lai hỏa tiễn có thể tái sử dụng khiến các hoạt động thương mại không gian sẽ dễ dàng tiện lợi và giá thành sẽ thấp hơn nhiều. *SpaceX* cũng đang thí nghiệm loại tầu không gian mới, cách mạng hóa ngành chuyên chở không gian, mỗi chiếc có thể chuyên chở được 100 người. *SpaceX* đã có kế hoạch tung ra phi thuyền *Red Dragon* với hỏa tiễn Falcon hạng nặng tối tân hơn Falcon 9 để sửa soạn đổ bộ lên sao Hỏa. Kế hoạch xây một thành phố có ngươi sống trên sao Hỏa sẽ được Elon Musk tiết lộ trong hội nghị về hàng không quốc tế sẽ được tổ chức vào tháng 9 sắp tới.

Nhìn xuống trái đất của chúng ta, ông Elon Musk "quậy" tiếp với tầu siêu tốc hành *Hyperloop.* Tầu có vận tốc chóng mặt 1.100 cây số/giờ. Nói vậy chứ hành khách trên tầu không có dịp chóng mặt vì với vận tốc kinh khủng này, tầu sẽ chạy trong các ống có áp suất thấp. Ông tính hệ thống tầu siêu tốc hành này sẽ hoạt động trong từ 7 tới 10 năm nữa. *Hyperloop* đã được chạy thử trong năm 2015.

Nhưng chuyện ông Elon Musk thấy phải làm ngay trước mắt trước khi quá muộn là giữ cho môi trường sống của chúng ta trong lành. Chúng ta dùng quá nhiều nhiên liệu khiến trái đất ngày càng nóng tạo ra hiệu ứng nhà kính làm thay đổi môi trường sống của con người. Chúng ta đang chịu hậu quả của sự thay đổi này khi thời tiết, mưa bão, lụt lội đã không còn theo trật tự cũ. Muốn chặn đứng được sự thay đổi tồi tệ này, ông lập công ty *Solar City* cung cấp các tấm nền năng lượng mặt trời lớn nhất nước Mỹ. Và xe hơi Tesla mà chúng ta đang nói tới là một công cụ khác trong việc xóa bỏ nhiên liệu xăng dầu làm ô nhiễm môi trường hiện nay. Thế hệ xe Tesla 3 với giá rẻ vừa nhận đặt tiền cọc sẽ giúp ông sớm đạt tới mục tiêu này.

Sự ồn ào của xe hơi Tesla làm các hãng xe hơi khác đua nhau nhảy vào cuộc chạy đua sản xuất xe chạy hoàn toàn bằng điện. Đó là một chuyển hướng tốt. Người ta dự đoán tới năm 2020, xe chạy bằng điện sẽ trở thành loại xe phổ thông. Điện sẽ rất rẻ vì chỉ sử dụng năng lượng mặt trời. Năm 2020, chỉ bốn năm nữa thôi, chắc lúc đó tôi sẽ mua được xe chạy bằng điện vì giá xe sẽ rất dễ chịu. Nhưng tới lúc đó, chắc tôi sẽ không mua xe hơi điện. Không phải vì tôi cao tuổi không còn được lái xe (4 năm nữa tôi vẫn…trẻ!), không phải vì tôi không đủ tiền để mua xe (giá xe lúc đó rẻ rề!), mà vì lý do tôi sẽ cho biết sau.

Trong tương lai, các hãng sản xuất xe hơi truyền thống như Ford, Chevrolet, Honda, Toyota, Huyndai…sẽ phải quy hàng trước các hãng không chuyên như Tesla, Google và Apple. Các tay mơ này sẽ cho ra lò loại xe không người lái! Đây mới là cuộc cách mạng rốt ráo của kỹ nghệ xe hơi. Cuộc cách mạng sẽ thay đổi xã hội chúng ta đang sống. Đường phố sẽ khác xa đường phố ngày nay. Mọi sự sẽ có thể bắt đầu vào năm 2020.

Tai nạn xe hơi là chuyện thường ngày chúng ta thấy. Nguyên do phần lớn là "tài" của các đấng tài xế. Nếu không có tài xế nữa thì tai nạn sẽ giảm đi rõ. Người ta ước tính hiện nay mỗi năm số tử vong vì tai nạn xe hơi trên toàn thế giới là 1 triệu 200 ngàn người. Tính ra xe chạy cứ 100 ngàn cây số là tiêu một mạng người. Khi xe không có người lái thì 10 triệu cây số mới có một tai nạn chết người. Như vậy số người tử vong giảm xuống chỉ còn 200 ngàn người. Chúng ta tiết kiệm được 1 triệu mạng sống mỗi năm! Tiền bảo hiểm xe sẽ rẻ hơn 100 lần. Các hãng bảo hiểm sẽ chết lần chết mòn. Vì không phải lái xe nên người ta có thể ngồi để làm việc trong khi xe di chuyển. Kết quả là con người sẽ có khuynh hướng sống xa thành phố cho thêm phần yên tĩnh và thoải mái hơn. Ngành địa ốc sẽ có thay đổi lớn. Các cây xăng ngày nay sẽ bị triệt tiêu. Thay vào đó là các trạm sạc điện cho xe hơi.

Nhưng cái thay đổi lớn nhất là người ta sẽ cảm thấy khỏe re mỗi khi cần di chuyển. Con cháu chúng ta không cần lấy bằng lái xe. Thậm chí không cần mua xe nữa. Mua xe làm chi cho rắc rối khi muốn đi đâu chỉ cần a-lô bằng điện thoại di động là có xe tới rước đi tới nơi về tới chốn. Số xe chạy trên đường vì vậy sẽ giảm đi tới 90%. Chỗ đậu xe không cần thiết nữa. Các bãi đậu xe sẽ trở thành công viên làm đẹp cho thành phố.

Khi cuộc sống trở nên khỏe re đến như vậy thì mua xe làm cái quái gì, dù là xe chạy bằng điện mà thiên hạ đang đâm đầu chen chúc nhau vào đặt cọc 1000 đô. Ngày đó cũng không xa. Điểm hẹn là năm 2020. Học theo cụ Nguyễn Khuyến, tôi mạnh bạo…xác định: *không mua không phải không tiền không mua!*

06/2016

THI

Thi cử là chuyện rất hại tim chẳng nên nghĩ tới. Vậy mà làm thân nhà giáo, đã thi cử nát nước hồi đi học lại còn vướng bận chấm thi thời dạy học, chuyện chẳng thú vị chi mà đa mang. Trong một lần đi chấm thi tại Sài Gòn, tôi vướng víu mãi một hình ảnh mà cho tới bây giờ vẫn còn rõ nét. Chuyện lâu rồi, tôi chẳng nhớ được vào năm nào, chỉ nhớ là năm đó tôi cùng chấm thi một phòng với Nguyễn Thiệu Hùng, lúc đó đã là nhà thơ Mai Trung Tĩnh. Chúng tôi là bạn học ở Chu Văn An, ngồi cùng bàn tại lớp Đệ Nhị C, giáo sư Việt văn là thầy Vũ Hoàng Chương. Năm đó lớp tôi còn một người nữa sau này cũng thơ thẩn là Lê Đức Vượng tức nhà thơ Vương Đức Lệ.

Mỗi lần tới cửa trường chấm thi, chúng tôi thấy một cô bé gày gò, tóc để dài, mặt mày xanh lét, đứng co ro bên cánh cửa, nhìn chúng tôi đi ra đi vào với con mắt sợ sệt. Nét lo lắng hiện rõ trên khuôn mặt tội nghiệp này. Khi vào phòng chấm thi, tôi hỏi Hùng có thấy cô bé ngoài cửa không, Hùng gật đầu. *Moa thấy thương con nhỏ quá.* Đáng thương thật. Chắc hẳn kết quả kỳ thi này sẽ đổi đời cô bé nên em mới theo dõi sát sạt như vậy. Khi chấm bài, đôi mắt cô bé không khi nào rời khỏi trí óc tôi. Việc đó làm cho ngòi bút của tôi nhiều khi khựng ngang, nghĩ đi nghĩ lại mỗi khi chấm một bài làm có nhiều lỗi sai sót. Cho điểm số xấu là chuyện phải làm để giữ sự công bằng cho các thí sinh cũng như duy trì giá trị của văn bằng, nhưng mỗi lần hạ bút viết một con số bất đắc dĩ phải viết, đầu óc tôi cứ vẩn vơ ý nghĩ đây có phải là bài của cô bé đứng ngoài cổng không. Thi cử thật gian nan, cho cả thí sinh lẫn giám khảo chấm thi.

Khi nghỉ giải lao, Hùng và tôi thường chuyện trò với nhau về trò thi cử lúc bấy giờ. Học hành cả năm, tốn bao nhiêu công sức và tiền bạc, vậy mà kết quả như một cuộc đánh đố dựa vào vài ngày vác bút đi thi. May rủi nằm nhiều trong thời gian ngắn ngủi chỉ bằng một phần trăm những ngày học hành. Có thí sinh học giỏi suốt năm, tưởng mảnh bằng đã nắm chắc trong tay nhưng chỉ vì lo lắng vẩn vơ đến mụ người nên đành ôm hận. Sự may rủi không nhiều như khi mua một tấm vé số nhưng nó vẫn có đó. Như một định mạng.

Những ngày chúng tôi còn ngồi trong những lớp thi Tú Tài, phần một và phần hai, bài hát của Đỗ Kim Bảng đã là bài hát rất phổ biến, định mạng của chúng tôi. *Thi ơi là thi! Sinh mi làm chi! Trượt: nghẹn ngào! Đậu: ồn ào, buồn vui vì mi.* Thi cử chỉ có hai con đường vào ngày treo bảng kết quả. Hai con đường khác nhau một trời một vực. *Đây bao bộ mặt cười ra nước mắt, than câu: học tài thi phận! Đây bao tiếng cười đắc chí khoe rằng: Phen này tao trượt thì ai đậu cho!*

Đậu và trượt là hai kết quả phải có của một cuộc thi. Hai con đường đối nghịch nhau. Một con đường đầy tiếng cười và một con đường đầy nước mắt. Mấy ai giữ được bình tĩnh trong khúc ngoặc của cuộc đời. Một anh bạn tôi trượt kỳ thi năm thứ nhất Luật khoa, ra đứng ở giữa trung tâm Sài Gòn, ngay trước nhà hàng Givral, đối diện tòa nhà Quốc Hội, thấy ai quen đi qua, dù chỉ quen sơ sài, cũng níu áo lại, cười cười, nói: "Trương Quang T., 7 điểm, rớt!". Cái cười của anh trông không ra cười mà cũng không ra khóc. Nó ngơ ngác như của một sinh vật không còn là người. Một anh bạn khác, cũng học luật, là một cây "gạo". Anh học *cours* không sót một chữ. Anh đưa cho tôi cuốn *cours* quay *ronéo* và anh ngồi đọc. Tôi dò theo coi anh có sai chữ nào không. Anh đọc thuộc lòng từ đầu tới cuối, không sai một chữ, lại còn nhắc tôi sang trang! Vậy mà cuối năm thi, rớt! Đúng là học tài thi phận. Chuyện này ông Tú Xương của chúng ta đã quen.

Mai không tên tớ, tớ đi ngay
Giỗ tết từ đây nhớ lấy ngày
Học đã sôi cơm nhưng chửa chín
Thi không ăn ớt thế mà cay!

Lận đận mãi thì ông Trần Tế Xương cũng vớ được mảnh bằng Tú Tài. Thời chúng tôi thi Tú Tài cũng lận đận không kém. Đó là vào giữa thập niên 1950 của thế kỷ trước. Lúc đó bậc Tú Tài chia làm bốn ban. Ban Khoa Học Thực Nghiệm, gọi là Ban A; ban Toán, tức ban B; ban Sinh Ngữ, gọi là ban C; và ban Cổ Ngữ, tức ban D. Ban Khoa Học Thực Nghiệm tương đối có số phần trăm đậu khá cao, ban Toán cũng kha khá. Riêng ban Sinh Ngữ chúng tôi thì trần ai khoai củ. Số thí sinh đậu chỉ khoảng 10%, nghĩa là mười người đi thi thì chín người đi đoong!

Hai đường đậu và trượt mở ra hai con lộ cho tương lai: lên Đại Học hoặc du học và vào quân trường. Hai con đường khác nhau một trời một vực. Tôi muốn nói trước về số đông: những người trượt. Trong số này tôi chỉ nói về những chàng trai mộng thi cử không thành. Còn những cô nàng thì chuyện trượt không phải là chuyện thảm hại lắm. Quân trường hồi đó không thèm nhận các nàng tú rớt! Nhưng thi rớt vẫn có nỗi đau nằm đó. Buồn chứ! Chuyện buồn thi cử của các nàng làm tôi phải lôi ông Nhà thơ Nguyễn Tất Nhiên ra. Ông này là một người ác. Cứ đọc thơ ông khắc biết:

Nghe nói em vừa thi rớt Luật
Môi trâm anh tàn héo nụ xa vời
Mắt công nương thầm khép mộng chân trời
Xin tội nghiệp lần đầu em thất vọng!
(Dù thật sự cũng đáng đời em lắm
Rớt đi Duyên, rớt để thương người!)
Ta – thằng ôm hận Tú Tài đôi
Không biết tìm ai mà kể lể.

Thi cử, nhất là thi Tú Tài thời của chúng tôi, là một biến cố. Thức đêm thức hôm gạo bài, uống cà phê hoặc thuốc an thần cho khỏi buồn ngủ, là một chiêu nhiều thí sinh phải áp dụng. Có những anh chị lo lắng quá nên lạm dụng thuốc khiến sau này bị điên loạn. Có những người học đến hết mức mà vẫn cứ vỏ chuối mà đạp, uất ức tới uống thuốc độc tự tử.

Nhà có người đi thi là mọi người sẵn sàng ứng chiến. Tác giả Gordon Thúy kể lể sự tình: *"Chưa thấy một người làm quan, cả họ được nhờ, mà chỉ thấy cả nhà mệt nghỉ vì đứa con đi thi. Bố lo tiền cho con đi học kèm thêm suốt năm, mẹ nấu chè nấu cháo ăn dặm ban đêm cho có sức khoẻ, giữa khuya lại thức giấc quát con ơi đi ngủ thôi con kẻo mai không dậy đi học nổi! Bà nội ngày rằm mồng một sì sụp khấn vái xin Trời Phật phù hộ cho cháu nó thi đỗ phen này, bảng vàng đề tên, không hổ danh giòng họ. Ngày đi thi bố chuẩn bị dầu nhớt cho chiếc xe từ mấy hôm trước để đưa sĩ tử đi đến nơi về đến chốn. Mẹ nấu món ăn cho lành, bổ dưỡng, dễ tiêu, để không bị đau bụng đau bão. Nhất định phải có chè đậu, phải nấu bằng đậu đỏ cho may mắn, không nấu đậu đen, và tuyệt đối không cho ăn chuối hay trứng gà trứng vịt những ngày này, nhất định không cho cơ hội trượt vỏ chuối hay lãnh trứng vịt! Đến ông anh trong nhà chẳng muốn quan tâm gì mà cũng bắt buộc trở nên "hữu dụng": "Ra đầu ngõ đứng đi con!". Thế là ngày nào sĩ tử cũng ra ngõ gặp trai, hên cách gì! Sau đó thì anh xách xe chạy theo đuôi bố, nhỡ xe bố trở chứng nằm ẹp là có tài xế dự khuyết trám chân vào ngay! Không nhiêu khê như nhân vật trong Lều Chõng của Ngô Tất Tố ngày xưa, nhưng toàn thể tiểu gia đình cũng không kém phần sôi động vất vả".*

Thi cử *stress* kinh khủng. Cho tới bây giờ, già cái đầu rồi, vậy mà thỉnh thoảng tôi vẫn nằm mơ đi thi khiến toát mồ hôi hột. Tỉnh dậy, thấy mình....già, mừng muốn chết! Trước năm 1968, thi Tú Tài được chia thành hai hồi. Thi viết và thi vấn đáp. Đậu thi viết mới được vào vấn đáp. Đây là giờ phút mặt đối mặt với giáo sư giám khảo. Chuyện thuộc bài đã đành, nhưng chuyện tâm lý mới quyết định tất cả. Ông bố bà mẹ, ông anh bà chị, ông chú bà bác, ngồi ở dưới hoặc thập thò ngoài cửa phòng, hồi hộp theo dõi một thân hình gầy gò vì thức khuya, mặt xanh lè vì hồi hộp, đang nhập trận đối diện với…tử thần!

Hung thần ngày đó là Giáo Sư Võ Văn Lúa. Một tác giả không rõ tên kể lại chuyện khi nghe Giáo sư Lúa sẽ hỏi vấn đáp năm nay đã vội vàng đổi sinh ngữ chính từ Pháp sang Anh văn để tránh…voi: *"Không ai bảo ai, một số học sinh sợ ăn điểm một hai gậy của giáo sư Lúa bèn trốn ông, chọn Anh Văn làm sinh ngữ một. Tên sao trùng với người thế. Gặp ông là lúa đời rồi. Ông nổi tiếng hung thần đánh rớt học trò. Vậy mà được đồng nghiệp kính nể. Anh Văn vốn tôi đã chẳng giỏi gì, phần lớn thời gian tự học lấy trong "Butterfly". Giọng đọc anh văn thì thầy còn đọc trật huống chi trò. Sang Mỹ này vừa chẵn 30 năm mà nói Mỹ vẫn chưa hiểu!!! Sau bài luận văn chương ép uổng đó, từ đó đến nay, tôi không hề dám viết một câu tiếng Anh nào nữa, mặc dầu việc biên khảo hiện nay, phần lớn, tôi đều dựa trên sách viết bằng tiếng Anh"* .

Vậy mà, khổ thân tôi, năm đó tôi đụng Giáo sư Lúa trong kỳ thi vấn đáp Tú Tài I. Khỏi phải nói tôi oán ông trời như thế nào ! Chỉ có hai chục thí sinh vào phòng thi của thầy Lúa mà sao tôi dính thẹo ? Rồi cũng tới giờ khắc của định mệnh. Lối hỏi vấn đáp của thầy là kêu một thí sinh lên chọn đề rồi về ngồi sửa soạn trong 5 phút. Thí sinh này lên bảng trả lời thì thầy đã kêu thí sinh kế tiếp chọn đề và ngồi soạn bài. Vậy là, một đang bị quay trên bảng thì có một đang ngồi cắn bút suy nghĩ. Khi tôi đang ngồi soạn bài, bỗng nghe thấy tiếng thầy quát lớn thí sinh đang trả bài trên bảng: "Nếu anh là con tôi thì tôi đã cho anh một cái tát!". Hồn vía tôi bay lên mây. Khi được gọi lên bảng, tôi lê bước như một tội đồ. Nhưng, nhờ trời, tôi trả lời thông suốt. Kỳ đó tôi không…lúa !

Hình như, đối với một số giáo sư giám khảo hỏi vấn đáp, việc "hành hạ" thí sinh là một cơ hội để tỏ rõ oai quyền của họ. Giáo sư T. dạy Sử Địa, có lối hỏi vấn đáp đánh lừa thí sinh. Thầy không cho thí sinh nói mà thầy tự hỏi rồi tự trả lời. Tôi được hỏi về một trận đánh của vua Quang Trung, chưa kịp nói chi thì thầy đã trả lời hộ. Thầy kể về trận đánh, cánh quân này do Đô Đốc Lộc chỉ huy, tiến đánh như thế nào, quân Thanh chạy như thế nào, rất rành rọt và có lý. Xong thầy hỏi: "Phải không anh?" . Là một học sinh Chu Văn An của thầy, tôi tưởng thầy giúp mình, mừng muốn chết, vội đáp: "Thưa thầy, phải ạ". Thầy xuống câu xề: " Sai rồi anh ạ ! Cám ơn anh!".

Thời đó có một số giáo sư trẻ rất ngông nghênh. Tôi vào vấn đáp Tú Tài II với giáo sư H., môn Anh văn. Câu hỏi thứ nhất về văn chương Anh: "Anh biết gì về nhà thơ John Keats?" . Sách giáo khoa cho môn Anh văn lớp Đệ Nhất Văn Chương là cuốn *L'Anglais Vivant 5eme Beige.* Tôi nói hết về John Keats trong cuốn sách giáo khoa này. Nghe xong, ông phán: "Đó là những điều sơ đẳng về John Keats, tôi muốn anh đi sâu vào hơn" . Vốn liếng đâu mà đi sâu, tôi ngồi đực mặt ra. Thua ! Ông bảo tôi lên bảng, cầm phấn, hỏi về Ngữ Học Anh. "Anh viết theo phiên âm quốc tế sao cho người ngoại quốc đọc được câu Kiều: Đầu cành lửa lựu lập loè đơm bông" . Chúa mẹ ơi, trong chương trình học chỉ dậy viết phiên âm quốc tế những chữ tiếng Anh, giờ viết phiên âm quốc tế cho chữ Việt, làm sao đây ? Tôi giận cụ Nguyễn Du hết biết. Sao cụ viết ra câu thơ toàn những chữ đọc trẹo họng làm khổ kẻ hậu sinh như vậy. Thì viết đại. Nhưng cái viết đại không vừa ý ông giáo sư đang vênh mặt lên vì vừa "giết" được một thí sinh. Tôi trượt kỳ vấn đáp này. Nhưng không phải chỉ mình tôi. Tất cả 13 thí sinh vào vấn đáp ông thần này đều chỉ được 3/20 điểm. Trượt tuốt luốt hết. Khoá hai năm đó, ông thần này bị cấm chấm thi! Ông này hiện cư ngụ tại Canada.

Cũng mấy ông giáo sư trẻ ngông nghênh ! Trường hợp của chú em ruột tôi, hiện sống tại Mỹ. Trong lớp Đệ Nhị C tại trường Chu Văn An năm đó có giáo sư L. dậy Pháp văn rất hay. Học sinh rất thích. Giữa năm, đổi giáo sư. Ông N. dậy thế. Học sinh phản đối việc đổi giáo sư. Khi ông N. vào lớp giờ đầu tiên, tất cả lớp đứng dậy xuống phòng Hiệu Trưởng. Xui cho chú em tôi là người đi đầu khi cả lớp bỏ ra khỏi phòng. Ông N. nhìn thấy và ghi nhớ. Khi vào vấn đáp Tú Tài I, may là em tôi không gặp ông. Nhưng khi sắp sửa lên thi, bỗng thấy ông N. nhớn nhác đi nhìn từng phòng thi Pháp văn, và ông nhìn thấy em tôi. Ông liền công khai vào phòng, lên bàn giám khảo, cúi xuống nói nhỏ với giám khảo, cũng là một giáo sư trẻ, bạn ông, tên D.. Không biết ông nói chi nhưng chú em tôi bị đánh rớt môn Pháp văn. Ông đã nhờ bạn đánh rớt thí sinh ông trù ém. Sau 1975, ông D. và chú em tôi đã nằm chung một tổ khi đi tù cải tạo. Trong 6 năm tất cả. Tôi hỏi chú em tôi có nhắc chuyện cũ không? Chú ấy lắc đầu. Trong hoàn cảnh cùng khổ đó, chuyện xưa bỗng thành chuyện nhỏ. Hiện ông N. đang định cư tại Pháp và ông D. tại Mỹ.

Giáo sư Nguyễn văn Lục, trong bài viết: *"Nhìn lại việc thi Tú Tài ở Việt Nam trước năm 1975"*, đã kể lại một trường hợp khi đi coi thi của ông. Ông được cử làm giám thị hành lang, nghĩa là đi rảo rảo ngoài phòng thi để rình coi có thí sinh nào quay phim gian lận không. Ông thấy trong một phòng thi, một nữ thí sinh dấu bài quay ở đùi, dưới vạt áo dài. Ông vô phòng, cúi xuống bảo nhỏ với thí sinh cất "bửu bối" đi, tránh không cho các thí sinh chung quanh nghe thấy. Thí sinh vội nhét tấm phao vào miệng và nuốt trôi, đồng thời la làng là bị oan. Ông giằng lấy bài thi, phát cho cô này một tờ giấy làm bài mới. Ông cầm tờ giấy cũ đi ra. Ông định mang ra vứt đi nhưng cô nữ sinh tưởng ông mang lên văn phòng nên chạy theo, khóc lóc um sùm. Vậy là sinh chuyện lớn. Mọi người đều biết. Đành phải làm biên bản. Thiện chí của ông bị hiểu lầm. Ông kể: "*Buổi trưa ra về, em đón tôi tại cổng trường ra chiêu tuyệt vọng, không năn nỉ nữa và hét to trước khi bỏ đi: "Thầy ác quá, sau này sẽ không có con". May là lời nguyền rủa của em không ứng nghiệm. Sau này tôi có hai con trai và cả hai bàn tọa bình thường. Tôi im lặng không nói gì, để yên cho em rủa và xỉ vả. Nhưng buồn. Cho đến bây giờ nhắc lại vẫn thấy buồn. Và tự nhiên còn hối hận vì nặng tay với em. Thôi thì cho xin lỗi. Trong đời đi dậy, niềm vinh hạnh đến cho tôi thì đầy không có chỗ chứa. Nhưng bên cạnh đó, có những ân hận việc này, việc nọ, nhiều khi chẳng đáng mà vẫn còn ân hận như mắng nặng một em nữ sinh, dĩ chí có lần tát vào má một nữ sinh trước mặt đông đảo học trò. Ân hận này sao nguôi!".*

Không hiểu trong suốt cuộc đời sau đó, ba ông giáo sư trẻ tuổi ngông nghênh ngày đó có khi nào nghĩ lại những chuyện mình đã những lạm quyền hành để đánh rớt các thí sinh không? Và có niềm ân hận nào tràn dâng trong lòng không? Ba ông ngày nay đã già, có ông đang chịu đựng những tháng ngày bệnh tật trong nhà dưỡng lão, cầu mong cho các ông có trí óc ngắn ngủn để những việc làm trong quá khứ không còn ám ảnh các ông trong những ngày còn lại, cũng chẳng nhiều nhặn gì, của cuộc đời.

Thi cử của chúng ta rập khuôn lối thi cử của Pháp, khá bất cập. Cả công lao học hành trong suốt một năm dài chỉ được quyết định trong mấy ngày đi thi. Đó là chuyện bấp bênh. Đau ốm, bệnh tật, trạng thái tinh thần và cá nhân các giám khảo. Luôn luôn có thể có những bất ngờ xảy ra làm tiêu tan cả năm học. Con cháu chúng ta thi cử tại Mỹ và các quốc gia tiên tiến khác ngày nay không bị những bất cập đó chi phối. Tác giả Gordon Thúy nhận xét: *"Sau này sang Mỹ sinh sống thấy con tôi học rất thoải mái. Học trong lớp vừa xong một chương là cho bài kiểm, bài thi liền để còn nhớ bài, không đợi đến cuối năm khảo nguyên một cuốn sách mấy trăm trang như ở Việt Nam (mà đúng ra thì Việt Nam khảo cả chục cuốn sách vì chương trình nguyên năm có cả chục môn học). Tại trường Mỹ, bài nào kiểm không khá là thầy cô cho dậy lại (re-teach), thi lại (re-test) ngay. Giờ nghỉ trưa hay sau buổi học thầy kèm thêm cho thấu đáo. Đến hết bậc Trung Học bên Mỹ, nếu các môn bắt buộc trong chương trình phổ thông đã hoàn tất và đủ điểm, là lập tức mũ áo xênh xang lên lãnh bằng ngay, chẳng có tú I tú II gì sất! Từ đó tôi thấy sự khác biệt về thi cử giữa hai hệ thống: ở Mỹ dậy cho đậu chứ không dậy cho rớt, ở Việt Nam không thật xuất sắc là rớt như chơi!"*.

Ngẫm lại những năm học hành thi cử, tôi bỗng rùng mình. Chẳng lẽ lại nói chúng ta sinh ra không đúng lúc, không đúng nơi!

06/2016

TIP

Tip hay *pourboire*, Việt Nam gọi là tiền boa, là một thứ tiền thưởng. Đã gọi là thưởng thì thường phải giỏi, làm vừa lòng người khác mới được hưởng số tiền này. Chúng ta *tip* cho người dọn phòng ở khách sạn, người giúp ta mang hành lý lên phòng, người tài xế xe *taxi,* người thợ cắt uốn tóc, người giao đồ ăn tại nhà cho chúng ta khi chúng ta *order.* Vân vân và vân vân. Nghĩa là khi chúng ta được người ta phục vụ tốt, chúng ta phải mở rộng cái túi ra. Chuyện móc túi cho tiền *tip* chúng ta thường làm nhất là khi chúng ta đi ăn tiệm. Đó là chuyện gần như bắt buộc dù vào nhà hàng Tầu, mấy anh chị phục vụ ném chén bát loảng xoảng trước mũi chúng ta, mặt mũi ít khi nặn ra được một nụ cười. Nếu gọi là thưởng thì chúng ta không cần phải thưởng cung cách phục vụ như vậy. Nhưng chúng ta vẫn phải *tip.* Vì đã quen tay. Nếu không *tip* lòng dạ áy náy không yên.

Nhưng có những nơi người phục vụ trong các nhà hàng

không lấy tiền tip. Như ở Nhật Bản hoặc Đại Hàn, nếu chúng ta quen tay để lại tiền tip họ sẽ chạy theo ơi ới gọi để trả lại. Tôi đã có kinh nghiệm với Nhật và Đại Hàn. Theo sự tìm hiểu của các chuyên gia thì trên thế giới có tất cả 18 quốc gia không phải cho *tip.* Tôi kể ra đây như một cẩm nang hữu ích cho các bạn hay đi du lịch. Ngoài Nhật Bản, Đại Hàn còn có Úc, Trung Quốc, Bỉ, Đan Mạch, Estonia, Phần Lan, Pháp, Iceland, Ý, Malaysia, Tân Tây Lan, Singapore, Slovenia, Thụy Điển, Thụy Sĩ và Việt Nam.

Chuyện ông *tonton* Obama ăn bún chả Hà Nội là chuyện ầm ỹ một thời. Từ sau biến cố "lịch sử" đó, tôi để ý món bún chả Hà Nội, nhiều người ở Montreal từ trước tới nay không biết nay cũng gọi thử. Món này đã được thực khách đổi tên thành "bún chả Obama". Dân Mỹ là dân *tip* từ khi lọt lòng mẹ, vậy thì *tonton* Mỹ có *tip* khi ăn bún chả ở tiệm Hương Liên không? Báo Thanh Niên đã hỏi bà chủ quán Nguyễn Thị Hằng Nga và cho biết: *"Bà Nga cho chúng tôi biết thêm, đoàn tùy tùng của Tổng thống Mỹ thanh toán đúng giá niêm yết là 40.000 đồng/suất bún chả, ngoài ra có gửi thêm tiền "boa" cho cửa hàng. Tuy nhiên, có đôi chút ngượng ngùng, bối rối, bà Nga từ chối tiết lộ số tiền được đoàn Tổng thống tặng thêm mà chỉ trỏ tay vào trong túi, nói là "tôi đã cất vào đây rồi".* Vậy là mấy ông Mỹ trong đoàn tùy tùng của Tổng Thống đã không quên tập tục tại Mỹ, coi ở Việt Nam như ở Mỹ!

Gọi là tập tục tức là một thói quen, không mang ý nghĩa ràng buộc. Vậy không cho *tip* có được không? Được chứ! Có ai bỏ tù đâu! Nhưng không nên trở lại nhà hàng đó nữa.

Vì sao? Hai anh Mỹ tới ăn tại một nhà hàng Tầu. Vốn tính nghịch ngợm, hai anh bàn nhau thử không cho tiền *tip* coi anh dọn bàn phản ứng ra sao. Hai anh thơ thới ra về. Vài ngày sau hai anh lại tới ăn, anh bồi vẫn vui vẻ dọn ăn một cách chu đáo. Hai anh lại thơ thới hân hoan ra về không để *tip.* Tình trạng không tiền boa tiếp diễn trong một tháng, hai anh thấy trò chơi kéo dài đã đủ bèn gọi anh dọn bàn lại nói: "Chúng tôi xin lỗi anh vì đã thử phản ứng của anh khi chúng tôi cố ý không để tiền boa lại mỗi lần tới ăn. Thấy anh vẫn phục vụ đàng hoàng không hề chểnh mảng, chúng tôi rất phục anh. Từ nay chúng tôi sẽ boa anh đàng hoàng". Anh bồi cười tươi: "Cám ơn hai ông. Vậy thì từ nay tôi không phải tốn nước miếng nhổ vào thức ăn dọn cho hai ông nữa!".

Không cho tiền *pourboire* là một hành động…tự sát. Hai ông Mỹ bị ăn nước miếng của anh dọn bàn cả tháng trời. Bổ béo chi nữa! Bà Mục Sư Alois Bell cũng bực mình khi tới ăn tại nhà hàng Applebee ở Missouri và được dí cho cái hóa đơn có tính sẵn 18% tiền *tip.* Bà gạch ngay con số tiền *tip* cưỡng chế này và ghi trên tờ hóa đơn câu: "Tôi cho Chúa chỉ 10%, sao lại tính tôi tới 18%". Tuy nhiên bà cũng để lại 6 đô tiền mặt cho cái hóa đơn 34 đô 93 xu. Bà dọn bàn Chelsea thấy câu viết ngồ ngộ của bà Mục Sư nên *post* hình chụp cái hóa đơn lên *Facebook.* Lập tức sóng gió nổi lên. Dân mạng xúm vào chọc quê bà Mục Sư. Đạo hữu của bà Mục Sư to nhỏ xì xầm vì hành vi mang Chúa vào một cách vô cớ. Hệ thống nhà hàng Applebee vội sa thải bà Chelsea. Bà này là một nhân viên làm việc rất đắc lực và đang chờ được bổ nhiệm vào ban điều hành của cửa hàng. Bỗng chốc, cuộc đời bà sụp đổ. Bà nói với báo Consumerist: "Tôi về nhà trong tình trạng mệt đứt hơi, đau khổ, bẩn thỉu. Cuối cùng, tôi đã bị đuổi việc vì làm "bối rối" một người đã trực tiếp xúc phạm người tiếp viên với lý do tôn giáo. Tôi đã bị phàn nàn về chuyện *tip* nhưng đây là lần đầu tiên tôi thấy người ta dùng Đấng Tối Cao để biện minh cho chuyện không *tip* này. Tôi chỉ muốn đùa vui một chút, vậy mà tôi mất việc!". Tại sao cửa hàng Applebee đuổi việc bà Chelsea? Họ cho biết là tất cả các dữ liệu về khách hàng là riêng tư. Không một nhân viên nào của nhà hàng có quyền tiết lộ ra công chúng. Đó là nguyên tắc không có sự nhân nhượng. Vì vậy nên họ xin lỗi bà Mục Sư và đuổi việc nhân viên vi phạm.

Chuyện không cho *tip* đã đủ rắc rối chưa? Chưa, còn chuyện của ông Gerald Lester nữa. Ông Gerald Lester và gia đình tới một nhà hàng tại Wilmington, tiểu bang North Carolina, vào một ngày Chủ Nhật trong tháng 5 năm 2016. Ông nhớ lại: "Tiền ăn hết 67 đô, và trong mục tiền *tip* tôi để số không vì tôi định cho *tip* bằng tiền mặt". Tôi đã để tiền trên bàn nhưng người phục vụ trong tiệm này kém quá nên tôi hỏi vợ tôi và mẹ vợ tôi. Họ nói là họ nghĩ cô dọn bàn không đáng được hưởng tiền *tip* và bảo ông lấy lại tiền. Ông trả tiền ăn bằng thẻ tín dụng. Khi kiểm tra lại ông mới hoảng hồn: "Tôi coi lại bảng chi thu mới thấy thay vì nhà hàng chỉ có thể rút ra 67 đô, họ đã rút 80 đô". Ông vội điện thoại cho nhà băng và họ khuyên ông nên hỏi lại nhà hàng. Ông trở lại nhà hàng Blue Asia gặp chủ nhân. Bà này đưa tấm hóa đơn ra: "Đây là hóa đơn của ông. Tôi nhìn vào và nhận ra ngay là hóa đơn giả, không phải hóa đơn bữa đó của tôi". Ông kêu cảnh sát.

Bà chủ nhà hàng cho biết là chuyện này chưa bao giờ xảy ra. Ông cho bà biết ông làm lớn chuyện không phải vì số tiền nhỏ nhoi không đáng chi mà vì ông muốn ngăn chặn không để chuyện ăn gian này xảy ra với những người khác sau này. Và ông khuyên mọi người hãy giữ hóa đơn và kiểm soát lại sổ ngân hàng đàng hoàng trước khi vứt đi.

Cũng như ông Gerald Lester, đôi vợ chồng trẻ Makenzie và Steven Schultz đã gặp một anh chạy bàn rất chậm trong một tiệm ăn tại thành phố Cedar Rapids. Họ *order* đồ ăn và ngồi chờ. Chờ tới 20 phút mới có nước uống. Rồi tới 40 phút sau nữa mới có món khai vị. Khi món chính được đưa lên thì họ đã chờ tới hơn một tiếng đồng hồ! Chờ vêu mỏ như vậy, ai cũng phải bực mình. Đừng hòng có tiền *tip* với cung cách phục vụ như rùa này! Nhưng hai anh chị này không tỏ ra khó chịu. Họ đã từng làm bồi bàn để lấy tiền tiêu trong thời gian đi học nên chỉ liếc mắt sơ qua họ cũng biết nhà hàng đang thiếu nhân viên phục vụ trầm trọng. Họ nhận thấy anh chàng dọn bàn này vất vả ngược xuôi phục vụ 12 bàn tất cả. Bàn nào cũng muốn được ưu tiên. Anh luôn miệng xin lỗi và làm hết sức mình. Khi rời bàn ăn, hóa đơn của họ là 66 đô 65 xu, họ *tip* thêm 100 đô! Họ viết trên hóa đơn: "Chúng tôi đều đã từng trải qua những gì anh đang phải trải qua, vì vậy chúng tôi muốn tặng anh thêm một chút tiền *tip*". Họ đã chụp lại tấm hóa đơn này và *post* trên mạng. Không phải để khoe, họ nhấn mạnh như vậy. Nhưng hy vọng chúng có thể nhắc nhở mọi người là trước khi chỉ trích người khác, tốt nhất nên tìm hiểu rõ hoàn cảnh của người đó và đặt mình vào hoàn cảnh đó. Khi chúng ta biết cảm thông, lắng nghe và tìm hiểu thì thế giới này sẽ trở nên ấm áp và đáng sống hơn.

Chuyện *tip* tưởng chỉ là chuyện mấy đồng tiền lẻ, hóa ra cũng mang tính triết lý cao xa. Nhưng có ngước lên trời mãi thì cũng có lúc mỏi cổ phải nhìn xuống. Chuyện dưới đất lại là chuyện *tip! Tip* bao nhiêu là được? Thường chúng ta để lại khoảng từ 10% tới 15% là được mắt. Nhiều người trong chúng ta còn phân biệt nhà hàng tây và nhà hàng ta. Nhà hàng ta chúng ta thường hay xí xái, cứ tính theo đầu người mà boa. Mỗi người một hai đồng chi đó. Đi ăn nhà hàng tây thì chúng ta hay làm le hơn. Có khi mạnh tay chơi một phát lên tới 20%. Cho Tây nó nể mặt! Đó là chúng ta nghĩ vậy cho khoái chí. Còn thế hệ con cháu chúng ta chúng nó mới xử sự như tây thiệt. Tay chúng nó thọc vào túi sâu hơn chúng ta nhiều. Nhiều tới nỗi chúng ta…tiếc.

Chơi một cú 20% thì con tim đớn đau rớm máu. Nếu xì ra 10% thì hơi bèo. Thôi thì cứ lấy trung bình 15% là đẹp. *Tip* là tiền phạt nên phải đóng. Không nên chơi trò lơ đi. Nếu lơ thì chuồn nhanh và đừng bao giờ quay lại nhà hàng đó kẻo có ngày ăn nước miếng như hai anh Mỹ nói ở trên.

Đó là nói chuyện bình thường. Trong lãnh vực *tip* có nhiều chuyện rất bất thường. Thứ 10% hay 20% là đồ bỏ. Vậy thì bao nhiêu phần trăm mới đủ? Cỡ 2336% được chưa? Chuyện được báo Huffington Post kể lại. Một anh chàng pha rượu ở Brewskis Bar nằm tại Ogden, tiểu bang Utah, đã không tin ở mắt mình khi nhận được 5000 đô tiền boa cho một hóa đơn chỉ có 214 đô. Chắc ông khách này say rượu? Dám lắm. Vì ông qua một bar khác uống tiếp, hóa đơn lần này chỉ có 49 đô, ông boa luôn 1000 đô! Tính ra là 2040%.

Cũng tiền boa bạc ngàn nhưng chuyện này vui vì dính tới nam tài tử màn bạc Johnny Depp. Johnny là một tài tử nổi tiếng, chúng ta hầu như ai cũng biết chàng, nhưng chàng cũng nổi tiếng là một người cho tiền boa hậu hĩnh.Trong khi quay cuốn phim *Public Ennemies* ở Chicago, Johnny Depp và một số bạn tới quán ăn Gibson vào lúc 11 giờ rưỡi khuya. Họ gọi rượu đắt tiền, giá 500 đô mỗi chai, và uống tì tì trong ba tiếng đồng hồ. Khi ra về, Depp đã để lại 4000 đô tiền *tip!* Anh chạy bàn Mohammed A. Sekhani khen nức nở: "Tôi đã phục vụ nhiều tài tử như Sean Connery và Robert De Niro nhưng Depp là nhất. Anh ta rất nhỏ nhẹ, không bao giờ lên giọng đòi hỏi của kẻ có tiền. Anh ta có thể là tài tử nổi danh nhất thế giới nhưng với tôi anh ta là người rất khiêm nhường và dễ chơi".

Cũng boa nhưng không boa bằng tiền mà bằng vé số. Viên cảnh sát Robert Cunningham là khách hàng trung thành của tiệm *Sal's Pizzeria* trong tám năm trời. Bà dọn bàn Phyllis Penzo của tiệm làm việc sáu đêm một tuần và thâm niên tư vụ đã 24 năm. Họ gặp nhau rất thường. Một bữa trong năm 1984, ông Robert hỏi bà Phyllis là thay vì tiền *tip* như thường lệ, ông đề nghị tặng bà một nửa tấm vé số ông mua được không? Bà này tính ham vui nên gật đầu liền một khi. Bà cùng ông chọn số. Vài ngày sau, ông Robert phôn cho bà báo tin vé số trúng 6 triệu đồng, một nửa số tiền này là của bà! Quả là chyện hy hữu. Chẳng thế mà Hollywood đã quay ngay cuốn phim "*It Could Happen To You*" lấy cốt truyện từ chuyện thật này. Có điều đoạn kết được thay đổi cho ăn khách. Trong phim, đạo diễn cho hai người lấy nhau cho trọn niềm vui nhưng trong thực tế mỗi người đều lập gia đình riêng.

Chuyện boa bằng vé số coi bộ có lý nên lịch sử lặp lại vào năm 1995. Chuyện xảy ra ở Toronto. Ông John Steele *tip* cho bà Tracy Dalton nguyên một tấm vé số. Nếu trúng là tiền của bà. Bà này cũng điệu, hứa sẽ chia đôi với ông. Vậy mà trúng thiệt. Không bạc triệu nhưng cũng được 184.700 đô. Chia đôi mỗi người được 92.350 đô. Cũng đỡ nghèo!

Boa bằng vé số cũng còn dính tới tiền nhưng boa bằng xe hơi thì không thể gọi là "tiền" boa được nữa! Nhìn hình chiếc xe Hyundai Accent màu xanh của bà dọn bàn Cindi Grady của tiệm Cracker Barrel đậu ngoài *parking,* tôi không nghĩ là chiếc xe này còn có thể lăn bánh được. Nắp đậy máy phía trước xe méo mó được chằng bằng một sợi dây để giữ cho nắp khỏi bật lên. Kính xe phía tài xế hoàn toàn khiếm khuyết được che bằng những băng bằng nhựa trắng. Không hiểu sao tài xế có thể nhìn ra phía ngoài được. Hai ông bà Gary và Roxann ở Quitman, tiểu bang Arkansas, cũng nghĩ như vậy. Thấy chiếc xe đậu trong bãi đậu xe của tiệm, họ tưởng là xe phế thải bỏ hoang ở đó. Họ tò mò hỏi cho ra lẽ. Người chủ tiệm cho biết đó là xe của bà dọn bàn Grady. Bà này làm việc rất cực nhọc để nuôi đứa con trai bị bại liệt. Nghe chuyện, họ quyết định giúp trong khả năng của họ. Họ mua một chiếc xe *Ford Fusion* cũ mang tới đậu bên cạnh chiếc xe *handicap* của bà Grady. Bà Grady, 51 tuổi, xúc động nói với đài ABC: "Tôi quá bất ngờ. Tôi không bao giờ nghĩ, dù trong những giấc mơ quái đản nhất của tôi, là có người cho tôi chiếc xe đẹp đến như vậy! Từ nay mỗi sáng thức dậy tôi không phải băn khoăn lo lắng chiếc xe có nổ máy không.".

Tip bằng xe hơi, cũng khệ nệ lắm. Nhưng nếu nghĩ rằng đó là cái chân của người đi làm thì đây quả là một thứ boa rất thực tế nhưng ít người dám boa. Vì vơi túi tiền dữ! Trường hợp anh Greg Rubar, làm bồi bàn tại nhà hàng Rice Village, rất cần món quà này. Chiếc xe của anh bị hư hoàn toàn trong đợt bão tại Houston, tiểu bang Texas, mới đây. Anh làm tại đây đã tám năm, chẳng lẽ bỏ ngang. Nhưng muốn tới nhà hàng anh phải thuê taxi hoặc mượn đỡ chiếc xe giao hàng của nhà hàng nếu xe rảnh rỗi. Nghe được câu chuyện của anh Greg Rubar, một thực khách giấu tên đã đưa cho anh năm chục tờ bạc trăm và dặn anh: "Tôi sẽ không *tip* anh trong một thời gian. Cầm lấy số tiền này. Đi mua ngay một chiếc xe". Khỏi phải nói, anh nhào đi mua xe ngay. Sau đó anh cố trả góp cho vị khách giàu nhân đạo vì anh nói: "Đối với tôi, số tiền này hơn là một món quà, đó là một món nợ". Ông khách không nhận, chỉ nói với anh một câu rất giản dị: "Tiền đó là của anh!".

Tip tới xe hơi là hết nước. Vậy thì ai cần xe hơi có thể xin một chân chạy bàn. Bà Ann LePage giơ tay liền. Cuối tháng 6 năm 2016, bà xin được chân dọn bàn tại nhà hàng McSeagull's Restaurant ở Boothbay Harbor. Bà làm ba ngày một tuần, ca trưa. Bà nói thẳng tôi muốn mua một chiếc xe SUV loại Toyota Rav4 nên xin làm để kiếm thêm tiền mua xe. Chuyện thường. Nhưng chuyện bất thường là bà không phải người thường. Bà là vợ của đương kim Thống Đốc tiểu bang Maine. Chồng làm...tổng đốc, vợ chạy bàn, coi bộ không ổn. Nhưng bà cương quyết: "Vì bản tính cá nhân tôi và cũng vì ông chồng của tôi, tôi muốn làm việc chăm chỉ hơn nữa để chứng tỏ cho mọi người thấy rằng tôi làm được công việc này". Bộ ông Thống Đốc không mua nổi cho vợ chiếc xe hay sao mà bà phải chân lấm tay bùn? Không được thật! Lương của ông chỉ khoảng 70 ngàn đô. Đây là mức lương thống đốc bèo nhất nước Mỹ. Bà Jackie Barnicoat, Giám Đốc điều hành nhà hàng cho biết là bà Ann làm việc rất đàng hoàng: "Đây không phải là trò chơi. Làm việc ở đây rất cực nhọc và bà ta không hề ngơi nghỉ. Tôi ước gì mọi nhân viên đều làm việc chăm chỉ như bà LePage".

Tôi hỏi thật các bạn nhé. Nếu các bạn tới tiểu bang Maine, vào ăn nhà hàng McSeagull's vào buổi trưa, được bà Thống Đốc phu nhân phục vụ, các bạn có *tip* cho bà chiếc Toyota Rav4 không? Nếu các bạn còn lúng túng thì tôi trả lời.

Vì câu hỏi có quá nhiều điều kiện để không dễ chi xảy ra nên trả lời thì trả lời chứ mất chiếc xe SUV thì còn khuya. Vậy thì dại gì mà không biểu lộ lòng hảo tâm: ừ đại đi, có chết con ma nào đâu. Nghĩ đi thì như vậy, nhưng nghĩ lại thì thấy khác: trong cái giả tưởng đã nằm sẵn cái tâm lý dân ta. Chúng ta thương những người nghèo đói thiếu thốn, nhưng chúng ta thương nhiều hơn những người có địa vị phải kiếm ăn bằng những công việc hèn mọn. Trong chúng ta hình như ai cũng có cái tâm lý "thối" như vậy đó!

Nhưng bà vợ ngài Thống Đốc đâu có kiếm ăn, bà kiếm cái xe hơi xịn. Ô là là! Hóa ra mình thối!

07/2016

TRẦU

Ngày Tết ở Việt Nam là ngày tíu tít mua sắm. Thường ngày, người ta tính từng xu khi đi chợ, nhưng Tết thì khác. Đồng tiền tiêu ngày Tết là đồng tiền…thiêng liêng nên không cần tính. Cứ xả ga. Thứ gì cũng muốn phải là thứ hạng nhất dù cái túi tiền có khuyết đi một mảng lớn. Tết nhất, một năm mới có một lần! Đó là câu an ủi khi Tết đã qua, cái say Tết đã hết, chỉ còn thực trạng đớn đau là cái túi rỗng.

Ở hải ngoại chúng ta không cảm được cái tết như hồi còn ở trong nước. Cảm sao được khi ra đường tây đầm mặt mũi tỉnh bơ chẳng biết tết là gì. Nhưng nhớ lại những cái tết xưa, khi còn ở trong nước, cả một trời tết bỗng trở lại. Ngày đó, chúng ta không ăn tết cho chúng ta mà ăn tết cho…hàng xóm. Chúng ta cạnh tranh nhau từ chậu hoa, cái giỏ đi chợ cho tới những đĩa hoa quả, khay mứt và những trang hoàng diêm dúa cho căn nhà trong dịp tết. Chúng ta nhìn nhau ăn tết và vênh mặt với những cái ta hơn người dù phải trả giá cho sự hơn thua đó.

Bánh chưng, câu đối là chuyện đương nhiên. Không có không phải là tết. Gói bánh chưng là một nghệ thuật. Luộc bánh chưng là một hoạt động mang vẻ tết nhất. Bên ngọn lửa hồng réo rắt trên những thớt củi to đùng, thân người cuốn gọn trong chiếc chăn mỏng, vừa uống trà ăn mứt hút thuốc, vừa chuyện trò thâu đêm bên nồi bánh. Chuyện lũ trẻ chúng tôi say mê nhất hồi đó là chuyện ma do các anh chị lớn kể. Đêm khuya, tiếng gió rít, ánh lửa bập bùng, những con ma như đứng sát bên cạnh làm nổi da gà. Sợ vãi…linh hồn nhưng lại thích nghe!

Bánh kẹo, mứt, trà trên bàn tiếp khách là chuyện dĩ nhiên. Hộp thuốc lá cũng phải ăn đứt thiên hạ. Thứ Cotab, Ruby là đồ bỏ. Phải thuốc ngoại quốc nhả khói ra thơm phức. Chẳng "Con Mèo" cũng "Ba Số 5", kèm theo tí thuốc bạc hà Kool hay Salem. Vậy mới trọn bộ. Chơi trội hơn thì thay vì bao thuốc 20 điếu thông thường, bắt nguyên một hộp thuốc tròn 50 điếu. Khi mời khách, mở nắp hộp ra, mùi thơm bốc lên nhức mũi, khẽ kéo cái đầu giấy bìa, vài điếu thuốc vươn lên mời mọc, mặt chủ nhân cũng vươn lên. Tiền nào mua được sự hãnh diện đúng lúc này!

Câu đối đỏ là một biểu trưng tết khác. Có đôi câu đối treo trong phòng tiếp khách, chủ nhân tỏ ra chữ nghĩa cùng mình. Ngày xưa muốn có câu đối thì phải lễ mễ bưng lễ vật tới nhà các cụ đồ để xin chữ. Cụ Nguyễn Khuyến là một nhà nho khôn lỏi! Chữ của cụ là chữ của chính người nộp lễ vật xin. Cụ chẳng mất chữ nào. Người xin nói sao cụ cứ nôm na chép ra như vậy. Thế mà thành câu đối!

Kiếm một cơi trầu sang biếu cụ
Xin đôi câu đối để mừng ông.

Cơi trầu cũng là một thứ bắt buộc trong ngày tết. Đó là vào thập niên 1960, sau đó miếng trầu ngày tết biến mất dạng. Những ngày tết đó, mẹ tôi chăm lo cơi trầu cẩn thận. Bà là dân Bắc kỳ răng đen nên việc ăn trầu đã thành thói quen từ nhỏ. Ngày thường bà dùng cái âu trầu bằng đồng. Cái âu giống như một cái tô sâu có nắp ở trên. Trầu cau, con dao bài nhỏ, mảnh vỏ và chiếc hộp nho nhỏ đựng thuốc lào nằm bên dưới nắp. Trên nắp là những miếng trầu đã được quấn , những miếng cau đã được cắt đủ một lần ăn và bình vôi nho nhỏ. Ngày tết, chiếc âu này được nghỉ việc, bà dùng chiếc cơi trầu để tiếp khách. Cơi trầu của mẹ tôi bằng sơn mài đen có trang trí hoa lá cành. Nắp không trần trụi như cái âu đồng nhưng được chia ra thành từng ngăn nhỏ vừa đủ chứa một khẩu trầu gồm miếng trầu, cau và vỏ. Đó là nắp trong, còn một cái nắp ngoài phủ kín cơi trầu. Phía trong ngăn màu đỏ chót nổi bật trên nền đen của nắp. Tất cả đều bóng loáng. Có nhiều kiểu cơi trầu, kiểu nào cũng đầy nét thẩm mỹ. Bên nhà mấy bà bác của tôi có những cơi trầu bằng gỗ đánh vẹc-ni láng bóng, chạm trổ bằng xà cừ. Chiếc ống nhổ bằng đồng là thứ không thể thiếu được dưới bàn tiếp khách. Ngày tết nó bóng lộn vì được lũ chúng tôi bị sai làm tạp dịch chùi với cát ngoài sân. Cơi trầu là thứ được cưng quý nhất trong ngày tết vì "miếng trầu là đầu câu chuyện". Vừa nhai trầu bỏm bẻm, các bà vừa kể cà đủ thứ chuyện. Thỉnh thoảng lại với chiếc ống nhổ, cúi đầu xuống nhổ ra một chất đỏ chói. Càng đỏ miếng trầu càng ngon.

Trầu có ngon không, tôi đã có lần tò mò ăn thử. Cay sè! Vị cay của lá trầu, vị chát ngọt của cau, vị chát đắng của vỏ, vị nồng của vôi, tất cả quyện vào nhau như một hợp chất tân khổ. Đối với tuổi trẻ của tôi hồi đó, trầu đâu có chi hấp dẫn mà các bà nhai cả ngày. Hút trộm điếu thuốc thơm, ho sặc sụa nhưng còn thấy khoái hơn nhiều. Trầu chỉ có được một điểm thích thú là thứ nước đo đỏ được nhổ ra ống nhổ. Đó là thứ nước lạ, kết quả của việc nhai đến mỏi miệng các thứ chẳng có thứ nào có màu đỏ cả. Chúng tôi thích thú vì khi nhổ nước ra có cảm tưởng như vừa làm được một trò quỷ thuật!

Ăn trầu đâu có chi thích thú nhưng dân ta đã ăn liên miên từ thời nảo thời nào tới giờ. Việc ăn trầu mỗi ngày mỗi mai một vì các cô tân thời không muốn đỏ miệng đỏ răng. Mốt răng đen đã bị dẹp từ khuya. Thứ "hạt huyền" không còn là thứ hạt quý nữa. Với bà cụ tôi, việc ăn trầu được khai tử từ những năm giữa thập niên 1960. Ngày tết mẹ tôi không còn bận tâm về chiếc cơi trầu nữa. Nhưng việc ăn trầu chưa chấm dứt. Vẫn còn bỏm bẻm cho tới tận bây giờ. Các siêu thị người Việt tại nơi có người Việt tạm cư nay vẫn còn bán trầu cau.

Ăn trầu thịnh hành nhất là ở miền Bắc nước ta. Ngày nay tại nông thôn trầu cau vẫn còn có cuộc sống. Sống hùng sống mạnh nhất là ở làng Phú Lễ, xã Cần Kiệm thuộc Thạch Thất, Hà Nội. Dân làng này ăn trầu tuốt luốt không trừ ai. Trẻ nhỏ, thanh niên, thiếu nữ đều nhóp nhép. Các cụ già thì khỏi nói. Đây là một làng trù phú có nhiều nhà lầu và những cánh đồng lúa xanh mướt, nhưng cái đập vào mắt mọi người khi tới thăm làng là những thân cau cao vút. Nhà nào cũng trồng cau. Cau là một đơn vị tính toán đầu tiên trong những dịp cưới hỏi. Trai làng Phú Lễ lấy vợ ngoài làng thì thường chỉ phải nộp sính lễ 500 quả cau. Trai làng khác lấy gái Phú Lễ thì phải chẵn ngàn quả. Trai gái Phú Lễ lấy nhau thì phải vác tới hai ngàn quả mới đủ cho dân làng chia nhau ăn trầu. Ngày Tết trong nhà có thể thiếu bánh chưng, thiếu hoa đào, thiếu chậu quất nhưng cau trầu thì bắt buộc phải có. Không ăn trầu không phải dân làng Phú Lễ. Có người biết ăn trầu từ năm 4 tuổi. Ngày nay thanh niên thiếu nữ trong làng đâu có thể chỉ ru rú trong xó bếp như các cụ xưa. Họ cũng phải lên tỉnh đi học đi làm. Lên chốn thị thành, họ phải kiêng trầu cau nhưng khi về làng họ lại bị trầu cau cám dỗ. Vậy là lại nhai. Thầy giáo Kiều Quang Học là một trong những người này. Anh nói: "Mỗi khi đi đâu xa tôi đều phải đánh răng nhiều lần hoặc đi lấy cao răng vì hàm răng đã bị xỉn màu. Nhưng về đến nhà là không chịu được, lại phải lấy trầu để nhai cho đỡ thèm". Ngày nay trong lễ hội quan họ Bắc Ninh, người ta vẫn mời trầu cho khách du lịch Tây phương. Không biết có ông tây bà đầm nào dám nhai thử món…ứa ra máu này không?

Như vậy trầu cau là thứ quốc hồn quốc túy của nước ta. Chuyện *ngày xưa có hai anh em nhà kia, cùng thầm yêu một cô gái làng bên* mà chúng ta hay hát chẳng phải là minh chứng sao? Sự tích trầu cau là câu chuyện tình buồn. Chết liên miên hết. Hai anh em Tân và Lang rất thương yêu nhau. Khi Tân lấy vợ, quấn quít với vợ, khiến Lang buồn. *Ôi ta buồn ta đi lang thang bởi vì đâu?* Bởi vì lảng xẹc! Vậy là

Lang bỏ nhà ra đi tới kiệt sức chết biến thành tảng đá vôi. Chàng Tân thương em đi tìm cũng kiệt sức chết bên tảng đá và biến thành cây cau. Cô vợ đi tìm chồng, cũng chết và biến thành dây trầu leo lên cây cau. Vậy là phải mất tới ba mạng người mới ra món trầu cau cho dân ta nhai. Trầu cau đúng là thứ *made in Vietnam.*

Nhưng chúng ta bé cái nhầm. Dân Miến Điện cũng nhai *kun-ya* với đậu khấu , đinh hương và cau. Dân Ấn Độ nhai *paan* với cau vụn gói trong lá trầu, thuốc lào, bạch đậu khấu, bạc lá, dừa và cả mứt nữa! Dân Đài Loan còn ăn trầu bạo hơn nữa. Cứ năm người thì có một người nhai trầu. Mỗi năm họ chi ra tới 3 tỷ đô Mỹ để nhập cảng cau từ Sumatra, Malacca, Thái Lan và Việt Nam.

Dân Philippines cũng nhai *nga-nga.* Chuyện này tôi có mục kích khi sống ở Manila. Thường thì chỉ có người già mới ăn trầu. Họ cũng dắt cục thuốc lá to tổ chảng trên môi. Ăn trầu đi đôi với hút thuốc lá. Các cụ Phi có lối hút thuốc lá rất ngược ngạo. Họ ngậm đầu có lửa vào bên trong miệng!

Vậy thì trầu cau chẳng phải là thứ độc quyền của dân nước ta. Nhưng trầu cau hình như gắn bó với cuộc sống của dân ta nhất. Tết nhất, cưới xin là phải có trầu cau tháp tùng mới nên chuyện. Trầu cau đã thô bạo xen vào chuyện tình duyên. Tôi chỉ trích ra hai câu ca dao rất tình…cau:

Thương nhau cau sáu bổ ba,
Ghét nhau cau sáu bổ ra làm mười.

Quả cau vào tay bà chúa thơ nôm Hồ Xuân Hương mới thật tình:

Quả cau nho nhỏ, miếng trầu ôi,

Nay của Xuân Hương đã quệt rồi.
Có phải duyên nhau thì thắm lại,
Đừng xanh như lá, bạc như vôi.

Ba biến thể của vợ chồng anh chàng Tân và anh chàng Lang: trầu, cau và vôi là nền tảng cho miếng trầu. Lá trầu có thứ ngon thứ không ngon. Ngon nổi tiếng là trầu làng Chả vì lá nhỏ, vừa thơm vừa cay. Ngày nay có trầu Hưng Yên thuộc loại xịn. Nhưng đẹp mặt dùng trong dịp cưới hỏi là trầu Tây Sơn vì lá to và đẹp. Têm một miếng trầu ăn thông thường rất giản dị. Thế hệ chúng tôi chắc ai cũng rành sáu câu cả. Nhưng những thế hệ sau có người chỉ nhìn thấy hình, chưa bao giờ được nhìn thấy miếng trầu ngoài đời. Nói chi tới việc ngồi têm một miếng trầu. Ngày nhỏ, thấy mẹ ngồi têm trầu tôi tưởng dễ cũng đòi têm. Đụng vô mới thấy trần ai khoai củ. Lấy một lá trầu, nếu lớn thì vạt đi một vạt, nếu nhỏ thì kèm theo vào cái vạt cắt ở lá lớn. quệt vào tí vôi. Nhớ để cái cuống lá lại, đừng cắt. Cuốn lá trầu lại như cuốn…*sushi*. Tính trước cái cuống lá có thể đâm vào chỗ nào thì lấy cuống dao đâm thành một lỗ ở chỗ đó. Nhét cái cuống lá vào lỗ cho cuốn trầu giữ chặt lại. Dao têm trầu có cái đuôi cán nhọn như một chiếc dùi để đục lỗ. Thường thì miếng trầu do tay mơ như tôi hồi đó têm trông tả tơi. Bỏ xuống là cái cuống lá tuột ra, miếng trầu tanh bành như phơi cả tấm lòng dính vôi bạc bẽo. Chỉ quấn một cách chân phương như thế cũng không xong huống chi thấy người ta cuốn điệu nghệ cánh phượng cành phiếc, tôi phục sát đất.

Bổ cau là thứ tôi chẳng bao giờ được mó tay vào. Con dao mỏng te, sắc như lá liễu, lúc nào cũng như đe dọa xơi tái một miếng tay như không. Thứ đó trẻ con không được đụng vào. Cau thường được bổ làm tư hay làm tám, tùy theo trái lớn hay nhỏ, và tùy theo cau hiếm hay không. Cau ngon phải là cau bánh tẻ, không già, không non, vừa tới hạt. Cau Đông ở Hải Hưng có tiếng là loại cau ngon nhất. Khi trái mùa, người ta dùng cau khô. Miếng cau khô như chiếc thuyền cong veo cứng quèo quèo trông chẳng hấp dẫn chi. Nhưng trái mùa cau thì phải dùng đỡ. Cứ như thân phận bò ở Canada, tuyết xuống thì chỉ có nhai cỏ khô đóng thành từng bành từ hồi mùa hè. Để đỡ vất vả cho hàm răng, các cụ thường ngâm cau khô cho mềm trước khi ăn. Cụ nào hàm răng đi chơi hết thì có cối giã trầu, còn gọi là ống ngoáy. Đó là một cái chén nho nhỏ như cái chung uống rượu bằng đồng hoặc bằng sứ. Cho tất cả trầu cau và vỏ vào rồi dùng một cái que bằng kim loại nghiền trầu cho nát ra. Khi đã đủ nát, lua tất cả vào miệng, nhai nhè nhẹ tiếp. Đây là vật bất ly thân của các cụ. Cụ Nguyễn Khuyến đã than: *còn một nỗi này thêm chán ngắt / đi đâu giở những cối cùng chày.*

Một trong những điều các tiểu thư khuê các phải học hỏi là têm trầu. Đó là một nghệ thuật. Qua cách têm trầu người ta có thể phán đoán phong cách, tính nết cũng như nếp sống của mỗi con người. Bởi vậy nên trong các cuộc đi xem mặt nàng dâu tương lai thường có màn nhà trai vời cho được cô dâu ra têm trầu. Đây là một...chiến thuật. Cô gái ngồi đó, các cụ tha hồ ngắm nghía để coi tướng và coi cử chỉ têm trầu của cô gái để đoán tính nết. Miếng trầu têm vụng là người không khéo tay; miếng trầu nhỏ miếng cau to là người không biết tính toán làm ăn; miếng trầu quệt nhiều vôi là người hoang phí không biết lo xa.

Vôi giữ một vai trò quan trọng trong miếng trầu. Nhiều vôi thì nồng, ít vôi thì nhạt. Muốn có vôi thì phải tôi vôi. Chuyện này tôi cũng đã…nghịch qua. Vôi là những cục màu trắng. Muốn biến chúng thành thứ nhão nhão để ăn trầu, người ta phải tôi vôi, nghĩa là trộn cục vôi vào nước. Khi vôi gặp nước nó sôi sùng sục, khói bốc lên. Vôi sau đó sẽ được trét vào bình vôi. Bình này như một chiếc ấm nước kín mít chỉ có một lỗ lớn bằng cái chén hạt mít. Cụ Phan Khôi có bài viết "Ông Bình Vôi" đăng trên Giai Phẩm Mùa Thu, tập 1. Cụ tả chiếc bình vôi: *"Theo như tôi biết, ở vùng quê chúng tôi, có hai thứ bình vôi. Đều bằng đất nung cả, mà một thứ giống như cái hũ nhỏ, duy cổ eo, miệng loa, cho nhà bậc trung thường dùng; một thứ bình tròn mà đít bằng, trên có quai xách, miệng ở về một bên, toàn thân tô màu lục hoặc vàng, cho nhà sang dùng. Cả hai dùng để đựng vôi trong lòng nó. Nhưng mỗi khi cho vôi vào, người ta lại cũng dùng vôi đắp cái miệng nó cho cao lên. Nhà tôi, hồi bà nội tôi còn sống, có cái bình vôi hạng sang ấy. Mỗi khi mua vôi ở chợ về, bà tôi ngồi tỉ mỉ lấy cái chìa quệt vôi nhét vào miệng nó, gọi là "cho Ông Bình ăn". Và lâu lâu lại tắp thêm cái miệng nó một lần, hóa nên cái miệng càng ngày càng chêu vêu ra".* Cái miệng chêu vêu đó cứ được đắp thêm hoài nên ngày càng tum húm lại không dùng được nữa nên phải mua cái khác. Những bình cũ được để trên trang thờ tam vị. Làng tôi theo công giáo nên những bình cũ thường được mang ra để hoặc treo ở gốc đa đầu làng. Đó là những thứ hết xài!

Giai Phẩm Mùa Thu cũng như Nhân Văn, hồi đó là những

tạp chí đòi cởi trói văn nghệ, bị đì hết mức. Cuối bài, nhà văn Phan Khôi hạ bút: *"Tôi viết cái bài khảo cứu nhỏ này cốt để cắt nghĩa mấy câu thơ của Lê Đạt:*

Những kiếp người sống lâu trăm tuổi
Y như một cái bình vôi
Càng sống càng tồi
Càng sống càng bé lại".

Khỏi nói, chúng ta cũng biết, trong một chế độ độc tài đảng trị, mà viết như vậy, nhất định phải nhận những đòn thù. Từ các ông bình vôi! Các nhà văn nhà thơ có bài viết trên các tạp chí khai phóng này đã bị hành hạ sất bất sang bang cho tới cuối đời. Ngày đó cũng như ngày nay, không ai lạc quan tếu để mong chờ sự thay đổi của những chiếc bình vôi đặc sệt đang nắm quyền.

Năm hết tết đến, ngao ngán chuyện nước non, thôi thì cố gượng vui bằng cách nắm áo cụ Trạng Trình Nguyễn Bỉnh Khiêm. Cụ đã phán: *thân dậu niên lai kiến thái bình.* Cụ sanh năm 1491 và mất năm 1585. Biết bao cái *thân dậu* đã đi qua từ ngày cụ phán câu sấm này. Hy vọng năm Bính Thân 2016 này là thời điểm cụ nhắm tới cho đất nước thanh bình, thoát khỏi mấy ông bình vôi đã hết xài mà tưởng mình còn ngon. Pháo đâu, đì đùng cho vận hội mới của đất nước coi!

01/2016

XẾ

Tôi làm quen với bánh lái xe hơi từ cuối thập niên 1960 với chiếc xe Daihatsu mà dân chúng hồi đó gọi là "Đại Hao Xu"! Chắc gọi cho vui thôi chứ xe Daihatsu của Nhật Bổn là thứ xe hạng bét, loại rẻ tiền. Điều kiện để cho chiếc xe Nhật Bổn này nhập khẩu hồi đó là chỉ cho nhập dàn và máy xe. Thùng xe phải đóng tại Việt Nam. Chiếc xe nhập cảng chỉ có dàn xe được đám thanh niên chúng tôi gọi là "xe cởi truồng". Gia đình tôi có lần lượt hai chiếc. Chiếc đầu có thùng xe đóng theo kiểu xe gia đình *(familial),* chiếc sau đóng theo kiểu xe du lịch bốn cửa. So với những chiếc xe díp tay lái nặng nề mà tôi được lái trước đó thì chiếc xe Daihatsu này nhẹ hơn nhiều. Đám bạn của tôi được tôi cho lái thử bảo là "nhẹ như đi tơ"! Ngày đó chiếc xe thời thượng nhất của đám trẻ là xe Datsun 1000 cũng của Nhật. Tôi được đi ké loại xe "xịn" này khi anh bạn Võ Sửu, làm phóng viên chiến trường cho hãng tin Mỹ NBC, đông địa mới mua nổi. Dù xịn nhưng lúc đó tay lái xe không phải là loại tự động *steering wheel* như bây giờ nên đều rất nặng nề. Ngoài ra xe nào cũng phải đổ nước vào bình làm nguội cho mát máy. Quên đổ nước là…khát nước. Để xe khát nước trầm trọng sẽ làm cháy máy!

Sang tới Canada vào năm 1985, ngay năm sau tôi đã tậu ngay một chiếc Reliant K của hãng xe Chrysler. Cả chục năm ở với cộng sản chỉ "lái" xe đạp, vậy nên bi chừ lái xe hơi là một điều khó khăn, nhất là xe bây giờ khác xa xe ngày xưa. Cái khác nhất là xe tự động *automatic* chứ không phải xe điều khiển bằng tay *manual* như xưa. Ngày trước lái xe phải dùng hai chân, bi chừ chân trái được cho nghỉ, chỉ có chân phải làm việc. Lý do là xe không có chân đạp *embrayage.* Chỉ việc gài cần số vào chữ D là đạp ga xe chạy thông suốt không phải sang số như xe cũ. Đang xài hai chân nay chỉ dùng có chân phải, chân trái coi bộ không bằng lòng. Học lái xe, chưa bỏ được thói quen lái xe ngày xưa, một chân đạp *embrayage,* một chân đạp ga và thắng, nên chân trái cứ đòi chen chân vào như lái xe ở Việt Nam. Vậy là chân trái trên thắng, chân phải trên ga làm huấn luyện viên phát điên vì xe vừa lết vừa ngừng. Phải mất một thời gian tập tành mới nhuần nhuyễn. Thật khó chịu!

Người không khó chịu có lẽ là ông Luân Hoán. Ông này sang Montreal trước tôi mấy tháng và tậu xe cùng lúc với tôi. Ông sang Canada chỉ có một chân vì đã để lại một chân nơi chiến trường Quảng Ngãi. Nếu lái xe hai chân như xưa thì ông chịu chết. May mà bên ni chỉ lái xe có một chân. Chắc ông phải cám ơn trái mìn đã xin đứt của ông chiếc chân trái vì nếu nó xin ông chân phải thì bây giờ ông lái liếc chi được.

Vậy nên ông mới tậu xe, lái vung vít, vừa lái vừa làm thơ. Gọi xe của ông là xe thơ là đúng chỉ số. Nhưng đừng lầm với xe thư của Bưu Điện!

Tay lái xe bây giờ toàn một thứ tự động *steering wheel*, quay nhẹ như tơ. Vừa lái xe vừa huýt sáo. Đôi tay không phải vận dụng sức lực nên không phải dùng dầu gió xanh. Chuyện cho xe uống nước bây giờ cũng cho qua. Chẳng nước nôi chi mà máy vẫn cứ tỉnh bơ như không, chẳng thèm cháy máy chi cả.

Kỹ thuật chế tạo xe không đứng lại ở chiếc xe mà tôi thấy khác xa với những chiếc xe tôi lái hồi ở Việt Nam. Nó tiến tới mỗi năm. Năm nào cũng có những kiểu xe mới đẹp hơn, tiện lợi hơn và nhất là ít uống xăng hơn. Xăng hồi tôi qua Canada chỉ ở khoảng hai chục xu một lít. Theo thời gian xăng cứ từ từ...bay. Nó bay lên trời bằng vận tốc của chiếc máy bay phản lực. Có lúc bay tới mức một đồng rưỡi một lít. Những chiếc xe SUV thời thượng, chạy nhanh, to cao nhưng uống xăng như gió bỗng một sớm một chiều bị rẻ rúng. Báo chí đã chọc quê gọi SUV là *Suddenly Unwanted Vehicle,* chiếc xe bỗng chốc chỉ muốn vứt đi.

Vậy là xe phải phụ thuộc vào xăng. Mua xe nhỏ, ít uống xăng, được chính phủ trợ cấp khuyến khích. Mua xe *hybrid* còn quý hơn nữa, trợ cấp còn bạo hơn nữa.

Xe *hybrid* là xe chi mà được cưng quý dữ vậy? Đó là chiếc xe lai, vừa chạy bằng xăng vừa chạy bằng điện. Động cơ của nó vừa nuốt xăng vừa chạy điện, chơi luôn cả hai thứ. Khi xăng khi điện, cứ nhịp nhàng trao đổi nhau mà đẩy xe đi. Ông bạn tây hàng xóm của tôi tậu một chiếc xe lai Prius của hãng Toyota cách đây khoảng ba năm. Hỏi ông về chiếc xe, ông xuýt xoa khen đỡ tốn xăng lắm! Được vậy là vì trong máy xe có bộ điều khiển để ra lệnh cho điện chạy, xăng chạy hay cả hai cùng chạy. Nhưng hay nhất là khi kẹt xe hay xe ngừng lúc đèn đỏ, không có máy nào chạy cả. Xe êm rơ! Hay hơn nữa là xe rất thân thiện với môi trường, ít xả khói. Cái đó mới là điều quan trọng khiến chúng ta phải kết thân với loại xe *hybrid* này.

Cuối thế kỷ 19, vấn đề môi trường chưa cấp bách như bây giờ, vậy mà hồi đó đã có chiếc xe lai điện xăng này rồi. Tại phòng triển lãm xe hơi Paris vào năm 1899 đã có trưng bày chiếc xe *hybrid* Pieper do hãng Pieper của Bỉ hợp tác với hai hãng truyền tải điện Vendovelli và Priestly của Pháp chế tạo. Từ 1899 tới 1914, nhiều loại xe lai khác được chế tạo nhưng không được phổ biến vì không thực tế vào thời gian đó. Lý do thứ nhất là vì việc lắp ráp thêm máy điện làm giá thành của xe quá cao. Thứ hai là vì những ắc-quy chì khá kềnh càng và gây nhiều độc hại. Thứ ba là kỹ thuật chuyển đổi từ động cơ xăng qua động cơ điện hoặc ngược lại còn thô sơ nên rất khó cho tài xế điều khiển xe. Thứ tư là kể từ khi Thế Chiến thứ nhất kết thúc vào năm 1914, xe chạy bằng động cơ xăng có nhiều cải tiến đáng kể. Bốn lý do trên làm xe *hybrid* thua nặng, không ngóc đầu lên nổi.

Mãi tới năm 1975, Tiến Sĩ Victor Wouk cùng các đồng nghiệp mới cho ra lò chiếc xe lai Buick Skylark chạy được tốc độ tối đa là 129 cây số/giờ. Một năm sau, Giáo sư Ernest H. Wakefield hoàn thành một chiếc xe *hybrid* khác. Nhưng những chiếc xe này vấp phải vấn đề kỹ thuật nên không sản xuất để tung ra thị trường được. Hơn nữa lúc đó vấn đề môi trường chưa cấp bách như bây giờ.

Sau nhiều mẫu thí nghiệm được nghiên cứu cả ở Mỹ lẫn Âu châu không đi tới đâu, năm 1997 hãng Toyota của Nhật mới tung ra thị trường chiếc Prius đầu tiên. Hãng cạnh tranh là Honda cũng trình làng chiếc Civic *Hybrid.* Đó là những chiếc xe lai tạo lịch sử: chúng là những chiếc xe đầu tiên đi vào thị trường tiêu thụ.

Thời kỳ xăng nhảy lên trời với cái giá hỡi ôi thì xe *hybrid* là chọn lựa của những người biết tính toán cho cái túi tiền. Ông bạn hàng xóm có xe Prius của tôi chọc quê tôi: "Này ông, bao lâu ông đổ xăng một lần? Mỗi lần tốn bao nhiêu cho đầy bình?". Xe của tôi là chiếc Honda Civic uống xăng rất từ tốn. Hưu hiếc rồi, muốn cưỡi xe thì cưỡi, chán đời thì nằm nhà chẳng tốn giọt xăng nào cả. Tôi thường không để ý tính toán tiền xăng mỗi tuần nhưng khi đổ xăng lại nhìn rất kỹ bảng giá. Qua một vài cây xăng, mắt nhìn ngay vào cái cột giá xăng cao lêu nghêu. Như một thói quen. Xăng còn đầy bình cũng cứ nghía cái giá khi chạy ngang qua cây xăng. Chạy vài cây số, giá xăng có khác nhau. Thấy được một cây xăng có giá hạ hơn các cây khác là nhào vô đổ, trong lòng sung sướng như vừa trúng số. Vài xu có là bao. Nếu đổ đầy bình cũng chỉ "lời"vài đồng. Vậy mà ngất ngây. Làm như vài đồng này là đồng danh dự không bằng! Nghe tôi nói mỗi tuần đổ xăng một lần, mỗi lần trên dưới năm chịch đô, ông hàng xóm có xe Prius cười ngất. "Tớ thì vài tuần mới đổ xăng một lần, lời trông thấy!". Lời lúc đổ xăng nhưng khi mua xe ông ấy phải thọc tay vô túi mạnh hơn! Xe *hybrid* mắc hơn xe thường nhưng được chính phủ khuyến khích bằng cách trợ cấp một số tiền tùy theo loại xe. Lấy loại xe của ông hàng xóm của tôi là xe Prius làm thí dụ. Tỉnh bang Quebec chúng tôi tặng cho người mua xe 1500 đô. Tỉnh bang British Columbia hào phóng hơn tặng 2500 đô. Tỉnh bang Prince Edward chơi ngon hơn nữa, tặng tới 3000 đô!

Được nhà nước bù thêm tiền nhằm mục đích khuyến khích mua xe *hybrid* thân thiện với môi trường, người tiêu thụ có lợi chi nhiều không? Giới chuyên gia đã thử làm một con tính với xe Honda Civic như sau. Tại Mỹ, xe Civic *hybrid* có giá thành cao hơn xe Civic chạy động cơ xăng là 3281 đô. Chi phí tiết kiệm xăng trung bình một năm là 432 đô. Như vậy thời gian lấy lại được số tiền trả trội hơn là 7 năm 2 tháng.

Hình như tôi sa đà quá trớn vào chuyện lợi hại tiền bạc khi mua xe *hybrid.* Thật bậy! Thời buổi trái đất nóng dần lên này, người ta chi tiền ra để thưởng những người mua xe *hybrid* là để bảo vệ môi trường. Đó là mục đích chính của việc chi tiền thưởng này. Vậy mà người ta cứ tính loanh quanh về chuyện xăng nhớt. Buồn một nỗi là cái túi tiền luôn kè kè bên người nên người ta nhìn thấy nó trước khi nhìn những đám khói tuôn ra từ những chiếc xe hơi.

Từ năm 2014, giá xăng bắt đầu nửa đường đi xuống, số bán của xe *hybrid* và xe chạy bằng điện cũng nửa đường đi xuống. Trang *WardsAuto* cho biết trong năm 2014, doanh số của chiếc Prius đã giảm 11,5% so với năm 2013. Riêng tại Mỹ, trang mạng *Detroit Free Press* cũng ghi nhận doanh số xe *hybrid* tại Mỹ đã giảm 9% trong năm 2014. Theo tính toán của Cục Bảo vệ Môi Trường Mỹ thì, tính theo giá xăng dầu hiện nay, nếu một chiếc xe chạy trung bình 24 ngàn cây số một năm, thì phải mất 20 năm số tiền tiết kiệm xăng mới bù lại được sự chênh lệch giá mua giữa một chiếc xe chạy bằng xăng và xe *hybrid.* Con số chẳng hấp dẫn chút nào!

Ngoài ra xe *hybrid* ngày nay còn phải cạnh tranh với xe chạy hoàn toàn bằng điện đang được khách hàng ưa chuộng hơn. Trong khi doanh số bán của các xe *hybrid* giảm rõ ràng trong năm 2014 thì doanh số xe chạy toàn bằng điện như xe Nissan Leaf bán được 30.200 chiếc, tăng từ 22.610 chiếc bán trong năm 2013.

Xe chạy bằng điện là sự lựa chọn của khách hàng trong năm 2014 và các năm kế tiếp. Tiền trợ cấp của chính phủ cũng nhiều hơn so với tiền trợ cấp cho xe *hybrid.* Tại Canada chúng tôi, tỉnh bang Ontario trợ cấp 8500 đô cho mỗi xe, tỉnh bang British Columbia 5000 đô, tỉnh bang Quebec chúng tôi là 8000 đô. Tỉnh bang Ontario còn chơi ngon hơn nữa khi chi tiền trợ cấp cho những ai muốn ráp đặt một hệ thống sạc điện tại nhà. Tại tiểu bang California, tiểu bang có đông dân Việt chúng ta nhất, mua một chiếc xe chạy điện được chính phủ o bế hết mức. Chính phủ liên bang mở hầu bao trợ cấp cho 7500 đô, tiểu bang lì xì thêm 2500 đô nữa. Vậy là có 10 ngàn đô dắt lưng đi mua xe điện. Chiếc Nissan Leaf giá khoảng 30 ngàn đô, vậy là chỉ tốn 20 ngàn đô để tậu một chiếc xe chạy điện êm ru bà rù. Nghe ra khá hấp dẫn. Trong quảng cáo của hãng Nissan còn hài thêm là số tiền xăng tiết kiệm được trong 5 năm là 4 ngàn đô. Vậy thì giá xe chỉ còn 16 ngàn đô. Nghe đã con ráy chưa?

Nghe xe chạy bằng điện tưởng đây là thứ chỉ có trong thế kỷ văn minh ngày nay. Nghĩ vậy là sai.

Ngay từ đầu thế kỷ 19 đã nhen nhúm ý tưởng xe chạy bằng điện nhưng mãi tới năm 1884, chiếc xe chạy điện đầu tiên mới hoàn thiện. Cha đẻ của xe chạy bằng điện là ông Thomas Parker, ông trùm của tàu điện. Năm 1912, Mỹ đã sản xuất được 34 ngàn chiếc xe chạy bằng điện. Xe được ưa chuộng ở thành thị vì dễ lái và dùng cho những quãng đường ngắn. Nhưng khi kỹ nghệ dầu lửa phát triển, xe chạy bằng xăng được giới tiêu thụ khoái hơn vì chạy được khoảng đường xa hơn. Vậy là thời hoàng kim của xe chạy điện rất ngắn ngủi, chỉ được vài năm, trước khi nhường thị trường cho xe chạy xăng.

Ngày nay xe hơi chạy điện tái xuất giang hồ, chiếm lĩnh thị trường một cách mạnh mẽ vì người ta quan tâm nhiều hơn tới môi trường. Hiện tượng thay đổi thời tiết trên hầu hết các ngóc ngách của trái đất này đã khiến vấn đề trở nên khẩn cấp hơn. Không thể để cho những chiếc xe chạy xăng phun khói đầy đường được nữa. Nhưng dù có thiện ý với quả địa cầu này tới đâu, người ta cũng không thể hy sinh cái túi tiền một cách quá đáng. Xe chạy điện ngày nay đã có những cải tiến đáng kể, đủ để hấp dẫn khách hàng hơn các loại xe chạy xăng và xe *hybrid.* Điểm mấu chốt của xe chạy điện là bộ pin. Ngày nay người ta đã có thể chế tạo được bộ pin có sức chứa lớn, đủ để xe chạy vài trăm cây số mà không cần sạc thêm điện. Ngoài ra xe cũng có độ dzọt hấp dẫn: tăng từ 0 lên 100 cây số/giờ trong chỉ 4,2 giây. Tốc độ tối đa có thể đạt được là 210 cây số/giờ. Đủ để lãnh *ticket* phạt của bạn dân!

Tôi bỗng tưởng tượng tới khi ngoài đường phố chỉ có toàn xe điện lưu thông. Đường phố sẽ êm ru, tìm không ra một cọng khói. Cả một nhân loại di chuyển trong âm thầm, vắng tiếng động cơ. Đường phố không còn sinh khí. Nhợt nhạt đến tẻ ngắt. Cảnh tượng như vậy chưa đủ buồn hay sao mà ngày nay người ta đang mưu toan tiến tới chỗ xe không người lái.

Tôi có ông bạn, người thì nhỏ thó mà chỉ thích lái xe bự. Mỗi lần thấy xe ông chạy ngang chẳng thấy người đâu mà chỉ thấy chiếc xe tự nó chạy vụt qua. Cứ như xe ma! Chúng tôi gọi xe của ông là xe không người lái. Chuyện vui ngày còn ở Sài Gòn hóa ra chuyện thật sắp tới với chúng ta.

Google đã thử nghiệm loại xe không người lái từ nhiều năm trước và đang đi những bước chót trong việc tung loại xe này ra thị trường. Nhiều địa phương đang nghiên cứu luật cho xe không người lái chạy trên đường phố. Người ta đoan chắc là khi chỉ còn toàn xe không người lái chạy trên đường phố thì sẽ không còn tai nạn xe cộ nữa.Trong thử nghiệm loại xe này hiện nay, chuyện xảy ra ngược lại. Xe không người lái bị tai nạn gấp đôi xe có người lái! Tai nạn xảy ra lia chia như vậy vì xe *google* tuân hành luật đi đường một cách tuyệt đối nên bị xe có người lái tông vào…bàn tọa! Chuyện dĩ nhiên! Cứ lấy ngay chính tôi ra làm thí dụ. Xa lộ *metro-politain* bao quanh thành phố Montreal có vận tốc giới hạn là 70 cây số/giờ. Vậy mà có ai chạy với tốc độ buồn ngủ như vậy đâu. Thường thì tôi chơi 90 cây số/giờ. Có khi hứng chí tới luôn bác tài cho kim chỉ vận tốc leo lên tới 100 cây số/giờ. Chẳng cứ tôi, hầu như ai cũng chạy với tốc độ quá tốc độ ấn định như vậy. Cứ tưởng tượng tất cả các xe đều chạy đúng 70 cây số/giờ thì xa lộ sẽ nghẹt cứng, nhất là giờ cao điểm.

Xe *google* không ngang tàng như vậy. Quy định 70 cây số/giờ thì nó chạy đúng boong như vậy. Trên đường phố, tốc độ quy định là 50 cây số/giờ thì nó cũng nhẩn nha đúng 50 cây số/giờ. Vậy nên mới bị các xe khác húc vào! Các kỹ sư điên đầu để tìm giải pháp nhưng kiếm không ra. Đâu có thể dậy một anh không tim biết luồn lách theo những tài xế lái xe đầy cảm hứng. Để tránh những tai nạn lảng nhách này, tiểu bang California dự định bắt buộc các xe không người lái phải có người lái ngồi sẵn trên tay lái phòng khi gặp nguy hiểm. Các kỹ sư kêu trời vì giải pháp này. Xe không người lái *google* đâu có tay lái, cần số và chân ga! Nhưng chắc họ cũng phải tìm ra giải pháp để được lưu hành chung với lũ người luôn có khuynh hướng bất tuân thủ quy ước, trong khi chờ cho tới ngày ngoài đường phố chỉ còn rặt một loại xe không người lái chỉ biết nhắm mắt tuân thủ luật lệ.

Nghĩ tới ngày đó, tôi lại buồn. Thành phố sẽ như một thành phố ma. Không tiếng động. Không bóng dáng con người. Chỉ có những chiếc xe âm thầm trôi đi.

Mấy ông bạn thấy tôi buồn thì cười toe. Ngày đó còn có ông trên cõi đời này đâu mà vẽ chuyện buồn với vui!

01/2016

PHỤ LỤC

MỘT CHUYẾN ĐI LỠ

Chuyến đi lỡ vì cái tính buông thả của những người viết văn làm thơ. Một ngày tháng 10, gặp Hồ Đình Nghiêm, rủ nhau qua DC thăm Đinh Cường. Về nhà *mail* rủ thêm Hoàng Xuân Sơn. Định sẽ lái xe để được tự do khi đi đường cũng như qua bên đó. Trời trở lạnh. Trận tuyết đầu mùa đổ xuống. Cái ngại ngùng cũng đổ xuống. Lui lại một bước, rủ nhau đi xe đò vậy. Trời lạnh làm con người co ro. Thôi để đến mùa xuân cho nắng ráo. Vậy là lỡ chuyến đi. Không còn vớt kịp nữa. Đinh Cường không thể đợi tới mùa xuân. Anh chẳng chờ được mấy tên bạn chuyên tính nhiều hơn làm. Ơi ới phôn nhau. Ân hận biết chừng nào. Thôi đành vậy. Biết tạ tội với ai? Hoàng Xuân Sơn nhìn lên trời:

Tới kệ sách thứ 5 thì mắt
chiều đã mỏi sương khuya đã trắng
chìm hồn bướm đã mê vào đêm
tuyết lú. Thế rồi đã trễ cái
hẹn sang thăm anh cùng Song Thao
Hồ Đình Nghiêm cái lạnh khắc nghiệt
mùa đông bắc mỹ đã làm nhụt
khí thế đường xa mắt mờ của
kẻ muôn đời nhỡ hẹn đời là
những cuộc hẹn lần lữa không cùng
cho tới khi không còn hẹn được
nữa thì luyến tiếc ngẩn ngơ ân
hận đời đời xiêu hình đổ bóng

Hồ Đình Nghiêm vội lấy vé máy bay qua tiễn ông anh

Đinh Cường và Song Thao tại tư gia của Đinh Cường (Burke, 1999)

rể. Tôi chỉ nhắn được lời xin lỗi với chị Nhung. Chắc Đinh Cường sẽ hiểu cho mấy tên bạn. Vì anh rất đầy đặn với bạn bè.

Tháng 3 năm 2012, tôi qua thủ đô Hoa Thịnh Đốn. Ới Đinh Cường. Anh lái xe tới khách sạn gặp tôi liền. Thấy thời gian chờ khá dài, tôi hỏi anh lái xe có xa không. Anh ậm ừ: không xa lắm. Sau đó tôi biết là xa lắm. Từ nhà anh ở Burke, lên tới Eden Center đã là xa, từ đó tới khách sạn tôi ở cũng xa không kém. Lúc đó sức khỏe anh đã không còn được như xưa. Xưa là lần tôi tới Hoa Thịnh Đốn trước. Cũng lâu rồi. Từ năm 1999 lận. Đinh Cường cũng lái xe đưa tôi tới nhà anh coi tranh. Tranh đầy nhà. Dưới *sous-sol* là giang sơn của anh. Bên cạnh là một cái hóc nhỏ, hình như là phía dưới cầu thang, nơi anh đặt tên là "góc tội lỗi". Tội hút thuốc. Mỗi lận muốn "phi" anh phải vào trong góc cho mùi khói thuốc khỏi lan ra khắp nhà. Lần này gặp anh, thấy anh hình như đã dứt

Đinh Cường và Song Thao tại quán phở ông Toàn trong Eden Center, Washington D.C. (24/02/2012)

được cái tội tỏa khói dễ thương đó.

Thực ra tôi muốn tới nhà anh coi tranh nhưng thấy anh không được khỏe nên không dám vòi vĩnh. Anh đưa tôi ra tiệm phở của ông Toàn Bò. Tới nay tôi chỉ biết cái tên "văn nghệ" đó chứ không biết tên của tiệm là cái chi chi. Do đâu mà ông mang hỗn danh Toàn Bò tôi cũng chẳng rõ. Chỉ biết là phở của ông là phở bò. Ông chẳng ngạc nhiên khi thấy ông Đinh Cường vào tiệm. Ngày nào mà ông họa sĩ chẳng tới. Ông nhướng mắt như có ý hỏi. Đinh Cường giới thiệu tôi. Rồi anh ra lục trong tủ sách của tiệm. Nơi đây có đầy đủ văn học hải ngoại đấy nhé, Đinh Cường giới thiệu. Ông Toàn Bò bưng ra hai tô phở. Rồi tiếp tục ngồi đấu láo với khách quen. Ăn xong tô phở, Đinh Cường mang tô ra chỗ rửa chén. Tôi cũng bắt chước. Anh nhìn tôi nói: giúp hắn một chút, tội!

Đinh Cường vốn đầy đặn với bạn như vậy.

Đinh Cường rất quý sách. Anh nhắc tôi tặng cho tủ sách của ông Toàn một cuốn để góp mặt với anh em. Trong những ngày cuối, kề cận với anh thần cầm lưỡi hái đáng ghét, anh đã làm năm bài thơ "Nhìn Lên Kệ Sách" đánh số từ 1 đến 5. Bài thứ 5 anh làm vào ngày 3 tháng 1, chỉ bốn ngày trước khi anh vĩnh viễn chia tay anh em. Đó là di sản cuối cùng mà anh gửi lại cho anh em viết lách. Hồ Đình Nghiêm nhắc lại loạt thơ này trong bài tiễn biệt "Nhìn Lên Kệ Sách 6". Hoàng Xuân Sơn, trong mấy câu trích ở trên cũng nhắc: *tới kệ sách thứ 5 thì mắt / chiều đã mỏi sương khuya đã trắng.* Bài thơ chót là bài thơ thứ 875 trong sự nghiệp thi ca của anh. Chữ "sự nghiệp" tôi dùng trái ý Đinh Cường. Anh làm thơ bằng tay trái. Anh nói: làm để luyện trí nhớ cho vui thôi!

Một trong những bài thơ làm cho vui là bài "Một Chữ" anh làm cho loạt sách Phiếm của tôi.

tựa bài một chữ Song Thao đặt
bao nhiêu là chuyện ở trên đời
Phiếm xếp một hàng trên kệ sách
lâu buồn đọc lại thấy như chơi.

Anh em muốn ra sách, ới một cái là muốn tranh có tranh, muốn bìa sách có bìa sách. Tôi không biết trong số sách của tôi có bao nhiêu tranh bìa của Đinh Cường. Nhưng lần cảm động nhất là anh vẽ bìa cho tập truyện ngắn "Chốn Cũ" của tôi. Anh không cho tranh có sẵn mà vẽ một bức đặc biệt bằng sơn dầu cho riêng cuốn sách. Anh giải thích: cặp mắt của Song Thao nhìn xuống Hà Nội đấy nhé. Anh còn dặn dò kỹ lưỡng về cách trình bày chữ trên bìa, màu sắc của từng góc cạnh. Lại cắt một mẩu sách ngoại quốc có màu nền và chữ như anh muốn để làm mẫu.

Chu đáo với bạn bè là tính cách của anh. Mới đây, ông Luân Hoán sắp sửa in sách cũng ới Đinh Cường. Tới khi tiếng ới không được nghe nữa mới thơ:

bạn đi như thế nào
hẳn đau nhức nhiều lắm
qua ảnh thấy xanh xao
bạn bên này định ghé
vậy là chưa kịp chào
ngỡ như tin thất thiệt

đang sửa bản layout
định gọi xin mẫu mới
bìa sách bạn từng làm
lần này tôi hết đợi
hết réo qua viễn thông
hết nghe bạn hứa chắc

Bạn hình như là thứ lúc nào cũng nổi trôi trong tâm Đinh Cường. Anh viết trong bài "Nhìn Lên Kệ Sách 4", ngày 2 tháng 1:

nắng vàng
mà lạnh. Mùa xuân
bạn ngồi, trò chuyện
Toàn ơi. Mạnh Hùng
tình hai bạn
thật thủy chung
lấy chi mà đắp

ngọn bùng. Lửa lên
nhìn lên kệ sách
hai bên.

Tình anh rộng nhưng anh rất kiệm lời. Ít khi anh bày tỏ nhưng nhìn vào mắt anh, ai cũng biết tình anh. Đừng hỏi anh, cứ nhìn anh khắc biết. Chừ thì đâu còn nhìn rõ được những gì còn lại trong mắt anh. Anh đã đi. Xa lắm!

10/01/2016

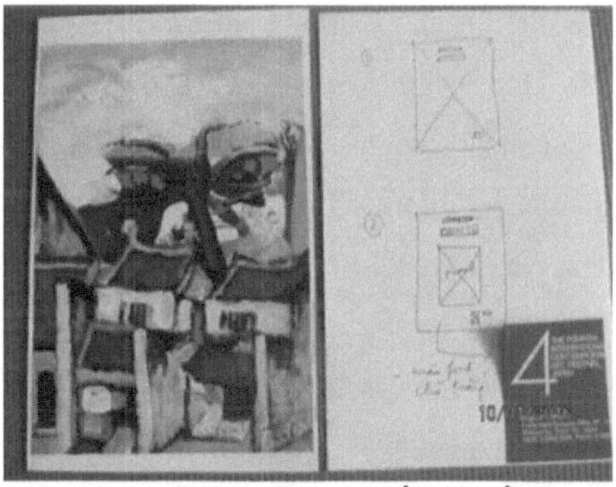

Bìa Đinh Cường vẽ cho cuốn "Chốn Cũ" của Song Thao.

Song Thao qua trí nhớ của Đinh Cường

CÙNG MỘT TÁC GIẢ

Bỏ Chốn Mù Sương (tập truyện, Kinh Đô, Houston, Hoa Kỳ 1993)

Đong Đưa Cuộc Tình (tập truyện, Ngày Nay, Houston, Hoa Kỳ 1996)

Còn Đó Bóng Hình (tập truyện, Văn Mới, Los Angeles, Hoa Kỳ 1997)

Chân Mang Giầy Số 6 (tập truyện, Văn Mới, Los Angeles, Hoa Kỳ 1999)

Cuối Ngày, Một Lần Ngồi Lại (tập truyện, Văn Mới, Los Angeles, Hoa Kỳ 2001)

Bên Lưng Những Con Chữ (tập truyện, Văn Mới, Gardena, Hoa Kỳ 2003)

Phiếm 1 (Văn Mới, Gardena, Hoa Kỳ 2005)

(In lần thứ hai - Nhân Ảnh, Toronto, 2006)

(In lần thứ ba - Nhân Ảnh, Toronto, 2008)

Phiếm 2 (Văn Mới, Gardena, Hoa Kỳ 2005)

(In lần thứ hai - Nhân Ảnh, Toronto, 2006)

(In lần thứ ba - Nhân Ảnh, Toronto, 2008)

Phiếm 3 (Nhân Ảnh, Toronto, Canada 2006)

(In lần thứ hai - Nhân Ảnh, Toronto, 2008)

Chốn Cũ (tập truyện, Nhân Ảnh, Toronto, Canada 2006)

Phiếm 4 (Nhân Ảnh, Toronto, Canada 2007)

(In lần thứ hai - Nhân Ảnh, Toronto, 2015)

Phiếm 5 (Nhân Ảnh, Toronto, Canada 2008)

(In lần thứ hai - Nhân Ảnh, Toronto, 2015)

Phiếm 6 (Nhân Ảnh, Toronto, Canada 2009)

(In lần thứ hai - Nhân Ảnh, Toronto, 2015)

Phiếm 7 (Nhân Ảnh, Toronto, Canada 2009)

To the Top of Whistler (tập truyện chuyển sang Anh ngữ, Nhân Ảnh, Toronto, Canada 2010)

Phiếm 8 (Nhân Ảnh, Toronto, Canada 2010)

Phiếm 9 (Nhân Ảnh, Toronto, Canada 2011)

Phiếm 10 (Nhân Ảnh, Toronto, Canada 2011)

Phiếm 11 (Nhân Ảnh, Toronto, Canada 2012)

Phiếm 12 (Nhân Ảnh, Toronto, Canada 2012)

Tuyển Tập Truyện Ngắn Song Thao, Tập I
(Nhân Ảnh, Toronto, Canada 2013)
(In lần thứ hai - Nhân Ảnh, Toronto, 2015)

Phiếm 13 (Nhân Ảnh, Toronto, Canada 2013)

Tuyển Tập Truyện Ngắn Song Thao, Tập II
(Nhân Ảnh, Toronto, Canada 2013)

Phiếm 14 (Nhân Ảnh, Toronto, Canada 2014)

Tuyển Tập Truyện Ngắn Song Thao, Tập III
(Nhân Ảnh, Toronto, Canada 2014)

Tuyển Tập Truyện Ngắn Song Thao, Tập IV
(Nhân Ảnh, Toronto, Canada 2014)

Phiếm 15 (Nhân Ảnh, Toronto, Canada 2014)

Phiếm 16 (Nhân Ảnh, Toronto, Canada 2015)

Phiếm 17 (Nhân Ảnh, Toronto, Canada 2016)

Phiếm 18 (Nhân Ảnh, Toronto, Canada 2016)

Nhà xuất bản NHÂN ẢNH
26 Silktop Trail
Brampton, ON L6R 2K6
CANADA
E-mail: han.le3359@gmail.com

Liên lạc với tác giả:
TẠ TRUNG SƠN
7805 Claire Fauteux, #1
Montréal, Qc., H1K 5B6 - Canada
Điện thoại: 514-354-5338
Email: tatrungson@hotmail.com

www.ingramcontent.com/pod-product-compliance
Lightning Source LLC
LaVergne TN
LVHW090223051026
849517LV00001B/171
* 9 7 9 8 3 4 9 2 4 1 9 2 5 *